யானைகளும் அரசர்களும்
சுற்றுச்சூழல் வரலாறு

● *அன்பார்ந்த வாசகருக்கு,*

வணக்கம்.

காலச்சுவடு நூலை வாங்கியமைக்கு நன்றி.

நூலின் உள்ளடக்கம், உருவாக்கம், அட்டைப்படம் இன்ன பிற அம்சங்கள் பற்றிய உங்கள் கருத்துகளையும் ஆலோசனைகளையும் காலச்சுவடு வரவேற்கிறது. தகவல், எழுத்து, வாக்கியப் பிழைகள் தென்பட்டால் அவசியம் தெரிவித்து உதவுங்கள். நூல் தயாரிப்பில் கடும் குறைபாடு இருப்பின் மாற்றுப் பிரதி உங்களுக்குக் கிடைக்கக் காலச்சுவடு ஏற்பாடு செய்யும்.

மின்னஞ்சல்: **publisher@kalachuvadu.com**

காலச்சுவடு நாகர்கோவில் அலுவலகத்திற்குக் கடிதம் அனுப்பலாம்.

தங்கள்
எஸ்.ஆர். சுந்தரம் (கண்ணன்)
பதிப்பாளர் — நிர்வாக இயக்குநர்

Unauthorised use of the contents of this published book, whether in e-book or hardcopy format, for any type of Artificial Intelligence (AI) training — including but not limited to Machine Learning, Deep Learning, Natural Language Processing, Computer Vision, Chatbot Training, Image Recognition Systems, Recommendation Engines, and Language Models — is strictly prohibited without prior licensing from the publisher. Any such unauthorised use may result in legal action.

யானைகளும் அரசர்களும்
சுற்றுச்சூழல் வரலாறு
தாமஸ் ஆர். டிரவுட்மன் (பி. 1940)

'திராவிட உறவுமுறை', 'திராவிடச் சான்று' ஆகிய புகழ்பெற்ற நூல்களை எழுதிய தாமஸ் டிரவுட்மன் இலண்டன் பல்கலைக்கழகத்தில் ஏ.எல். பாஷம் மேற்பார்வையில் முனைவர் பட்டம் பெற்றவர். அமெரிக்காவிலுள்ள மிஷிகன் பல்கலைக்கழகத்தில் 1968 முதல் 2010 வரை மானிடவியல் மற்றும் வரலாற்றுப் பேராசிரியராகப் பணியாற்றிய டிரவுட்மன் இப்பொழுது அங்கே தகைசால் பேராசிரியராக விளங்குகிறார்.

இவருடைய முக்கிய நூல்கள்: Kautilya and the Arthasastra (1971), Dravidian Kinship (1981); Lewis Henry Morgan and the Invention of Kinship (1987); Aryans and British India (1997); ed., The Aryan Debate (2005); Languages and Nations: The Dravidian Proof in Colonial Madras (2006); Elephants and Kings (2015).

ப. ஜெகநாதன் (பி. 1975)
மொழிபெயர்ப்பாளர்

தஞ்சாவூரில் பிறந்தவர். பறவைகளைப் பற்றி ஆய்வு செய்து முனைவர் பட்டம் பெற்றவர். மைசூரைத் தலைமையிடமாகக் கொண்ட Nature Conservation Foundation என்ற அரசுசாரா அமைப்பில் காட்டுயிரியலாளராகப் பணிபுரிந்து வருகிறார்.

சு. தியடோர் பாஸ்கரன் (பி. 1940)
மொழிபெயர்ப்பாளர்

தாராபுரத்தில் பிறந்த பாஸ்கரன் உல்லாஸ் கரந்தின் 'The Way of the Tiger' நூலைக் 'கானுறை வேங்கை' (காலச்சுவடு 2006) என்ற தலைப்பில் மொழிபெயர்த்திருக்கிறார். ஜோப் தாமஸின் 'The Chola Bronzes' நூலைச் 'சோழர் காலச் செப்புப் படிமங்கள்' (காலச்சுவடு 2019) என்றும் ராஜ் கௌதமனின் எட்டுத் தமிழ்க் கட்டுரைகளை 'The Dark Interiors' (2022 சேஜ் & சமயா) என்ற தலைப்பிலும் மொழிபெயர்த்துள்ளார். வாழ்நாள் இலக்கியச் சேவைக்கான கனடா இலக்கியத் தோட்டத்தின் இயல் விருதை 2014ஆம் ஆண்டு பெற்றவர்.

தாமஸ் ஆர். டிரவுட்மன்

யானைகளும் அரசர்களும்
சுற்றுச்சூழல் வரலாறு

ஆங்கில மூலத்திலிருந்து தமிழில்
**ப. ஜெகநாதன்
சு. தியடோர் பாஸ்கரன்**

காலச்சுவடு பதிப்பகம்

First published in English as 'Elephant and Kings' by
PERMANENT BLACK (2015)

© Thomas R. Trautmann

யானைகளும் அரசர்களும் சுற்றுச்சூழல் வரலாறு ♦ ஆசிரியர்: தாமஸ் ஆர். டிரவுட்மன் ♦ தமிழில்: ப. ஜெகநாதன், சு. தியடோர் பாஸ்கரன் ♦ மொழிபெயர்ப்புரிமை: ப. ஜெகநாதன், சு. தியடோர் பாஸ்கரன் ♦ முதல் பதிப்பு: ஜூலை 2022, ஏழாம் பதிப்பு: ஆகஸ்ட் 2025 ♦ வெளியீடு: காலச்சுவடு, 669, கே.பி. சாலை, நாகர்கோவில் 629001

yaanaikaLum aracarkaLum Environmental history ♦ Author: Thomas R. Trautmann ♦ Translated by P. Jeganathan, S. Theodore Baskaran ♦ Translation © P. Jeganathan, S. Theodore Baskaran ♦ Language: Tamil ♦ First Edition: July 2022, Seventh Edition: August 2025 ♦ Size: Demy 1 x 8 ♦ Paper: 18.6 kg maplitho ♦ Pages: 226

Published by Kalachuvadu, 669, K.P. Road, Nagercoil 629001, India ♦ Phone: 91-4652-278525 ♦ e-mail: publications@kalachuvadu.com ♦ Printed at Manipal Technologies Limited, Manipal 576104, Karnataka

ISBN: 978-93-5523-168-0

08/2025/S.No. 1106, kcp 5977, 18.6 (7) rss

போற்றுதலுக்குரிய அறிஞர்களும்
என் நெருங்கிய நண்பர்களுமான
சு. தியடோர் பாஸ்கரன்,
ஆ. இரா. வேங்கடாசலபதி
ஆகியோருக்கு

பொருளடக்கம்

அணிந்துரை: பல்யானை மன்னீர்...	11
மொழிபெயர்ப்பாளர் குறிப்பு	19
முன்னுரை	23
வாசகர்களுக்கு....	29
1. யானைகளின் எண்ணிக்கை: சரிவும் நிலைத்திருத்தலும்	31
2. போர்யானைகள்	58
3. போர்யானைப் பயன்பாடுகளின் கட்டமைப்பு	84
4. யானைகளைப் பற்றி நாம் அறிவது.	111
5. வடஇந்தியா, தென்னிந்தியா, இலங்கை	137
6. அண்மைக் கிழக்கு, வடஆப்பிரிக்கா, ஐரோப்பா	160
7. தென்கிழக்காசியா	185
8. இன்றைய நிலையும் எதிர்காலமும்	201
ஒளிப்படங்கள்	107−110
துணை நூல்கள்	221
ஒளிப்படங்கள் தந்தவர்	222
சொல்லடைவு	223

அணிந்துரை

பல்யானை மன்னீர்...

விலங்கினங்களை உருவக் கேலி செய்வது அரசியல் சரித்தன்மையின்பாற்படுமா என்று தெரியவில்லை. குழு ஒன்று கூடி விலங்கினம் ஒன்றை உருவாக்கினால் எப்படியிருக்கும் என்பதற்கு ஒட்டகம் ஓர் எடுத்துக்காட்டு என்பார்கள். உண்மையில், பல்வேறு சமரசங்கள் செய்துகொண்ட பின் குழுக்கள் எத்தகைய முடிவுக்கு வரும் என்ற நகைச்சுவைக்கு ஒட்டகத்தைவிட யானையே சிறந்த எடுத்துக்காட்டாகலாம். ம.இலெ. தங்கப்பா எழுதிய 'யானை ஒரு கற்பனை' என்ற நகைச்சுவைக் கட்டுரை இங்கே நினைவுக்கு வருகிறது. யானை அற்றுப்போன ஒரு காலத்தில் ஓர் அறிவியல்வாணர் எழுதுவதாக அமைந்த கட்டுரை அது. இப்படியும் ஒரு விலங்கு இருந்திருக்க முடியுமா? யாளிபோல் கற்பனை விலங்கு அது என்ற போக்கில் நகைச்சுவை ததும்ப எழுதியிருப்பார் தங்கப்பா. 'துடியடி, தோற்செவி, தூங்குகை, நால்வாய்' (முத்தொள்ளாயிரம் 100) என்ற பாங்கில் அமைந்த வருணனையை மட்டும் படித்த ஒருவர் இவ்வாறு கருதினால் வியப்பதற்கு என்ன இருக்கிறது? அதனால்தானே தூண், முறம், துடைப்பம், சுவர், கயிறு என்று வேறுவேறாகக் கற்பனை செய்தார்கள் பஞ்சதந்திரக் கதைமாந்தர்?

யானை அளவிற்குத் தமிழ் இலக்கியத்தில் இடம்பெறும் விலங்கினம் வேறொன்றில்லை என்று துணிந்து சொல்லலாம். நூற்றைம்பதிற்கும் மேற்பட்ட யானைப் பெயர்களைப் பட்டியலிடுகின்றன நிகண்டுகள்.

அஞ்சனம், அஞ்சனை, அத்தி, அத்தினி, அயிராவணம், அருமணவன், அல்லியன், ஆம்பல், ஆனை, இபம், இருள், உம்பல், உவா, எறும்பி, ஏந்துகொம்பன், ஐராவணம், ஐராவதம், ஓங்கல், கசம், கடமா, கடிவை, கம்பமா, கயந்தலை, கயம் (கஜம்), கயமுனி, கரபம், கரி, கரிணி, கருமா, கரேணு, களபம், களிறு, கறையடி, குஞ்சரம்/குஞ்சரி, கும்பி, குமுதம், கைந்நாகம், கைப்புலி, கைம்மலை, கைம்மா, கொலைமலை, கோட்டுமா, சத்திரி, சாகசம், சாமோற்பவை, சார்வபௌமம், சிந்துரம், சீமூதம், சுண்டாலி, சுதந்தி, சுப்பிரதீகம், சூகை, தகர், தந்தமா, தந்தாவளம், தந்தி, தாமம், தாமிரகருணி, திக்கம், திண்டி, தீர்க்கமாருதம், தீர்க்கவத்திரம், துடி, துடியடி, தும்பி, துருமாரி, துவரிதம், துவிபம், தூங்கல், தெட்டி, தெய்வயானை/தேவயானை, தெள்ளி, தேனுகம், தோல், நகரகாதம், நடைமலை, நதிசரம், நாகம், நாகவாரிகம், நால்வாய், நிருமதம், நூ, நூழில், நெடுங்கை, நெடுமூக்கு, பகடு, பஞ்சநகம், பண்டி, பத்தி, பவளக்கொம்பன், பிக்கம், பிங்கலை, பிடி, பிள்ளுவம், பீது, புகர்முகம், புட்கரிணி, புட்பதந்தம், புணரிகம், புதுக்கோள், புழைக்கை, பூட்கை, பூழ்க்கை, பெருங்கை, பெருமா, பென்னை, பேசகி, பேசிலம், பொங்கடி, பொற்படை, போதகம், மகாகாயம், மகாதந்தம், மகாநாதம், மகாமதம், மகாமிருகம், மட்டம், மத்தகம், மத்தகுணம், மந்தமா/மத்தமா, மத்தவாரணம், மதங்கம். மதமா, மதவிருந்தம், மதயானை, மதாரம், மதாவளம், மதி, மந்திரம், மருண்மா, மறமலி, மா, மாகரி, மாதங்கம், மாதிரம், முத்துக்கொம்பன், முனி, மையன்மா, மொய், யாசகம், யாளி, யானை, யூதபம், வசை, வடவை, வயமா, வராங்கம், வருணம், வல்விலங்கு, வழுவை, வனசரம், வாசுரை, வாமனம், வாரணம், விடாணி, வியாளம், விராணி, வெள்ளானை, வெள்ளுவா, வேதண்டம், வேழம்.

பட்டியலில் இடம்பெறும் பல பெயர்கள் வடமொழி சார்ந்தனவாகவும் கூட்டுச் சொற்களாகவும் வெறும் புலமை வழக்காகவும் மட்டுமே இருந்தாலும்கூட இந்த எண்ணிக்கை மலைப்பைத் தருவது.

யானையின் பேருருவமும், குறிப்பாக அதன் துதிக்கையும் தந்தமும் மக்களை மிகவும் ஈர்த்திருக்கின்றன. அதன் கம்பீரமான அசைவும் நடையும் எழிலுடையன. செழியனின் பீடுநடையை ‘களிற்றின் இயலி’ என்கிறார் இடைக்குன்றூர்கிழார் (புறம் 79).

தமிழ் இலக்கியத்தில் யானை பெறும் இடத்திற்குப் பொன்விளைந்த களத்தூரில் பிறந்த அந்தகக்கவி வீரராகவ முதலியாரின் பாடல் சிறந்த எடுத்துக்காட்டு.

இம்பர்வான் எல்லை இராமனையே பாடி
என்கொணர்ந்தாய் பாணா நீயென்றாள் பாணி.
வம்பதாம் களபம் என்றேன், பூசும் என்றாள்.
மாதங்கம் என்றேன், யாம் வாழ்ந்தேம் என்றாள்.
பம்புசீர் வேழம் என்றேன், தின்னும் என்றாள்.
பகடு என்றேன், உழும் என்றாள் பழனந் தன்னை.
கம்பமா என்றேன், நற்களியாம் என்றாள்
கைம்மா என்றேன், சும்மா கலங்கினாளே.

'இராமன் என்ற வள்ளலைப் பாடி என்ன பரிசு கொண்டு வந்தாய்?' எனப் பாணனிடம் அவன் மனைவி கேட்க, இரட்டுறமொழிதலாக அவன் கூறும் பதில்கள் யானையின் பல பெயர்களை நயம்படப் பட்டியலிடுகின்றன. ஆனால் அவன் மனைவியோ அப்பெயர்களை மாறுபடப் பொருள் கொள்கிறாள். 'களபம்' என்று பாணன் கூற, அதைச் 'சந்தனம்' என்று கருதிப் 'பூசும்' என்கிறாள். 'மாதங்கம்' எனவும், அதை 'மிக்க தங்கம்' என்று எண்ணி 'நாம் வறுமையிலிருந்து தப்பினோம்' என்கிறாள். 'வேழம்' என்று சொல்லவும், கரும்பு எனக் கருதித் 'தின்னுக' என்கிறாள். அடுத்துப் 'பகடு' என்று மொழிய அவள் அதை 'மாடு' என்று நினைத்து 'வயலை உழுக' என்கிறாள். 'கம்பமா' எனவும் அவள் கம்பு தானியத்தின் மாவு என்று கொண்டு, 'நல்ல களி செய்யலாம்' என்கிறாள். இறுதியில் 'கைம்மா' என்று பாணன் சொல்லவும்தான் அவன் கொண்டுவந்த பரிசில் யானை என்பதை உணர்ந்து 'சும்மா' கலங்கி நிற்கிறாளாம் பாணி.

சங்க இலக்கியத்தில் அதிகமும் இடம்பெறும் விலங்கு யானை என்கிறார் பி.எல். சாமி. இத்தனைக்கும் யானை பழக்கப்படுத்திய விலங்கென்றாலும் செல்லப் பிராணி அல்ல. யானையைப் பற்றித்தான் எத்தனை கதைகள், பழமொழிகள், சொல்லடைகள், புராணத் தொன்மங்கள்! அவற்றில் பல தேய்வழக்காகவும்கூட ஆகிவிட்டன. அறிவுரை சொல்வதற்கு யானைபோல் பயன்படும் விலங்கு வேறொன்றில்லை போலும்.

தொடர்வண்டி முட்டி யானை சாவு, தந்தத்திற்காக யானை கள்ளக் கொலை, ஊருக்குள் புகுந்து மனிதரை மிதித்துக் கொன்ற யானைக் கூட்டம் என்ற செய்திகள் அன்றாடம் காதில் விழும் காலம் இது. 'வாய் புகுவதனினும் கால் பெரிது

கெடுக்கும்' யானைக்கும் மனிதருக்குமான உரசல் இன்று கொதிநிலையை அடைந்திருக்கிறது. ஆனால் இதில் வியப்படைய ஒன்றுமில்லை. சடையானை போன்ற விலங்கினங்கள் அழிந்தது போலில்லாமல் இவ்வளவு காலமாக ஆசிய யானை எவ்வாறு தப்பிப் பிழைத்தது என்பதுதான் வியப்புக்குரியது. ஒரு காலத்தில் சீனா முழுவதும் பரவியிருந்த ஆசிய யானை இன்று அங்குக் கூண்டோடு இல்லாமல் போய்விட்டது. ஆனால் இந்தியத் துணைக்கண்டத்திலும் இந்தியப் பண்பாட்டுத் தாக்கம் செழித்த தென்கிழக்காசியாவிலும் யானை பல்கிப் பெருகியிருக்கிறது. இது ஏன் என்ற கேள்விக்குப் பண்டை வரலாற்றியல் பயிற்சி, நவீன உயிரியலில் வாசிப்பு, தேர்ந்த மொழி அறிவு, உலக அறிவுப் போக்குகளில் தோய்வு ஆகியன கொண்டு இந்நூலில் அற்புதமாக விடைகண்டிருக்கிறார் தாமஸ் டிரவுட்மன்.

பேருருவம் கொண்டதும் பெருந்தீனி தின்பதுமாகிய யானை செழித்ததற்கு முடியாட்சியும் போர்த் தொழில்நுட்பத்தில் அது ஈடுபடுத்தப்பட்டதுமே முதன்மைக் காரணிகள் என்ற முடிவுக்கு வருகிறார் டிரவுட்மன். யானைப் படை என்பது இந்திய மன்னர்கள் உருவாக்கிய அமைப்பாகும். ரதகஜதுரகபதாதி என்ற நாற்படையில் அது முக்கிய அங்கம் வகித்தது. மௌரியர் காலத்தில் ஓங்கிய யானைப்படை அலெக்ஸாண்டர்வழி ஐரோப்பாவரை பரவிப் பின்னர் அற்றும் விட்டது. ஆனால் இந்தியாவிலும் தென்கிழக்காசியாவிலும் இந்திய மன்னராட்சி முறை என்ற முன்மாதிரி பரவி நிலைபெற்றதில் யானையும் முக்கியக் கூறானது. கடாரம் வென்ற சோழரின் தாக்கமும் ஆய்வுக்கு உரியது.

கோட்டை மதில்களை முட்டி மோதித் தம் தந்தம் தேய்ந்து, கூற்றுவன்போல் தோன்றுவதைக் 'களிறு கதவெறியாச் சிவந்துராஅய் நுதி மழுங்கிய வெண்கோட்டான் உயிருண்ணும் கூற்றுப் போன்றன' என்று *புறநானூறு* (4) வருணிக்கிறது. கோட்டையின் உள்கதவைக் குறுக்காய் மறித்துப் பூட்டும் கணையமரத்தை முறிக்கும் போர்யானையினையும் புறப்பாடலொன்று (14; மேலும் *புறம்* 98) பேசுகிறது.

'அயில் கதவம் பாய்ந்துழக்கி ஆற்றல்சால் மன்னர் எயில் கதவம் கோத்து எடுக்கும்' தந்தம் கொண்ட போர்யானையைப் பற்றிப் பேசும் *முத்தொள்ளாயிரம்* (27), கோட்டையின் உள், வெளி அரணை மேலும் விளக்குகிறது. போர்யானையைச் செலுத்துபவர்கள் அதன் கழுத்தில் புரைசை எனும் கயிற்றைக் கட்டி, அதில் காலை நுழைத்து, களிறூர்வர் என்றும் கூறுகிறது

முத்தொள்ளாயிரம் (63). இதன் மறுபுடையாக, 'ஒளிறுவாள் அருஞ்சமம் உருக்கிக் களிறு எறிந்து பெயர்தல் காளைக்குக் கடனே' என்று போரில் யானையை வென்று திரும்புதலைப் படைவீரனின் மறத்துக்கு மேலெல்லையாகக் கொண்டது பண்டைத் தமிழ் மரபு.

இவ்வாறு முடியாட்சியின் பெருந்தூண்களில் ஒன்றாக விளங்கியதால் யானையின் இருப்பு இந்தியாவில் நிலைபெற்றது. யானைகள் போர்ப்படையாக மட்டும் விளங்காமல் மன்னரின் கொற்றத்தையும் பெருமிதத்தையும் பறைசாற்றும் மதிப்புறு சின்னங்களாகவும் விளங்கின. அரசனின் செய்திகளை யானைமீதேறிப் பறைசாற்றும் வழக்கமும் இருந்துள்ளது. இதனை 'அறைபறை யானை' என்கிறது முத்தொள்ளாயிரம் (41). வென்ற மன்னர்களுக்கு யானைகள் திறையாகச் செலுத்தப்பட்டுள்ளன. தம் புகழ் பாடிய புலவர்களுக்குப் பரிசிலாக யானைகளைத் தந்திருக்கின்றனர் மன்னர். (பரிசில் யானையை வறிய புலவர்கள் என்ன செய்திருப்பார்கள் என்பது இதுவரை விடை தெரியாக் கேள்வி. அதைப் பழைய யானைக் கடையில் விற்றிருப்பார்களோ என்று கேட்கிறார் கவிஞர் இசை!) போர் வெற்றிக்கு அடிப்படையாக அமைந்த யானையின் மீதேறி நகர்வலம் வருவது மன்னரின் முத்திரைச் செய்கை. அவ்வாறு வலம்வரும் மன்னனைக் கண்டு எழுபருவ மங்கையரும் காமுறுவது சிற்றிலக்கிய மரபு.

'யானை மறம்' என்பது சிற்றிலக்கிய உறுப்புகளில் ஒன்றாக விளங்கும் அளவுக்குப் போரில் முக்கியப் பங்கு வகித்தது யானை. 'ஆனை ஆயிரம் அமரிடை வென்ற மானவனுக்கு வகுப்பது பரணி' (இலக்கண விளக்க பட்டியல்) என்று ஆயிரம் யானையைப் போரில் கொன்ற மன்னவனைப் பாடிப் பரவும் பரணி என்ற இலக்கிய வகைமை புகழ்பெற்றது. ஆயினும் இந்திய வேத்தியல் மரபில் யானை பெறும் இடத்தை நாளோதையாக நாவலித்துக் கூறும் முத்தொள்ளாயிரத்தை வெல்லும் நூலொன்றில்லை. கிடைத்துள்ள 108 பாடல்களில், மூன்றில் ஒரு பங்கு பாடல்கள் யானை மறத்தைப் போற்றுகின்றன். முப்பத்தைந்திற்கும் மேற்பட்ட முத்தொள்ளாயிரப் பாடல்களில் பீடுநடை போடுகிறது யானை. அக மரபுகளையும் புற மரபுகளையும் இணைக்கும் அதே வேளையில் போர் வெற்றியினையும் மன்னரின் கொற்றத்தையும் ஒருசேர வெளிப்படுத்துகிறான் முத்தொள்ளாயிரப் புலவன்.

> கச்சி ஒருகால் மிதியா, ஒருகாலால்
> தத்துநீர்த் தண்ணுஞ்சை தான்மிதியாப் – பிற்றையும்

ஈழம் ஒருகால் மிதியா வருமே, நம்
கோழியர்கோக் கிள்ளி களிறு (29).

என்று காஞ்சி, ஈழம், உச்சயினி என இந்தியப் பெருநிலப்பரப்பெங்கும் சோழனின் பெருவெற்றிக்கு அடிப்படையாக அமைந்த அதே களிறுதான், தன் தந்தத்தையே எழுத்தாணியாகக் கொண்டு வையகம் முழுதும் பாண்டியனுடையது என்று பகை மன்னர் மார்பை ஓலையாகக் கொண்டு எழுதுகிறது (64). போர்க்களத்தில் வெற்றிக் களிப்பில் பிளிறும் அதே களிறுதான் சமரிட்டுத் தந்தம் ஒடிந்த நிலையில் பிடியின் முன் நிற்க நாணுகிறது (67).

இறை, கோ என்று மன்னரையும் கடவுளையும் ஒருங்கே சுட்டும் தமிழ் மொழியில் யானையின் கொற்றம் அரண்மனையோடு நின்றுவிடாமல் கோயிலிலும் கோலோச்சியது இயல்பே. கோயில் யானை இல்லாத வைணவப் பெருங்கோவில் தென்னகத்தில் இல்லை. கேரளக் கோயில்களில் யானையின் முதன்மையான பங்கைச் சொல்ல வேண்டியதில்லை. பெரிதும் வடநாட்டை மையமாகக் கொண்டு எழுதிய இந்நூலில் இது விரிவாகப் பேசப்படவில்லை.

~

படைத் தேவையின் காரணமாகவே யானை இனம் அற்றுப் போகாமல் மன்னர்கள் பாதுகாத்தார்கள். இது எளிதான காரியமல்ல. யானையின் உடல் அமைப்புக்கு (அதன் குடல் மட்டும் 30 மீட்டர் நீளம் கொண்டது) அது ஒரு நாளின் பெரும்பகுதியை உணவு தேடுவதிலும் செரிப்பதிலுமே செலவிட்டாக வேண்டும். மேலும், எழுபது ஆண்டுகள்வரை வாழக்கூடிய யானை இருபது வயதிற்குப் பிறகே மனிதன் இடும் வேலைகளைச் செய்ய வல்லது. பிடிபட்ட நிலையில் யானையின் இனப்பெருக்கம் வேந்தியல் தேவைகளுக்குப் போத மாட்டாது. யானையைக் கட்டித் தீனி போட முடியதல்லவா? எனவே வளர்ந்த யானையைக் காட்டிலிருந்து பிடித்துவந்தார்கள். யானை பெருகக் காடுகளுக்குப் பாதுகாப்பு வழங்கினார்கள். அங்கு வாழ்ந்த காடோடிகளிடம் நல்லுறவைப் பேணினார்கள். 'வினையால் வினையாக்கிக் கொள்வதைப் போல் நனைகவுள் யானையால் யானையை யாத்தார்கள்' (குறள் 139). 'நீடுகுழி யகப்பட்ட பீடுடைய வெறுழ்முன்பிற் கோடுமுற்றிய கொல்களிறு நிலைகலங்கக் குழிகொல்ல முயன்றது' என்று குழிவெட்டி யானையைக் கைப்பற்றும் வழக்கத்தைப் *புறநானூறு* (17) கூறுகிறது. கூட்டமாக வாழும் யானையைத் தனியே பிடித்துப் பழக்கப்படுத்துவது பெரிய வேலை. ஆகவே அறிவாற்றலும் பயிற்சியும் மிக்க

தேர்ந்த தொழிலாக யானை வளர்ப்பு ஏற்றம் பெற்றது. யானையைக் கட்டுபடுத்துவது அதில் தேர்ந்தவர்களாலேயே இயலும். யானையைப் புரந்து மன்னர்களுக்கு வழங்குவது காடோடிகளின் பணி; அதனைப் பழக்கப்படுத்துவது பயிற்றுநரின் அருஞ்செயல் என்றால் அதனைச் செலுத்தும் கடமை பாகனுக்கு; யானைகளின் உடல் நலனைக் கவனிக்கப் பண்டுவர்கள் தேவைப்பட்டார்கள். ‘கஜசாத்திரம்’ போன்ற யானை மருத்துவத்துக்கான நூல்கள் இயற்றப்பட்டன. யானை உணவை உட்கொண்டு செரிக்கும் நேரத்தைக் குறைப்பதற்காக அதிக சத்துமிக்க ‘நெய்மிதி கவளம்’ கொடுத்தார்கள் (புறம் 44). யானையைக் கட்டுப்படுத்தும் கருவி ‘பொன்னியல் புனைதோட்டி’ அதாவது இரும்பாலான அங்குசம் (*புறம்* 14). பெரிதாயினும் சாதுவாகத் தோன்றும் யானை எப்போது கட்டுக்கடங்காமல் போகும் என்று சொல்ல முடியாது. எத்தகையவரோடு நட்புப் பூண வேண்டும் என்று அறிவுறுத்தும் *நாலடியார்* (213), ‘யானை யானையவர் நண்பொரீஇ’ என்று எச்சரிக்கிறது, ஏனெனில் யானை அறிந்தறிந்தும் பாகனையே கொல்லுமாம். (பாகனை மட்டுமல்ல புலவனையும்தான் என்பது பாரதியின் அனுபவம்.)

போர்த் தொழிலால் நிலைபெற்ற யானை ஓராயிரமாண்டுக்கு மேல் தெற்காசியாவெங்கும் பரவியது. பீரங்கித் தொழில்நுட்பம் வளரவும் யானைப் படைக்கான தேவை குறைந்த நிலையில், மறத்தொழிலை நீங்கி, காடுகளின் மரத்தொழிலில் 19ஆம் நூற்றாண்டு முதல் யானைகள் பயன்படுத்தப்படுகின்றன. இவ்வாறு இரண்டாயிரம் ஆண்டுகள் கோலோச்சிய ஆசிய யானைக்குக் கடந்த இருநூறாண்டுகளாகப் பெரிய கண்டம். ஆதிமூலமே என்று கதறும் களிறுக்குச் செவி மடுப்பார் யாருமில்லை.

இந்த ஈராயிரமாண்டுக் கதையைத் தம் அறுபதாண்டுக்கால ஆய்வு அனுபவத்தைக் கொண்டு திட்பநுட்பத்தோடு விளக்கி எழுதியிருக்கிறார் தாமஸ் டிரவுட்மன். ‘குன்றேறி யானைப்போர் காண்பதுபோல்’ டிரவுட்மன் என்ற புலமை மலையின் மீதேறி ஆசிய யானையின் ஈராயிரமாண்டுக் கதையைத் தமிழ் வாசகர்கள் இந்நூலின்வழி கற்கலாம்.

டிரவுட்மன் வீசிய வேலுக்கு ஆசிய யானை தப்பவில்லை. இ.எஸ். வரதராஜையர் (1945), பி.எல். சாமி (1970), க. ரத்னம் (2005) ஆகியோர் தமிழ் இலக்கியத்தில் யானையைப் பற்றி எழுதியிருந்தாலும் டிரவுட்மனின் நூலைக் கைவிளக்காகக் கொண்டு, தமிழ் இலக்கியத்தில் பல்கியுள்ள யானை குறித்த

சான்றுகளைத் திரட்டியும் விளக்கியும் புதிய நூல் எழுத வேண்டிய தேவை உள்ளது. அவ்வாறு இதில் தலைப்படும் தமிழ் ஆய்வாளர்கள் நூலாசிரியர் டிரவுட்மனை மட்டுமல்லாமல் மொழிபெயர்ப்பாளர்கள் சு. தியடோர் பாஸ்கரனையும் ப. ஜெகந்நாதனையும் சேர்த்தே பாராட்டுவார்கள் என்பதில் ஐயமில்லை.

சென்னை   ஆ. இரா. வேங்கடாசலபதி
22.06.2022

மொழிபெயர்ப்பாளர் குறிப்பு

அமெரிக்காவிலுள்ள மிஷிகன் பல்கலைக் கழகத்தில் மானிடவியல் மற்றும் வரலாற்றுப் பேராசிரியராகப் பணியாற்றிய தாமஸ் ஆர். டிரவுட்மன் தமிழ்நாடு தொடர்பாகச் செய்துள்ள ஆய்வுகள் புகழ்பெற்றவை. உறவுமுறை பற்றி *Dravidian Kinship (1981)* என்ற நூலை எழுதினார். பின்னர் திருக்குறளை முதன்முதலில் மொழிபெயர்த்தது மட்டுமல்லாமல், வள்ளுவர் ஒரு சமணர் என்று சுட்டிக்காட்டிய எஃப். டபிள்யூ. எல்லிஸ் பற்றிய *Languages and Nations. The Dravidian Proof in Colonial Madras (2006)* என்னும் இவருடைய நூல் வெளிவந்தது. இந்நூல் இராம.சுந்தரத்தின் தமிழாக்கத்தில் 'திராவிடச்சான்று: எல்லிஸும் திராவிட மொழிகளும்' என்ற தலைப்பில் வெளிவந்து நல்ல கவனிப்பைப் பெற்றது.

மௌரிய மன்னர்கள் எவ்வாறு யானைகளைப் போருக்குப் பயன்படுத்தினார்கள் என்று ஒரு ஆராய்ச்சிக் கட்டுரையை டிரவுட்மன் பல ஆண்டுகளுக்கு முன்பு எழுதினார். அதிலிருந்து பிறந்ததுதான் 2015இல் அவர் எழுதிய *Elephants and Kings: An Environmental History* என்ற ஆங்கில நூல். இந்தியா, இலங்கை முதலான கீழ்த்திசை நாடுகளில் போர்யானையின் வரலாற்றைச் சூழலியல் பின்புலத்தில் இந்நூலில் டிரவுட்மன் ஆய்வு செய்கிறார். இதில் இந்தியாவில் யானைகள் போரில் ஈடுபடுத்தப்பட்ட வரலாறு சிறப்பிடம் பெறுகிறது.

ஊழிக்காலமாக இவ்வுலகில் வாழ்ந்துவரும் யானை உருவில் பெரியது மட்டுமல்ல நிலம்வாழ் பாலூட்டிகளிலேயே மிக மூத்ததுமாகும். இந்தியாவின் பரந்திருந்த வெப்பக் காடுகள் யானைக்கு ஏற்ற வாழிடமாக அமைந்திருந்தன. தமிழகத்தில் குதிரை இறக்குமதி செய்யப்படுவதற்கு முன்னரே யானைகள் அரசப் படையில் ஓர் அங்கமாக இருந்தன. யானை நம் மண்ணின் விலங்காயிற்றே.

போர்க்களத்தில் யானை பயன்படுத்தப்பட்டது பற்றிச் சங்க இலக்கியத்தில் பல குறிப்புகள் உள்ளன. போர்யானை உருவானது தென்னிந்தியாவில்தான் என்கின்றார் டிரவுட்மன். இந்த முறை இங்கிருந்து எவ்வாறு பல நாடுகளுக்கு, ஐரோப்பா வரை, பரவியது என்பதையும் அவர் விளக்குகிறார். புறநானூற்றுப் பாடல்களில் வெகுவாக இடம் பெறும் விலங்கு வேழம்தான். இவ்விலங்குகளைப் போரில் பயன்படுத்தியது மட்டுமன்றி வேறு வேலைகளுக்கும் பயன்மிருகமாக பண்டைத் தமிழர் அவற்றைப் பழக்கியிருந்தனர். போர்க்களத்தைத் தனதாக்கிக்கொள்ளும் திறன் படைத்தது யானை என்கிறார் ஒரு புலவர் (*களங்கொள் யானை: புறநானூறு 53:5*). யானைகளுக்குப் போர்ப்பயிற்சி அளிக்கப்பட்டது என்று கபிலர் பதிவு செய்கிறார் (347.11). அரசரின் படையில் எண்ணற்ற யானைகள் இருந்தன என்கிறார் இன்னொரு புலவர்.

ஏந்து கோடியானை வேந்தன் பாசறை (அகநானூறு 394)

பரணி என்ற சிற்றிலக்கிய வகை ஆயிரம் போர்யானைகளைக் கொன்ற ஒரு வீரனைப் போற்றிப் பாடுகிறது. முதலாம் குலோதுங்க சோழன் கலிங்க மன்னன் அனந்தபத்மனைப் போரில் வென்றதைப் போற்றிச் செயம்கொண்டார் கலிங்கத்துப்பரணி எழுதினார். இதில் போர்க்களக் காட்சிகளையும் போர்யானைகளின் தாக்குதல்களையும் துல்லியமாக விவரிக்கிறார்.

பல தமிழகக் கோயில்களில் போர்யானை சிற்பமாக வடிக்கப்பட்டுள்ளது. புள்ளமங்கை கிராமத்திலுள்ள பிரம்மபுரீஸ்வர் ஆலயத்தில் போர்யானையொன்று ஒரு குதிரை வீரனைத் தாக்கும் புடைப்புச்சிற்பம் உள்ளது.

இன்றைய போர்க்களத்தில் டாங்கி செய்கின்ற வேலையைப் பண்டைக் காலத்தில் யானைகள் செய்தன என்று டிரவுட்மன் சுட்டிக்காட்டுகிறார். ஔவையார் (1953) திரைப்படத்தில் யானைத்திரள் ஒன்று சோழ மன்னனின் கோட்டையைத் தகர்க்கும் காட்சி பலருக்கும் நினைவிருக்கும். புறநானூற்றில் (4) கோட்டையொன்றின் கதவுகளைத் தகர்க்கும் யானைகளைப் பற்றிய வரிகள் உண்டு.

களிறு, கதவெறியச் சிவந்துராய்
நுதி மழுங்கிய வெண்கொட்டான்
உயிறுண்ணும் கூற்று போன்றன்ன

பொன்முடியார் எழுதிய பாடலில் (**புறநானூறு 312**), ஒரு இளைஞனின் தலையாய கடமை போரில் பகையரசரின் யானையை வென்று வருவதுதான் என்கிறார்.

ஒளிறு வாள் அருஞ் சமம் முருக்கு
களிறு எறிந்து பெயர்தல் காளைக்கு கடனே

தமிழில் யானைக்கு நாற்பது பெயர்கள் இருக்கின்றன. களிறு என்றால் போர்க்கள யானை, பிடி பெட்டை யானை, கரி அரசனிடம் வேலை செய்யும் யானை என அவை நீளும். தமிழகத்தில் பல ஊர்ப் பெயர்களும் இவ்விலங்குடன் தொடர்புடையதாயிருக்கின்றன. ஆனைக்காரன்சத்திரம், திருவானைக்கா, ஆனைமலை போன்ற ஊர்களின் பெயர்கள் நினைவிற்கு வருகின்றன. மனிதர் வாழ்வுடன் இவ்வளவு இணைந்திருந்தாலும், யானைகளில் வீட்டினம் என்று, அதாவது மாடு, நாய் போன்று ஒரு தனி வகை கிடையாது. காட்டானைகளைப் பிடித்துத்தான் பழக்க வேண்டும். இதற்கென்று கஜசாஸ்திரம் என்று ஒரு நூலும் இருந்திருக்கிறது. பல்காப்யா முனி எழுதிய இந்நூல் 1894இல் அச்சேறியிருக்கிறது. இதன் தமிழ் வடிவம் தஞ்சாவூர் சரஸ்வதி மஹால் நூலகத்தில் உள்ளது.

கல்விப் புலத்திற்காகப் போர்யானை பற்றி எழுதிய நூலின் சற்று எளிமைப்படுத்தப்பட்ட பிரதியை டிரவுட்மன் உருவாக்கி மொழியாக்கத்திற்காக எங்களிடம் கொடுத்தார். இதன் தமிழாக்கமே உங்கள் கையில் தவழ்கிறது.

உலகில் பதின்மூன்று ஆசிய நாடுகளில் இன்று யானை இருக்கின்றது என்றாலும், அதிகமாக இருப்பது நம் நாட்டில்தான். சுமார் 30,000 யானைகள் இங்கு வாழ்கின்றன என்பது ஒரு கணிப்பு. தென்னிந்தியாவிலுள்ள மேற்குத் தொடர்ச்சி மலை யானைகளின் முக்கிய வாழிடம். இவ்விலங்கின் எதிர்காலம் இந்தியாவில்தான் இருக்கிறது என்று காட்டுயிரியலாளர்கள் கருதுகிறார்கள்.

ஏப்ரல் 2021

ப. ஜெகநாதன்
சு. தியடோர் பாஸ்கரன்

முன்னுரை

சைமன் டிக்பி எழுதிய தில்லி சுல்தானத்தில் போர்க்குதிரையும் யானையும்: படைகளுக்கான தேவைகள்: ஒரு ஆய்வு (1971) எனக்குப் பிடித்த ஒரு நூல். என் மாணவர்களுக்கும் அது மிகவும் விருப்பமான நூலாகும். எனது பிரதியைப் படிப்பதற்காக வாங்கிச் செல்பவர்கள் திரும்பக் கொடுக்கா மலிருக்கும் அளவுக்கு அதை நேசிப்பவர்கள். அவர்களைக் குறை கூற முடியாது. காரணம், அது யார் கையில் கிடைத்தாலும் அதன் வசீகரத்தால் அதைத் திருப்பித் தர அவர்களுக்கு மனம் வராது.

கங்கைக்கும் சிந்து சமவெளிக்குமிடையே அமைந்திருந்த தில்லி சுல்தானத்தின் பலத்தையும், கிழக்கு நோக்கி குதிரைகள், மேற்கு நோக்கி யானைகள் நடமாட்டத்தை சுல்தான்கள் கட்டுப் படுத்தியதையும் அற்புதமாக விளக்குகிறது அந்நூல். இரண்டாயிரம் ஆண்டுகளுக்கு முன்னரும், கிட்டத்தட்ட ஆயிரம் ஆண்டுகளுக்குப் பின்னரும் இந்திய அரசர்களின் படைகளுக்கான தேவைகளை இந்த நூல் எனக்கு அறிமுகப்படுத்தியது. குதிரை, யானை உள்ளிட்ட படைக்கலன்களின் மீது மௌரியப் பேரரசர்கள் ஏகபோக உரிமையைக் கொண்டிருந்தனர் என்ற மெகஸ்தனிஸின் கூற்றின் முக்கியத்துவத்தை டிக்பி உணர்த்துகிறார். இந்த நிலை வேத காலத்தில் இருந்ததைவிட மாறுபட்டது. வேத காலத்தில் படை வீரர்கள் என்பது அவர்களுக்குச் சொந்தமான குதிரைகள், யானைகள், படைக்கலன்களை வைத்தே வரையறுக்கப்பட்டது. இந்த மாறுபாடு அந்தக் காலத்திலிருந்த மற்ற

இந்தியப் பிரதேசங்களைவிட மௌரியப் படையின் பலத்தைக் காட்டுவதுடன், முதல் இந்தியப் பேரரசை உருவாக்குவதில் அது கண்ட வெற்றிக்கும் காரணமாகிறது. அது வரலாற்றாசிரியர் ஸ்ட்ரபோவின் (Strabo) கூற்றைப் புரிந்துகொள்ள உதவுகிறது. இந்தியாவைப் பற்றி எழுதிய கிரேக்கர்கள் ஒருவருக்கொருவர் மாறுபட்ட கருத்துக் கொண்ட பொய்யர்கள் என்கிறார் ஸ்ட்ரபோ. மௌரியரின் பலம் கிழக்கே வளர்ந்ததையும், கங்கைப் பள்ளத்தாக்கை முன்னிறுத்திப் பேரரசை ஒருங்கிணைப்பதில் அவர்கள் கடைபிடித்த அரச ஏகபோகத்தையும் மெகஸ்தனிஸ் விவரிப்பதைப் புரிந்துகொண்டால் இந்த வேறுபாடு மறைந்துவிடும் என்பதை நான் காட்டியுள்ளேன்.

இந்தக் கட்டுரை நம் ஆர்வத்தைத் தூண்டும் வகையில் இருப்பதோடல்லாமல் யானைகள் பற்றியும் இந்திய மன்னர்களுக்கு அவற்றுடன் உள்ள தொடர்பு பற்றியும் விவரிக்கிறது. யானைகள் பற்றி சமஸ்கிருத நூல்களிலிருந்தும், யானைகளைக் கையாளல், அவற்றின் பாதுகாப்புக் குறித்து பிரித்தானிய இந்திய ஏடுகளிலிருந்தும் தரவுகளைச் சேகரித்தேன். ஸ்கல்லார்டு (Scullard) எழுதிய ‘கிரேக்கர்கள், ரோமர்களின் உலகில் யானை’ *(1974)* என்ற நூல் பயனுள்ளதாயிருந்தது.

வேய்ன் *(Wayne)* பல்கலைக்கழகத்தில் யானை உயிரியலாளர், ஜெஹெஷ்கெல் ஷோஷனி (Jeheskel Shoshani) நடத்திய பயிலரங்கில் கலந்துகொள்ளும் நற்பேறு எனக்கு வாய்த்தது. அவர் பதிப்பாசிரியராக இருந்த ஓர் இதழைப் பெறவேண்டி நான் யானைகளின்பால் ஆர்வமுள்ள ஒரு குழுவில் (Elephant Interest Group of the American Society of Mammalogy) சேர்ந்தேன். மன்னர்களுக்கு யானைகளுடனான தொடர்பு பற்றி நூல் எழுதும் எண்ணம் தோன்றியது. *1982*இல் நான் எழுதிய ‘யானைகளும் மௌரியர்களும்’ என்ற கட்டுரை இந்த நூலுக்கு ஒரு முன்னோட்டமாக அமைந்தது.

மற்ற பணிகளில் பல ஆண்டுகள் கழித்த பின்னர் யானை பற்றிய இந்த நூல் நினைவுக்கு வந்தது. அந்த நேரத்தில் சீனாவில் காட்டானைகள், சில உயிரினங்களின் பரவல், அவற்றின் அழிவு ஆகியவை பற்றிய வென் ஹுவான்ரனின் (Wen Huanran) நூல் என் பார்வைக்கு வந்தது. நான் முதலில் இந்த நூலைப் பற்றி மார்க் எல்வினின் (Mark Elvin) *The Retreat of the Elephants (2004)* என்ற நூலைப் படிக்கும்போதுதான் தெரிந்துகொண்டேன். சீனர்கள் ஆட்சியும் விவசாயமும் வளர வளர யானைகளின் எண்ணிக்கை குறைந்ததை மையமாகக்

கொண்ட, சீனாவின் சுற்றுச்சூழல் வரலாற்றைப் பற்றிய சிறந்த புத்தகமாக இது கட்டமைக்கப்பட்டிருந்தது. நான் எடுத்துக்கொண்ட தலைப்பு படைத் தேவைகளைப் பற்றியதாக இருந்தபோதிலும், இவ்விரு நூல்களும் வெகுவாகச் சுற்றுச்சூழல் வரலாற்றையே மையமாகக் கொண்டிருந்தன. எல்வின், வென் ஆகியோரிடமிருந்து என் நூலுக்கான பாதையை நான் உணர்ந்து கொண்டேன். அதாவது இந்திய மன்னர்களுக்கும் காடுகள், அங்கு வாழும் உயிரினங்களுக்குமான தொடர்பு, எல்லாவற்றுக்கும் மேலாக, காடுவாழ் மக்கள், யானைகளுடனான தொடர்பு, இந்தியர், சீனரின் நிலப் பயன்பாடு, உயிரினங்களைப் பழக்குதல் தொடர்பான ஒப்பீடு போன்ற கூறுகளை இது வெளிப்படுத்த வேண்டும் என்பது உறுதியாயிற்று.

இவையெல்லாம் என்னுள் நல்ல தாக்கத்தை ஏற்படுத்தின. ஆசிய யானைகளின் உடற்கூறு, சூழல், நடத்தை ஆகியவை குறித்த விவரங்களைத் திரட்டுவதற்காகத் தன் வாழ்நாளை அர்ப்பணித்த யானை ஆராய்ச்சியாளரான ராமன் சுகுமாரின் நூல்கள் எனது ஆய்வுக்கு மிகவும் உதவியாக இருந்தன. *The Asian Elephant: Ecology and Management (1989)* என்ற அவரது முதல் புத்தகம் தென்னிந்தியாவில் அவர் மேற்கொண்ட களப்பணிகளை அடிப்படையாகக் கொண்டதாகும் காலனியாதிக்கக் காலத்தில் எழுதப்பட்ட கட்டுரைகள் தந்த விவரங்களை இந்நூல் மேலும் வளப்படுத்தியது. *The Story of Asia's Elephants (2011)* என்கிற அவரது சமீபத்திய நூல் மனித வரலாற்றில் ஆசிய யானைகளைப் பற்றிய பரந்த கண்ணோட்டத்தைக் காட்டியது. காட்டானைகளின் உடற்கூறு, நடத்தை குறித்த எனது புரிதல்களுக்கு அவரது முதல் நூலே மிகவும் உதவியாக இருந்தது. மற்ற அனைத்து விவரங்களையும் உள்ளடக்கிய அவரது இரண்டாவது நூல், சில்லறை விஷயங்களை விடுத்துத் தனித்த ஒரு நூலை உருவாக்க வழிகாட்டியது.

என் நண்பர்கள் பலரின் உதவியால் எனது இந்த நூல் சாத்தியமாகியது. இப்புத்தகத்தின் முதல் வாசகரான ராபின்ஸ் பர்லிங் *(Robbins Burling)* நூலை வெளியிடுவதற்கு முன் அதைப் பற்றி எந்த விதமான பாரபட்சமுமின்றி விமர்சனம் செய்வதுதான் உண்மையான நட்பின் அடையாளம் என்று நம்புபவர்.

நான் எடுத்துக்கொண்ட இந்தத் தலைப்பு எனது திறனையெல்லாம் தாண்டிப்போனதால் இது குறித்த முக்கியத் தரவுகளை நன்கறிந்த, நான் மதிப்பவர்கள் சிலரிடமிருந்து கற்றுக்கொண்டேன். பண்டைய எகிப்து பற்றி ஜான் பைன்ஸ்

(John Bains), ஜேனட் ரிச்சட்ஸ் (Janet Richards), சலீமா இக்ரம் (Salima Ikram) ஆகியோரிடமிருந்தும், சிரியா, மெசபடோமியா பற்றி பியோதர் மைக்கேலாவ்ஸ்கி (Piotr Machalowsky) மூலமும், சீனாவைப் பற்றி மைக்கேல் ஹாத்தவே (Michael Hathaway) (எல்வினின் புத்தகத்தை எனக்கு அறிமுகப்படுத்தியவர்), சார்லஸ் சான்ஃபட் (Charles Sant) போன்றோரிடமிருந்தும், அலெக்சாண்டர், ஹெல்லனிஸ்டிக் வரலாறு பற்றி இயான் மோயர் (Ian Moyer), பாட் வீட்லி (Pat Wheatly) மூலமும் கற்றுக்கொண்டேன். ராமன் சுகுமார், சுரேந்திர வர்மா, கத்லீன் மோரிசன், சுமித் குஹா ஆகியோரிடமிருந்து சுற்றுச்சூழல், சூழலியல் பற்றியும், காப்பக யானைகள், யானைப் பாகர்கள் பற்றி சுரேந்திர வர்மா மூலமும் அறிந்துகொண்டேன். வால்மீகி தாப்பர், திவ்யபானு சிங் சாவ்தா, விபோத் பார்த்தசாரதி, இக்பால் கான், குஷ்லவ், தாரா, கென்னத் ஹால், ஜீன் டிரவுட்மன் (Gene Trautmann) இவர்கள் அனைவருக்கும் எனது மனமார்ந்த நன்றி. எப்போதும்போல் எனது நல்ல நண்பர்களான தியடோர் பாஸ்கரனும் திலகாவும் விருந்தோம்பலுடன் ஊக்கமும் அளித்தனர்.

இந்தப் புத்தகத்தின் சில பகுதிகளைக் கீழ்வரும் இடங்களில் சொற்பொழிவுகளாக அறிமுகப்படுத்தினேன்: Centre for Ecological Sciences, Indian Institute of Science, Bangalore; Environmental History Group, Jawaharlal Nehru University; Department of History, Delhi University; the Center for South Asian Studies, University of Michigan; the University of Otago; the Symposium on Human-Elephant Relations, University of Canterbury, Christchurch NZ; and the South Asia Conference, University of Wisconsin. இந்த நிறுவனங்களுக்கும், இவற்றில் பேச அழைப்பு விடுத்த ராமன் சுகுமார், ஆர். டிசௌஸா, உபிந்தர் சிங், பரினா மிர் (Farina Mir), வில் ஸ்வீட்மேன் (Will Sweetman), பியர்ஸ் லாக் (Piers Locke) அவர்களுக்கும் என் நன்றி.

எனது ஆய்வு உதவியாளரான ரெபக்கா கிரேப்வைனுக்கு (Rebecca Gravevine) எனது மனமார்ந்த நன்றி. குறிப்பாக அவர் போர், முற்றுகைக்கான வரைபடத்தைத் (படம் 6.1) தயாரிப்பதற்கு மிகுந்த சிரத்தை எடுத்துக்கொண்டார். நிக்கோல் ஷோல்ஸ் (Nicole Scholtz) தொய்வின்றித் தன் நேரத்தை ஒதுக்கி நான்கு வரைபடங்களை டிஜிட்டல் வடிவில் (படங்கள் 1.5–7, 6.1) கொண்டுவந்தார். எலிசபத் பேமல் (Elizabeth Paymal) எல்லா வரைபடங்களுக்கும் இறுதி வடிவத்தை உருவாக்கினார்.

இந்த ஆய்வு மெலன் பவுண்டேஷன் வழியாக மெலன் எமரிடஸ் நல்கையின் உதவியினாலும், மிஷிகன்

பல்கலைக்கழகத்தின் இலக்கியம், அறிவியல் மற்றும் கலைக் கல்லூரி நல்கையின் மூலம் நடத்தப்பட்டது. வரலாற்றுத் துறை, அதன் பணியாளர்கள், அப்போதைய தலைவர் ஜெஃப் எல்லே (Geoff Eley) ஆகியோர் மிகவும் உதவி செய்தனர். அனைவருக்கும் எனது நன்றி. எனது இந்தப் பணி சிகாகோ பல்கலைக்கழகப் பதிப்பகத்தின் டேவிட் ப்ரெண்ட் (David Brent) பொறுப்பில் வந்தது. எனக்குக் கிடைத்த நல்ல வாய்ப்பென்றே சொல்ல வேண்டும்.

ஆன் ஆர்பர்,
அமெரிக்கா

தாமஸ் ஆர். டிரவுட்மன்

வாசகர்களுக்கு...

1974இல் என் இல்லத்தாருடன் நான் முதுமலை சரணாலயத்திற்கு செல்ல நண்பர் தியடோர் பாஸ்கரன் ஏற்பாடு செய்தார். அங்கிருந்த யானை முகாமைப் பார்த்தது என்னுள் மிகுந்த தாக்கத்தை ஏற்படுத்தியது இது நடந்து ஐம்பது ஆண்டுகள் ஆகிவிட்டன. இந்த நூலின் ஊற்றுக்கண் அதுதான் என்பதை அன்று நான் அறிந்திருக்கவில்லை. பண்டைய இந்தியாவில் யானைகளின் பயன்பாடுபற்றி விவரங்கள் சேர்க்க ஆரம்பித்தேன். 'யானைகளும் மௌரியர்களும்' என்ற எனது கட்டுரை 1982இல் வெளிவந்தது. அதன் பின்னர் சில பத்தாண்டுகள் கழித்துத்தான் ஆங்கிலத்தில் இந்நூலை எழுதினேன். 2015இல் இது வெளிவந்தது. இந்தத் தமிழ்மொழி பெயர்ப்பின்மூலம் இந்த நூல் அது தொடங்கிய இடத்திற்கே வந்து சேர்கின்றது.

இந்த நூலை அனுபவித்து எழுதினேன். அதே போல் நீங்களும் இதை விரும்பி வாசிப்பீர்கள் என்று நம்புகிறேன். இதைப் படித்துவிட்டு உங்களில் யாரேனும் தமிழகத்தில் யானை சார்ந்த வரலாற்று ஆய்வில் ஈடுபடுவீர்களானால் நான் பெரு மகிழ்ச்சி அடைவேன். இந்த ஆய்வை மற்றவர்கள் முன்னெடுத்துச் செல்வார்கள் என்ற எதிர்ப்பார்ப்பில் தான் இந்நூலை எழுதினேன்.

இயற்கையியலாளர் தியடோர் பாஸ்கரன் இந்த நூலை உருவாக்குவதில் அடிமுதல் முடிவரை உதவி செய்தார். ஜெகநாதனுடன் சேர்ந்து மொழி பெயர்த்து, மேற்பார்த்தார். அவர் எடுத்த சில

ஒளிப்படங்களையும் நூலில் சேர்த்திருக்கிறார். அவருக்கு என் நன்றி கடன்.

நூலின் உருவாக்கத்தில் பங்களித்து நூலைச் செப்பனிட்டுக் கொடுத்த ஆஷா, ஒளிப்படங்களைச் சீராக்கித் தந்த பாலாஜி, அட்டைப்படத்தை வடிவமைத்த பூபதி சீனிவாசன் இவர்களுக்கு என் நன்றி. நூலைப் படித்து களையெடுத்துக் கொடுத்த டி.ஐ. அரவிந்தனுக்கு நன்றி.

வரலாற்றாசிரியர் ஆ.இரா. வேங்கடாசலபதி இந்த நூல் சார்ந்த பணிகளில் ஒத்துழைப்பைத் தந்தது மட்டுமில்லாமல் அவ்வப்போது நல்ல யோசனைகளையும் வழங்கி நூலை வளப்படுத்தியிருக்கிறார். அவருக்கு நான் கடமைப் பட்டிருக்கிறேன்.

பெர்மனன்ட் ப்ளாக் பதிப்பகத்தைச் சேர்ந்த ருக்குன் அத்வானி, இந்த நூலின் ஆங்கிலப் பதிப்பை சிறப்பாக வெளியிட்டிருந்தார்.

இந்த நூலின் தமிழ் பதிப்பை வெளிக்கொண்டுவரும் காலச்சுவடு கண்ணனுக்கு என் உளமார்ந்த நன்றி.

தாமஸ் ஆர். டிரவுட்மன்

1

யானைகளின் எண்ணிக்கை: சரிவும் நிலைத்திருத்தலும்

கடந்த இரு நூற்றாண்டுகளாக உலகில் காட்டானைகளின் எண்ணிக்கை வெகுவாகச் சரிந்துவிட்டது. எஞ்சியிருக்கும் யானைகளின் நிலைமையும் கவலை தருவதாக உள்ளது.

காட்டானைகளைக் கணக்கெடுப்பது சிரமம். ஆசிய யானைகளைவிட ஆப்பிரிக்க யானைகளின் எண்ணிக்கை பத்து மடங்கு அதிகம். தோராயமாக ஆப்பிரிக்காவில் 5,00,000 யானைகளும், ஆசியாவில் 50,000 யானைகளும் உள்ளன. தந்தச் சந்தைக்காக வேட்டையாடப்படுவதால் ஆப்பிரிக்க யானைகளின் எண்ணிக்கை வேகமாகக் குறைந்துவருகிறது (கிழக்காசியாவிலும் தந்தத்துக்குக் கிராக்கி அதிகம்). ஆசிய யானைகள் அந்தந்த நாடுகளின் அரசாங்கத்தால் நன்கு பாதுகாக்கப்படுகின்றன. சில பகுதிகளில் அதன் எண்ணிக்கை அதிகரித்தாலும், தந்தத்துக்காகக் கொல்லப்படுவதால் அவையும் அழிந்துவிடும் அபாயத்தில் உள்ளன.

இந்தச் சூழலில் யானைகளின் அழிவுக்கான காரணங்களைத் தெரிந்துகொள்வது நல்லது. அழிவை நோக்கித் தள்ளப்பட்டுக்கொண்டிருக்கும் இவ்வேளையிலும், அவை நிலைத்திருப்பதற்கான காரணங்களை அறிந்துகொள்வது பயன் தரும். இந்த நூல் இந்தியாவில் மனிதர்களுக்கும் யானைகளுக்கும் உள்ள உறவைக் கருவாகக் கொண்டது. இந்திய மன்னராட்சி பற்றியும் யானைகளை மன்னர்கள்

பயன்படுத்தியதால் எந்தெந்தப் பகுதிகளில் (வடஆப்பிரிக்கா, ஸ்பெயின் முதல் இந்தோனேசியா வரை கடந்த 5000 ஆண்டுகளாக) அதன் தாக்கம் எவ்வாறு இருந்தது என்பதைப் பற்றியும் இந்த நூல் பேசுகிறது.

இந்தியாவும் சீனாவும்

இந்தியாவை மையப்படுத்துவதால் இந்த நூல் ஆசிய யானைகளை முன்னிறுத்துகிறது. அவற்றின் எண்ணிக்கையை இறங்கு வரிசையில் கொடுத்துள்ளேன்.

இந்தியா	30,770	26,390
மியான்மர்	5,000	4,000
இலங்கை	4,000	2,500
இந்தோனேசியா	3,400	2,400
தாய்லாந்து	3,200	2,500
மலேசியா	3,100	2,100
லாவோஸ்	1,000	500
கம்போடியா	600	250
பூடான்	500	250
வங்காளதேசம்	250	150
சீனா	250	200
வியட்நாம்	150	70
நேபாளம்	125	100
மொத்தம்	52,345	41,410

உலகில் உள்ள மொத்தம் 50,000 யானைகளில் இந்தியாவில்தான் மிக அதிகமாக, 30,000 யானைகள் உள்ளன. இவற்றிலும் தென்னிந்தியாவில் மேற்குத் தொடர்ச்சி மலைப்பகுதிகளை உள்ளடக்கிய மாநிலங்களான தமிழ்நாடு, கர்நாடகா, கேரளாவில் உள்ள காடுகளில்தான் அவை மிகுதியாக வாழ்கின்றன. இரண்டாவதாக அதிக எண்ணிக்கையில் இவை உள்ள இடம் வடகிழக்கு மாநிலங்களான அஸ்ஸாம், மேகாலயா, அருணாசலப் பிரதேசம். இலங்கையில் காட்டானைகள் அதிகமாகவும், பூடான், வங்காளதேசம், நேபாளத்தில் குறைந்த எண்ணிக்கையிலும் உள்ளன. பழக்கப்படுத்திய யானைகள் கிட்டத்தட்ட 3500 உள்ளன.

தென்கிழக்கு ஆசிய நாடுகளில் – குறிப்பாக மியான்மர், தாய்லாந்து, மலேசியா, லாவோஸ், கம்போடியா, வியட்நாம் போன்ற தீபகற்பங்களில் – கணிசமான அளவில் யானைகள் வாழ்கின்றன. இந்தோனேசியாவின் சுமத்ரா தீவிலும் கலிமண்டன் பகுதியிலும் காட்டானைகள் உள்ளன. போர்னியோ தீவில் உள்ள மலேசிய மாநிலமான சபாவிலும் சில யானைகள் வாழ்கின்றன.

சீனாவில் யானைகள் குறைந்த எண்ணிக்கையிலேயே (200–250 மட்டுமே) வாழ்கின்றன. இவையெல்லாமே அதன் தென்மேற்கே, மியன்மாரை ஒட்டியுள்ள யுன்னான் மலைப்பிரதேசத்தில் உள்ளன. ஒரு காலத்தில் சீனா முழுவதும் யானைகள் வாழ்ந்திருந்தன. கடந்த 7000 ஆண்டுகளாக யானைகள் அங்கு இருந்ததையும், அவை யுன்னான் பகுதிக்கு இடம் பெயர்ந்ததையும் வென் ஹுயுன்ரன் பதிவு செய்துள்ளார். இறந்த யானைகளின் உடல் பகுதிகள், காட்டானைகளைப் பற்றி எழுதப்பட்ட குறிப்புகள் போன்ற 90 தரவுப் புள்ளிகளைக் கொண்டு ஒரு நிலப்படத்தை அவர் உருவாக்கியிருக்கிறார். பல காலகட்டங்களில் யானைகளின் பரவலை வடகோடி வரை வரையறுத்து அதைக் காட்டும் எல்லைக் கோடுகளை வென் வரைந்திருந்தார். சீன நாகரிகத்தின் காலந்தொடங்கி இன்றுவரை தென்மேற்குப் பகுதியில் யானைகளின் அழிவை அவை காட்டுகின்றன. இன்று சுமார் நூறு யானைகள் மட்டுமே அங்கு எஞ்சியுள்ளன (படம் 1.1).

சீனாவில் யானைகளின் அழிவை எவ்வாறு புரிந்துகொள்வது? காலநிலை மாற்றம் முதற்காரணமென்றும், வேளாண்மைக்காகக் காடுகளை அழித்தல், தந்தத்துக்காக வேட்டையாடுதல் போன்ற மனித நடவடிக்கைகள் மற்ற காரணங்கள் என்றும் வென் கூறுகிறார். வரலாற்றுக் காலத்தில், அதாவது சீனாவின் நாகரிகக் காலத்தில், யானைகள் கொல்லப்பட்டதுதான் அவற்றுக்குப் பேரிடராகிவிட்டது.

இக்கருத்தை மார்க் எல்வின், சீனாவின் முக்கியமான சுற்றுச்சூழல் வரலாற்றுப் புத்தகமான *The Retreat of the Elephants* (2004) என்ற தனது நூலில் ஒப்புக்கொள்கிறார். இந்தப் புத்தகத்தில் வென் ஒரு வரைபடத்தைத் தருகிறார். அதில் காலநிலை மாற்றத்தை ஒரு காரணமாகக் கருதினாலும், சுற்றுச்சூழலுக்கு மனிதர்களால் ஏற்படும் சீரழிவுக்கு முக்கியத்துவம் கொடுக்கிறார்.

காடுகளை அழித்தல், விவசாயத்தைப் பெருக்குதல் போன்ற காரணங்களை அவர் பலதரப்பட்ட சீனத் தரவுகளிலிருந்து பெற்று அதில் முழுக் கவனம் செலுத்துகிறார். அவரது ஆய்வில் மனிதர்கள் 3000 ஆண்டுகளாக யானைகளுடன் போர் தொடுத்து

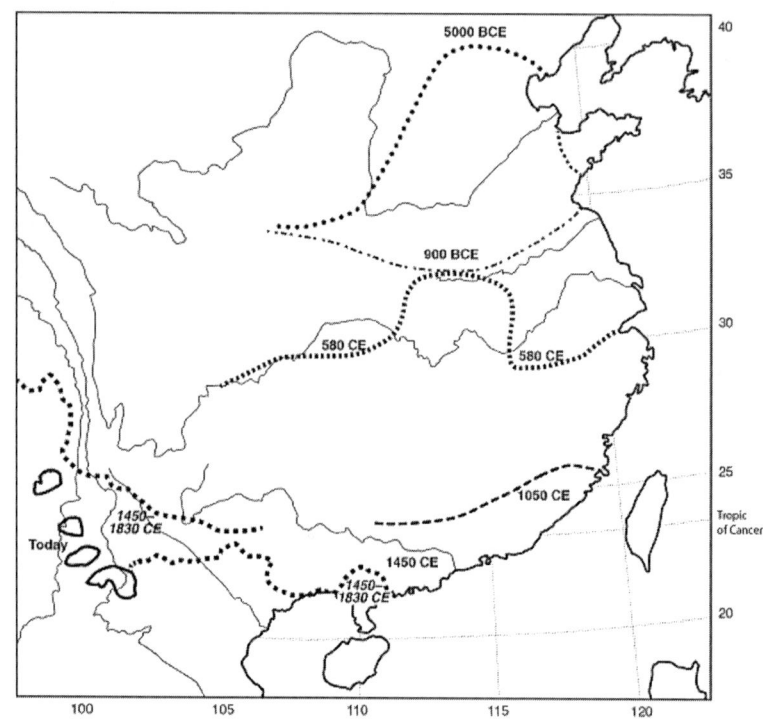

படம் 1.1. சீனாவில் யானை இருந்த இடங்களைக் காட்டும் வரை படம்.

அவற்றை அழித்ததைக் கூறுகிறார். சீன நாகரிகத்தின் ஆரம்பக் காலகட்டத்திலேயே காட்டுயிர்களை வேட்டையாடும் வழக்கம் இருந்துள்ளது.

யானைகளுடன் போராட்டம் என்பது மூன்று முனைகளில் நடந்தது: விவசாயத்துக்காகக் காடுகளைத் திருத்துதல், பயிர்களைக் காப்பதற்காக யானைகளை அழித்தல். தந்தம், தும்பிக்கைகளுக்காக யானைகளை (இது ஒரு நற்சுவை உணவாகக் கருதப்பட்டது) வேட்டையாடுதல். போருக்காகவும் போக்குவரத்துக்காகவும் விழாக் காலத்திலும் யானைகளைப் பயன்படுத்துவதற்காகப் பிடிப்பது போன்றவை அவை குறைவதற்கான மற்ற காரணிகளாகும். போருக்காக யானைகளைப் பயன்படுத்துவது அரிதாக இருந்தது. ஒரு சிலர்தான் அந்த முறையைக் கடைபிடித்தார்கள். சீனாவைப் பொறுத்தவரை "போர்யானை" ஒரு பயன்பாடாக உருவாகவில்லை.

சீன வரலாறு, தத்துவம், இலக்கியம், மதம் முதலியவற்றில் பதிவு செய்யப்பட்டுள்ள சுற்றுச்சூழல் பற்றிய ஆய்வு, இயற்கை

பற்றிய கருத்தாக்கம், சுற்றுச்சூழலியலாளரின் பார்வை உருவான விதம், முதலியவற்றுக்காக மூன்று இயல்களை எல்வின் ஒதுக்கியிருக்கிறார். பழங்காலச் சீனாவைப் பற்றிய பதிவுகள் சுற்றுச்சூழல் வரலாறு தொடர்பான தகவல்களைக் கொடுத்தாலும், இயற்கை மீதான அக்கறை குறித்த போக்குகள் எதுவும் சுற்றுச்சூழல் பாதுகாப்புக்கு உதவவில்லை என்பது அவரது முடிவு. சீன சுற்றுச்சூழல் வரலாற்றின் உண்மையான குறிக்கோள் அதிகாரமும் லாப நோக்கமும்தான் என்கிறார்.

ஆனால், சீனா, நிலத்தைப் பயன்படுத்திய விதத்தை, பிரான்ஸ் தேசத்துடனும் அல்லது இந்தியாவுடனும் ஒப்பிட்டால், சீன முறை, வெறும் அதிகாரத்தையும் லாப நோக்கத்தையும் கொண்டதாகத் தெரியவில்லை. நிலத்தை எப்படி அதன் பயன்பாடுகளுக்குத் தகுந்தபடி பிரிப்பது என்பது பற்றிய அடிப்படைத் தேர்வுபோல் அது தோற்றம் தருகிறது. அதை நில அறம் என்று சுட்டலாம்.

இந்த விஷயத்தில் இந்தியாவுக்கும் சீனாவுக்கும் இடையேயுள்ள மாறுபாடு இலக்கிய, தத்துவ, மதங்களின் கருத்துகளில் இல்லை. அது மன்னர்களுக்கும் யானைகளுக்குமிடையே உள்ள தொடர்பு சார்ந்தது. இந்தியாவிலும் தென்கிழக்கு ஆசிய நாடுகளிலும் மன்னர்கள் ஆண்ட நாடுகளிலும் யானைகள் பிடிக்கப்பட்டுப் போருக்குத் தயார்ப்படுத்தப்பட்டன. ஆனால், சீனாவில் போர் யானைகளின் பயன் வேரூன்றவேயில்லை. சீனாவில் யானைகளின் எண்ணிக்கைச் சரிவுக்கும், இந்தியா, தென்கிழக்காசியாவில் அவை தொடர்ந்து உயிர் பிழைத்திருந்ததற்கும் இடையேயுள்ள வேறுபாட்டை நாம் வரலாற்றின் மூலம் அறிந்துகொள்ளலாம்.

யானைகளும் குதிரைகளும்

ஆசிய யானைகள் இருக்குமிடங்கள், முந்தைய இடங்களில் அற்றுப்போன விவரங்கள் ஆகியவை படம் 1.2இல் காட்டப்பட்டுள்ளன. அதிலிருந்து உயிரியிலாளர் வென் பதிவு செய்திருப்பதைப் போல, ஆசிய யானைகள் சீனாவில் பரவியிருந்தன. இந்தியத் துணைக்கண்டத்தின் மேற்குப் பாதியிலும் பாகிஸ்தான் முதலிய பிரதேசங்களிலும், மேற்கே சிரியா வரையிலும்கூட யானை பரவியிருந்தது.

கிழக்கு, மேற்கின் உச்ச எல்லைகளில் இவற்றின் சரிவின் அளவு குறைந்திருப்பது தெரியும். அதனால் அவை தெற்கு, தென்கிழக்காசியா, சீனாவின் யுன்னான் பிரதேசத்தோடு சுருங்கிவிட்டன. இவற்றுக்குள் இப்போதைய பரவல் துண்டாக்கப்பட்டு மனித வாழ்விடங்களுக்குள் யானைகளின்

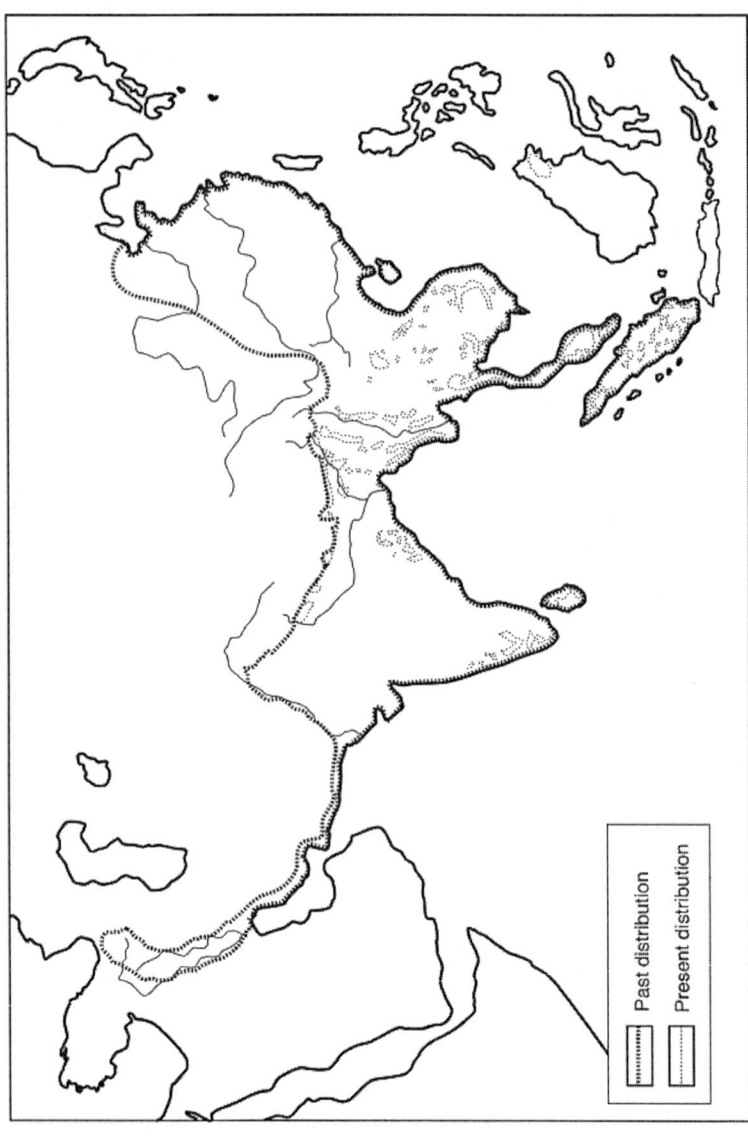

படம் 1.2. ஆசிய யானைகள் இருந்த இடங்களும் இப்போது இருக்கும் இடங்களும்

உறைவிடம் தனித்தனித் தீவுகள் போலாகிவிட்டது. யானைகளின் எண்ணிக்கையில் ஏற்பட்ட இந்த அழிவு பழங்கால நாகரிக காலத்தியது. அக்காலத்தில் இதனை ஆவணப்படுத்தியுள்ளனர். இந்த எண்ணிக்கை குறைந்ததன் காரணங்களை இதிலிருந்து தெரிந்துகொள்ளலாம்.

ஆசிய அளவில் யானைகளின் எண்ணிக்கை சரிந்தாலும் இந்தியாவின் சில பகுதிகளிலும் அதன் அண்டைப் பிரதேசங்களிலும் அவை எஞ்சியிருக்கின்றன. பண்டைய இந்தியாவில் யானைகளின் பரவலைப் பற்றி சமஸ்கிருத நூல்கள் (படம் 1.3) குறிப்பிடுகின்றன. யானைகள் வாழ்ந்த எட்டுக் காடுகளைப் பற்றிய குறிப்புகளிலிருந்து இதைத் தெரிந்துகொள்ளலாம். இரண்டாயிரம் ஆண்டுகளுக்கு முன் கௌடில்யர் எழுதிய அர்த்தசாஸ்திரத்தில் இந்த எட்டுக்

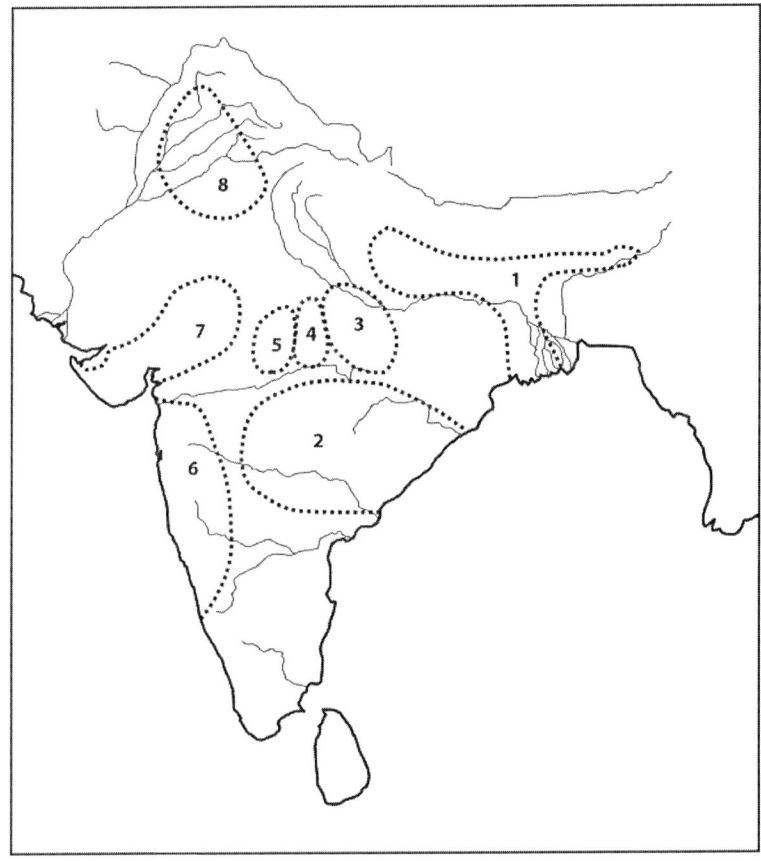

படம் 1.3. பண்டைய இந்தியாவில் இருந்த எட்டு யானை வாழிடங்கள்

காடுகளின் பட்டியல் இடம் பெற்றுள்ளது. இது எட்டுக் காடுகளின் பெயர்களையும் அங்கிருந்த யானைகளின் தரம் குறித்தும் பேசுகிறது. இதற்குப் பின்னால் தோன்றிய நூல்களும் இதே எட்டுக் காடுகளைக் காட்டுவதுடன் அவற்றின் எல்லைகளையும் குறிப்பிடுகின்றன. இதைக் கொண்டு நம்மால் ஒரு நிலப்படம் தயாரிக்க முடிகிறது.

இந்தப் பட்டியல் வடஇந்தியக் கண்ணோட்டத்தில் போடப்பட்டுள்ளது. இதில் தென்னிந்தியாவின் மேற்குத் தொடர்ச்சி மலைகளிலுள்ள யானைகளின் வாழிடங்கள் இடம் பெறவில்லை. ஆனால், இங்குதான் உலகிலேயே ஆசிய யானைகளின் எண்ணிக்கை அதிகம் என்பதை நாம் நினைவில் கொள்ள வேண்டும்.

மத்திய, கிழக்கு இந்தியப் பகுதிகளில் யானைகள் அதிகம் இருந்தன என்பதையும், இன்று யானைகளே இல்லாத சிந்து சமவெளியிலும் மேற்குக் கடற்கரைப் பகுதிகளிலும் 2000 ஆண்டுகளுக்கு முன்பு யானைகள் இருந்தன என்பதையும் இந்த எட்டு யானைக் காடுகளும் காட்டுகின்றன. இந்தப் பட்டியலை நிலப்படம் 1.2 உடன் ஒப்பிட்டுப் பார்த்தால் காலப்போக்கில் மேற்கில் யானைகளின் வாழிடம் சுருங்கிவிட்டது தெரியும். இங்கு மத்திய இந்தியா, கங்கைப் பள்ளத்தாக்கில் யானைகள் குறைந்த எண்ணிக்கையில்தான் இருந்தன என்ற முடிவுக்கு வரலாம். தற்போது யானைகள் அறவே அழிந்துபோன சிந்து வடிநிலப் பகுதியிலும், (பன்கனடா காடு), கத்தியவார் தீபகற்பத்திலும் (சௌராஷ்டிரா காடு) யானைகள் இருந்ததை வல்லுநர்கள் சுட்டிக்காட்டுகின்றனர். கிழக்கு, மத்திய இந்தியாவிலுள்ள காடுகளில் சிறந்த யானைகள் இருந்ததாகக் கூறப்படுகிறது. சிந்து பகுதியில் இருந்த மன்னர்களைவிட, வடஇந்திய மன்னர்களான மௌரியர்களுக்குச் சிறந்த தரமுள்ள யானைகளைப் பெற அதிக வாய்ப்பு இருந்தது.

எட்டு யானைக் காடுகளின் நிலப்படத்தை 2000 ஆண்டுகளுக்கு முந்தைய நிலையைக் காட்டுவதாக எடுத்துக்கொள்ளலாம். இந்திய அரசின் யானை இடுபணிக் குழுவின் (Elephant Task Force) அறிக்கை அண்மைக் கால நிலைமையைக் காட்டுகிறது.

2005ஆம் ஆண்டில் உள்ளபடி அதிகாரபூர்வமான 31 யானைக் காப்புக் காடுகளின் நிலப்படத்தைக் கொடுத்துள்ளேன் (நிலப்படம் 1.4). பல காடுகள் மிகவும் சிறியவை. மேலும், அவற்றினிடையே பல தடங்கல்கள் உள்ளன. ஆனால், சில காடுகள் யானைகளின் வழித்தடங்களால் இணைக்கப்பட்டவை. மேற்கிலிருந்து கிழக்கில் யானைகளின் வாழிடம் 2000 ஆண்டுகளில் எவ்வாறு

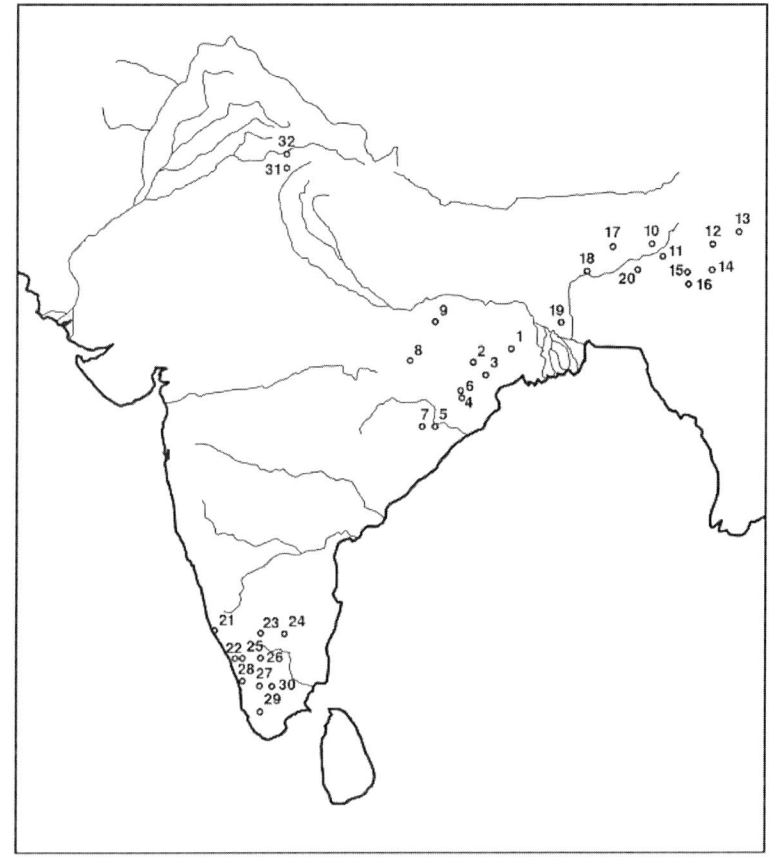

படம் 1.4. இன்றைய இந்தியாவில் யானை சரணாலயங்கள்

சுருங்கிவிட்டது என்பதை இந்த வரைபடத்தையும், எட்டு யானைக் காடுகளின் நிலப்படத்தையும் ஒப்பிட்டுப் பார்த்தால் தெரிந்துகொள்ளலாம். யானைகளின் வாழிடங்கள் எப்படிச் சிறியதாகவும் துண்டுதுண்டாகவும் ஆகிவிட்டன என்பதை அறியலாம். வாழிடங்கள் சுருங்கிவரும் காலத்தில் யானைகளின் எண்ணிக்கை பற்றிய பிரச்சினை மிகவும் சிக்கலானது.

பண்டைய இந்தியாவில் பரந்திருந்த யானைகளின் வாழிடங்கள் தற்போது 31 காப்புக் காடுகளாகச் சுருங்கிப்போனது எப்படி? யானைகளின் எண்ணிக்கைச் சரிவின் வேகத்தை உணர, அர்த்தசாஸ்திர காலத்துக்குப் பின்னும், குடியரசு இந்தியாவுக்கு முன்னுமான இடைப்பட்ட காலத்தைப் பார்க்க வேண்டும். முகலாயப் பேரரசின் நீண்ட வரலாறு, அவர்களது

ஆவணங்களில் யானையைப் பற்றிய பதிவு, இவை யானைகளின் வீழ்ச்சி பற்றி அறிந்துகொள்ள உதவுகின்றன. வரலாற்றாசிரியர் இர்ஃபான் ஹபீப், *An Atlas of the Mughal Empire (1982)* என்னும் தன்னுடைய நூலில் இது குறித்த விவரங்களைக் கவனமாகப் பதிவுசெய்துள்ளார். ஹபீபின் நூலின் யானைகள் பற்றிய ஒரு நிலப்படத்திலிருந்துதான் நிலப்படம் 1.5ஐத் தயாரித்தேன். அதன் காலம் கி.பி. 1600–1800. அதாவது அர்த்தசாஸ்திரத்துக்கும் இந்திய அரசின் யானைப் பாதுகாப்புச் சிறப்புக் குழு அறிக்கைக்கும் இடையேயுள்ள 2000 ஆண்டுகள்.

முகலாயர் காலத்தில் யானைகளின் இருப்பை *அர்த்தசாஸ்திரத்* தில் உள்ள யானை வாழிடங்களுடன் ஒப்பிடும்போது அவை சிந்து சமவெளி, தக்காணத்தின் மேல்பகுதியிலிருந்து மறைந்துவிட்டது தெரிகிறது. மத்திய இந்தியப் பகுதிகளில்

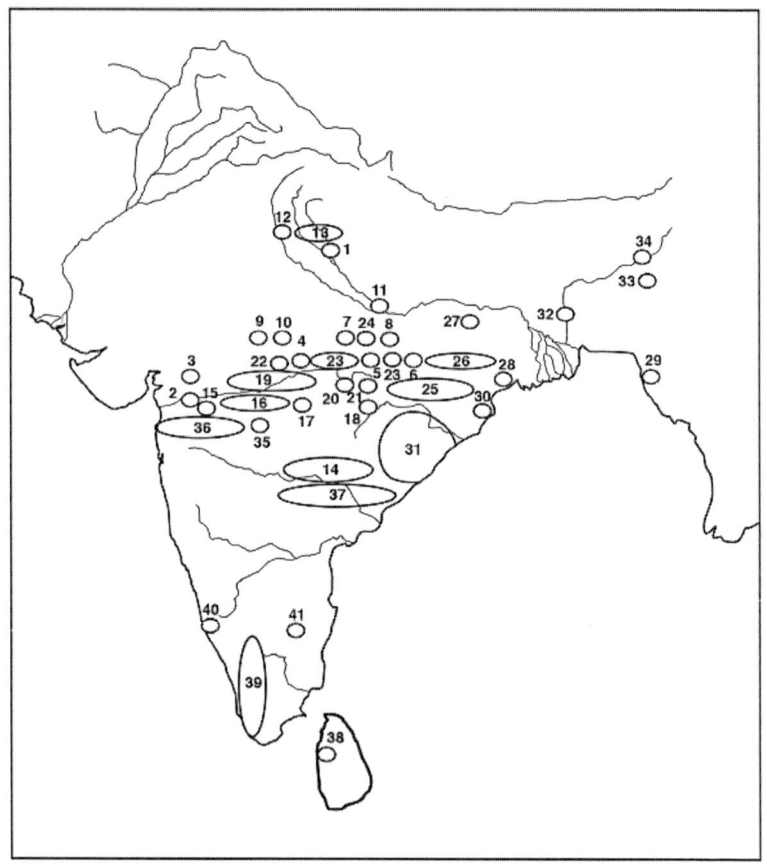

படம் 1.5. முகலாயர் காலத்தில் காட்டானைகள் இருந்த இடங்கள்

கணிசமான எண்ணிக்கையில் யானைகள் இருந்துள்ளன. அர்த்தசாஸ்திர காலத்துக்குப் பின்பு, கிட்டத்தட்ட ஆயிரம் ஆண்டுகளாக முகலாயர் காலத்திலும் இந்த நிலைமை மாறவில்லை. ஆயிரம் ஆண்டுகளுக்கு மேலாக மன்னர்கள் யானைகளைப் போரில் பயன்படுத்தப் பிடித்தபோதிலும் அவற்றின் எண்ணிக்கை குறையவில்லை. 1800முதல் காலனி ஆதிக்கத்தின்போதும் சுதந்திரத்துக்குப் பின்னரும் யானைகளின் வாழ்விடமும் எண்ணிக்கையும் வெகுவாகச் சுருங்கிவிட்டதை நன்றாக உணர முடிகிறது. கடந்த இருநூற்றாண்டுகளாக யானைகளின் எண்ணிக்கை வெகுவேகமாகக் குறைந்துவிட்டது. இப்போது துண்டு துண்டாகிச் சீரழிந்துவிட்ட மத்திய இந்தியக் காடுகளில் யானைகள் இருக்கின்றன.

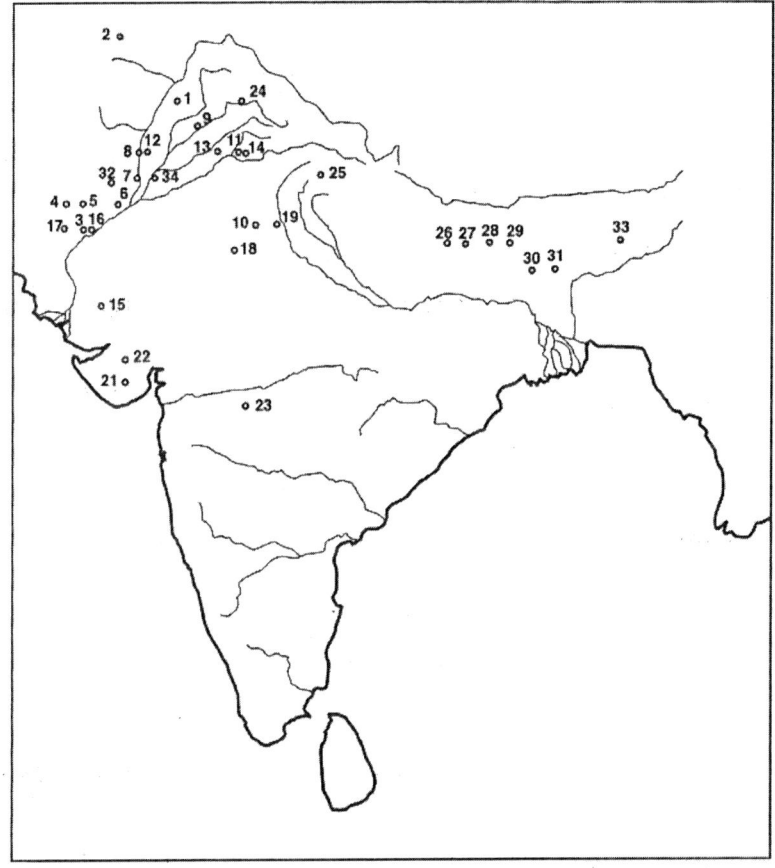

படம் 1.6. முகலாயர் காலத்தில் குதிரை மேய்ச்சல் இடங்கள்

ஹபீபின் நிலப்படத் தொகுதி படைக் குதிரைகளை மட்டுமல்லாமல் நாட்டுக் குதிரைகளின் மேய்ச்சல் இடங்களையும் காட்டுகிறது. பெரும்பாலும் சிந்து சமவெளி, இன்றைய ஆப்கானிஸ்தானத்தின் பகுதிகள் அல்லது இமயமலையின் அடிவாரங்களிலிருந்து இந்தக் குதிரைகள் வந்ததாகத் தெரிகிறது. வெளிநாட்டுக் குதிரைகளுக்கு, அதிலும் குறிப்பாக அரேபியக் குதிரைகளுக்கும் மத்திய ஆசியா, ஈரான் குதிரைகளுக்கும் முக்கியச் சந்தை முல்தான். குதிரைகள் கடல் வழியாக இந்தியாவுக்குக் கொண்டுவரப்பட்டன.

முகலாயர் காலத்தில் யானைகளின் உறைவிடமும் குதிரைகளின் மேய்ச்சல் நிலமும் வெவ்வேறாக இருந்தன. சில பகுதிகளில் அருகருகே இருந்தன. மன்னர்களும் படைகளும் இந்த இரு விலங்குகளின் பலத்தை வெகுவாகச் சார்ந்திருந்தது பெரும் விளைவுகளைக் கொண்டிருந்தது. குதிரைகள், யானைகளின் இடங்களுக்கே உரிய எல்லை இந்திய நிலப்பரப்பிற்குள்ளேயே இருந்ததால் இங்கிருந்த படைகள் இரண்டையுமே பயன்படுத்திக்கொள்ள முடிந்தது.

ஆசிய யானை

ஒரு காலத்தில் யானைகளும் அதனையொத்த விலங்குகளும் ஆப்பிரிக்கா, யூரேசியா, வட அமெரிக்கா ஆகிய இடங்களில் பரவியிருந்தன. தற்போது இவை ஆப்பிரிக்காவிலும் ஆசியாவின் சில பகுதிகளிலும் மட்டுமே உள்ளன. உடனடியாக இனங்காணக்கூடியவை ஆப்பிரிக்க யானைகளும் ஆசிய யானைகளும் மட்டுமே. முதுகின் சரிவும் தலைப்பகுதியும் உச்சந்தலையின் வடிவமும்தான் இவற்றுக்கிடையே உள்ள வித்தியாசங்கள் (படம் 1.7). ஆசிய யானையின் தலை உயர்ந்திருக்கும். ஆசிய யானையின் முதுகுப்புறம் குழிவாக இருக்கும். ஆப்பிரிக்க யானையின் முதுகுப்புறம் குவிந்திருக்கும்.

ஆப்பிரிக்க யானை லோக்சொடன்டா (*Loxodanta*) என்னும் பேரினத்தைச் சேர்ந்தது. இதில் வனப்பகுதிகளில் தென்படும் ஆப்பிரிக்க யானை (*L. cyclotis*), புதர்களும் புற்களும் நிறைந்திருக்கும் சமவெளிப் பகுதிகளில் தென்படும் ஆப்பிரிக்க புதர் யானை (அல்லது) ஆப்பிரிக்க சமவெளி யானை (*L. africana*) எனச் சிற்றினங்களாக விலங்கியலாளர்கள் பிரித்துள்ளனர். ஆசிய யானைகளைவிடப் புல்வெளிகளில் உள்ள ஆப்பிரிக்க யானைகள் உருவில் பெரியதாகவும் எடை அதிகமானதாகவுமிருக்கும்.

டைனோசார்களின் க்ரிடேசியஸ் (*Cretaceous*) காலத்தில் பெரிய விண்கோள் ஒன்று பூமியில் மோதி நொறுங்கியதையடுத்து

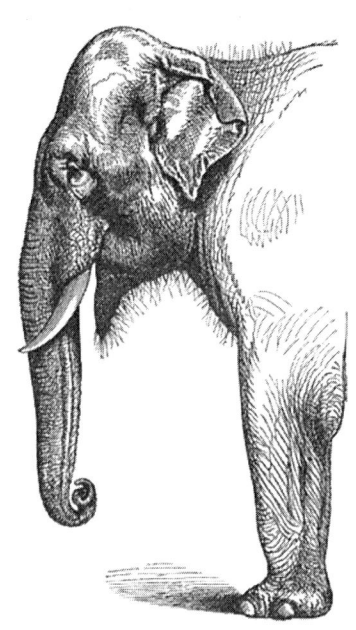 

படம் 1.7. ஆசிய – ஆப்பிரிக்க யானைகள்

டைனோசார்களும் இதர உயிரினங்களும் ஒட்டுமொத்தமாக அழிந்தன. டைனோசார்களின் பேரழிவு அடுத்த 65 மில்லியன் ஆண்டுகளுக்கு ஏனைய பாலூட்டிகள் பெருகவும் நிலைத்திருக்கவும் வாய்ப்பாக அமைந்தது: அதில் யானைகளும் மனிதர்களும் அடங்குவர். ஒரு காலத்தில் பிரம்மாண்டமான தாவர உண்ணிகளான டைனோசார்கள் இருந்த இடத்தை நிலத்தில் வாழும் பெரிய உயிரினமான யானைகள் எடுத்துக்கொண்டன.

அண்மைக் காலம்வரை, முதன்மையான நான்கு மரபு வழி யானைகள் அழியாமல் இருந்துள்ளன. எலிபண்டாய்டியே (Elephantidea) குடும்பம் சுமார் அறுபதாயிரம் ஆண்டுகளுக்கு முன் தோன்றியது. இதில் நாமறிந்த யானைகளான ஆசிய யானை, ஆப்பிரிக்க யானை, மாமதம் என்னும் சடையானை (Mammoth) ஆகியவை அடங்கும். இந்தச் சடையானையிலிருந்து பிரிந்து கிளைத்து புதிய மஸ்டோடான் அல்லது மம்முத் (Mastodon Mammut) என்னும் அமெரிக்க யானை பரிணமித்தது. தற்போது இது அழிந்துவிட்டாலும் இந்த நான்கு வகைகளும் அண்மைக் காலம்வரை தாக்குப்பிடித்திருந்தன.

பரிணாம வளர்ச்சியின் போக்கில் ஆசிய யானையின் உடல் சிறப்பாகத் தகவமைக்கப்பட்டது. முதலாவதாக அதன் தும்பிக்கை மூக்காகவும் மேலுதடாகவும் இருக்கிறது. இது

ஆச்சரியப்படத்தக்க உறுப்பாக வளர்ந்துவிட்டது. வாய்க்கு இரையையும் நீரையும் கொண்டு செல்வது, மற்ற யானைகளுடன் தொடர்பு, மூச்சுவிடுதல், நீருக்கு அடியில் இருக்கும்போது சுவாசக் குழலாகப் பயன்படுவது போன்ற சில பயன்பாடுகளுக்கும் உதவுகிறது. தும்பிக்கையின் முனையில் விரல் போன்றுள்ள நீட்சி சிறிய பொருள்களைக் கவ்விப் பிடிக்க உதவுகிறது. ஆப்பிரிக்க யானைகளுக்கு மேலும் கீழுமாக இரண்டு விரல் போன்ற நீட்சிகள் உள்ளன.

பற்களும் அதேபோல் தனிச் சிறப்புடையவை. ஆண் யானைகளுக்கு இரண்டு முன்பற்கள் நீண்டு வளர்ந்து, தந்தங்களாகி, பெரியதாகவும் கனமாகவும் இருக்கும். இந்தத் தந்தங்கள் உணவு உட்கொள்ளலுக்கும் சண்டைக்கும் பயன்படும். பெட்டை யானைகளின் தந்தங்கள் குட்டையாக இருக்கும். இவை வெளியே தெரிகிற அளவுக்குத் துருத்திக்கொண்டிருக்காது. பல ஆண் யானைகளுக்குத் தந்தங்கள் குட்டையாக அல்லது பெட்டை யானைகளின் தந்தங்களோடு ஒப்பிடுகையில் வெளியே தெரியாத அளவுக்குச் சிறியதாகவும் இருக்கும். தந்தமில்லா ஆண் யானைகள் மக்னா (Makhna) என்று அறியப்படுகின்றன. யானைகளின் கடைவாய்ப் பற்கள் சிறப்பான வடிவமைப்புக் கொண்டவை. வாயின் இரு பக்கங்களிலும் மேலும் கீழுமாக ஒரு கடைவாய்ப் பல் வீதம் மொத்தம் நான்கு பற்களே உள்ளன. ஏராளமான தாவரங்களை இரையாக நாள் முழுக்கத் தொடர்ந்து உண்பதால் அவை தேய்ந்துபோகும். இப்படித் தேய்ந்துபோன பற்களுக்குக் கீழிருந்து புதிய பற்கள் தோன்றிப் பழைய பற்களைத் தள்ளி வெளியேற்றிவிடும். ஒரு யானையின் வாழ்க்கையில் ஆறு ஜோடி கடைவாய்ப் பற்கள் தோன்றும். ஒரு ஆசிய யானை அறுபது வயதை எட்டும்போது அது தன் கடைசி ஜோடிப் பற்களைப் பயன்படுத்தும். அவை தேய்ந்துபோவதால் எழுபது வயதுக்கு மேல் அதனால் வாழ இயலாது. மிகவும் வயதான காட்டானைகள் பட்டினியால் சாகக்கூடும்.

யானையின் பெரிய உடலமைப்பே அதன் தனிச் சிறப்பு. வளர்ந்த யானை தன்னுடைய பெரிய உடலமைப்பினால் இரைகொல்லிகளுக்குக் கொஞ்சம்கூட அஞ்சத் தேவையில்லை. ஆனால், குட்டி யானைகள் பிறந்து கொஞ்ச நேரத்தில் நடக்க முடிந்தாலும் அவை சிங்கங்களுக்கும் புலிகளுக்கும் இரையாகக்கூடும். அதனால், பெரிய உடலமைப்புக் கொண்ட தாய் யானைகளோ, அக்குடும்பத்தில் உள்ள வேறு பெட்டை யானைகளோ குட்டி யானைகளைப் பாதுகாக்க வேண்டும். இரைகொல்லி விலங்குகள் நெருங்குகையில் அவைகளுடன் மோதியும் பிளிறியும் இவை குட்டி யானைகளைப் பாதுகாக்கும்.

துதிக்கை, கடைவாய்ப் பற்களோடு தொண்டை, வயிறு, 30 மீட்டர் நீளமுள்ள குடல் பகுதிகள் ஆகியவையும் செரிமானத்துக்கு உதவுகின்றன. ஆனால் உண்ட இரையைச் செரிப்பதில் யானை சிறந்த திறன் கொண்டதல்ல. ஆகவே அவை உண்பதில் 44 விழுக்காடு வெளியேறிவிடுகிறது. பிற கால்நடைகளைப் போல் தீனியிலிருந்து அதிக சக்தி பெற்றுத்தரும் இரண்டாவது வயிறு இவற்றிற்குக் கிடையாது. மேலும், உண்ணும் உணவில் அதிக சக்தியும் கிடையாது. பெரும்பாலும் மரங்கள், புதர்த் தாவரங்கள், மூங்கில் முதலியவற்றின் இலைகளையும் சிறு கிளைகளையும், புற்களையும் உண்கின்றன. அவற்றின் பெரிய உடலமைப்பினாலும் செரிமான உறுப்புகளின் போதாமையினாலும் யானைகள் பெரும்பாலான நேரங்களில், அதாவது ஒரு நாளுக்கு 12 முதல் 16 மணிநேரம், இரை தேடுவதில் செலவழிக்கின்றன.

பரிணாம வளர்ச்சி மனிதரை வேறுபட்ட ஒரு பாதைக்குக் கொண்டு சென்றுள்ளது. அதாவது ஒப்பீட்டளவில் பெரிய மூளைக்கு சக்தி உள்ள உணவு தேவைப்படும் என்கிற உண்மைதான் அது. இந்தத் தேவை, உண்பதற்கு முன்பு உணவைத் தயார்படுத்தும் முறைகளான நறுக்குதல், அரைத்தல், இடித்தல், தாவரங்களை அதிக சக்தி கொண்டதாகச் செய்வதற்குத் தோதாக அவற்றைப் பயிரிடுதல், முக்கியமாகச் சமைத்தல் முதலியவற்றுக்கு மனிதரை இட்டுச்சென்றுள்ளது. உணவு தயாரிக்கும் இந்த முறைகளில் ஏற்பட்ட வளர்ச்சி, மனித உடலிலும் மாற்றங்களை ஏற்படுத்தியது. மனிதரின் நெருங்கிய உறவான சிம்பன்சி குரங்குகளிலிருந்து முன்னேறி, சிறிய தாடைகள், பற்கள், சிறிய குடல்கள் முதலியவற்றால் உண்பதற்கும், உண்ட உணவு செரிப்பதற்கும் குறைந்த நேரம் எடுத்துக்கொண்டு, மற்ற நடவடிக்கைகளில் ஈடுபட நேரம் ஒதுக்கிக்கொண்டோம். பல விலங்கினங்கள், மனிதர்கள் உட்கொள்ளும் அதிக சக்தி நிறைந்த உணவுகளை விரும்புகின்றன. எனவே பழக்கப்படுத்திய யானைகளுக்கு உணவுப் பயிர்கள், சமைத்த உணவுகளைக் கொடுப்பதன் மூலம் அவற்றின் உண்ணும் நேரம் கணிசமாகக் குறைந்து, மனிதருக்காக வேலை செய்யும் நேரம் அதிகமாகிறது.

யானையின் ஒரு நாளுக்கான உணவுத் தேவை மிகவும் அதிகம். குடிப்பதற்கும் குளிப்பதற்கும் ஆறோ நீர்நிலையோ அதற்குத் தேவை. இரண்டாவது பிரச்சினை வெப்பத்திலிருந்து பாதுகாத்துக்கொள்வது. அதன் பெரிய மெல்லிய காதுகளும் அதிலுள்ள ரத்த நாளங்களும் மட்டுமே அதற்கான தீர்வுவாகும். உடலைக் குளிர்ச்சியாக வைத்துக்கொள்ள அவற்றுக்கு வியர்வைச் சுரப்பிகள் கிடையாது. அதன் பாதங்களில் மட்டுமே சில

சுரப்பிகள் உள்ளன. எனவே, ஆசிய யானைகளால் வெப்ப மண்டலப் புல்வெளியின் கதிரவனின் சூட்டைத் தாங்க முடியாது. வெப்ப நாட்களில் அவற்றுக்குக் கொஞ்சமேனும் நிழல் தேவை. இவையே யானைகள் காடுகளுக்குள் இருப்பதற்கான காரணமாகும்.

ஆப்பிரிக்க யானைகளைப் போலவே ஆசிய யானைகளும் மந்தைகளாக வாழும். இந்த மந்தை, ஆற்றல் மிக்க பெட்டை யானையின் தலைமையில், அதன் மகள்கள், குட்டிகள், உறவு யானைகளைக் கொண்டிருக்கும். முதிர்ந்த ஆண் யானைகள் தனியாகவோ அல்லது இளவயது யானை மந்தைகளுடனோ இருக்கும். வளர்ந்த ஆண் யானைகள், பெட்டை யானைகளுடன் பாலுறவில் ஈடுபடத் தற்காலிகமாக அந்த மந்தையுடன் சேரும். உடல்ரீதியான சமிக்ஞைகளை, மணத்தை, ஆர்வத்தை வெளிப்படுத்தும் நடத்தை மூலம் பெட்டை யானைகளைப் பாலியல் உறவுக்குத் தயார்ப்படுத்துகிறது. இதில் பெரும்பாலும் அவற்றின் தும்பிக்கை, உடல், தலை, மற்றும் அதிர்வொலிகள் இடம்பெற்றிருக்கும். இதன் சினைக் காலம் 18 முதல் 22 மாதங்கள் ஆகும். பெரும்பாலும் ஒற்றைக் குட்டியையே ஈன்றெடுக்கும். எப்போதாவது இரட்டைக் குட்டிகளும் பிறப்பதுண்டு.

ஆண் யானைகள் ஆண்டுக்கு ஒரு முறை மதம் எனப்படும் ஒரு நிலையை அடையும். இது சில நாட்கள், சில வாரங்கள் ஏன் சில மாதங்கள்கூட நீடிக்கும். டெஸ்ட்டோஸ்டிரோனின் வெளிப்பாட்டினாலும் சில ஹார்மோன் மாற்றங்களாலும் இந்நிலை ஏற்படுகிறது. அப்போது அதன் நெற்றிப் பகுதியில் புடைப்பு ஏற்படுகிறது. அதைத் தொடர்ந்து நெற்றிப் பொட்டின் உள்சுரப்பிகளிலிருந்து பிசுபிசுப்பான, கார நெடி கொண்ட திரவம் கசிகிறது. கருமையான மதநீர் ஒழுகல் மூலம் யானைக்கு மதம் பிடித்துள்ளதை அறிந்துகொள்ளலாம். மதம்கொண்ட யானை சண்டைக் குணமும், எளிதில் சினம்கொள்ளும் போக்கும் கொண்டிருக்கும். பல நேரங்களில் சிறுநீர் வழிந்துகொண்டேயிருக்கும். இந்நிலை பாலுணர்வோடு தொடர்புடையது. ஆண், பெண் இரு உயிரினங்களுக்கு ஒரே சமயத்தில் ஹார்மோன் மாற்றம் ஏற்படுவதுண்டு. மான் போன்ற சில பாலூட்டிகளுக்கும்கூட இந்நிலை வருவதுண்டு எல்லா ஆண் யானைகளும் ஒரே சமயத்தில் மதம்கொள்வதில்லை. மதம் பிடித்த யானைக்கு மற்ற யானைகள் வழி விட்டுவிடும். பெட்டை யானைகளின் பெண்ணியச் சுரப்பு நீர் *(estrous)* சுரப்பது ஆண் யானைகளின் மதம் பிடிக்கும் காலத்துடன் ஒத்துவருவதில்லை. ஆனால், அவற்றுக்கு ஆண்டுக்கு மூன்று

முறை என்ற கணக்கில் (கருவுற்றிராத, குட்டிகளைப் பராமரிக்கிற பெட்டை யானைகளைத் தவிர) இணைசேரும் உந்துதல் சில நாட்களுக்குத் தொடரும். மதம்பிடிப்பது என்பது ஒரு யானை ஆரோக்கியமான நல்ல உடல் நலத்தில் உள்ளது என்பதற்குச் சான்றாகும். இப்படிப்பட்ட யானைகளே போர் யானைகளாகத் தேர்ந்தெடுக்கப்பட்டன.

முன்பு கூறப்பட்ட நான்கு மரபுத் தொடர் யானைகளில் இரண்டு வகைகளான சடையானையும் (Mammoth) அமெரிக்க யானையும் (Mastodon) புதுயுக மனிதர்கள் ஆப்பிரிக்காவிலிருந்து வெளியேறி, உலகில் பல்வேறு இடங்களில் பரவியபோது மறைந்துவிட்டன. அழிந்துபோன அவற்றின் எலும்புகளில் வெட்டுப்பட்டதற்கான அடையாளங்கள் இருந்தன. மனிதர்கள் அவற்றைக் கல்லால் ஆன ஆயுதங்களால் கொன்றுள்ளனர் எனத் தெரிகிறது. சில மனிதர்கள் இந்த யானைகளை உணவாகக் கொண்டுள்ளனர்.

சடையானைகளும், அமெரிக்க யானைகளும் வேட்டைக் காரர்களால் கொல்லப்பட்டன என்கிற வாதத்தை முன்நிறுத்தியவர் உயிரியலாளர் பால் மார்ட்டின் (Paul Martin). இந்நிகழ்வு 13000 ஆண்டுகளுக்கு முன் மனிதர்கள் வடஅமெரிக்காவை அடைந்தபோது நடந்துள்ளது. சுமார் 0.5– 1.0 மில்லியன் ஆண்டுகளுக்கு முன் பெரிய உயிரினங்களைக் கொல்லும் போக்கு இருந்தது. ஆப்பிரிக்காவிலிருந்து மனிதர்கள் வெளியேறி உலகின் மற்ற பகுதிகளில் குடியேறியபோது இது நடந்துள்ளது. இது 'அதிகமாகக் கொல்லுதல்' (overkill) என்னும் கருத்தியல் கோட்பாடாகும். இது மற்ற கருத்தியல்களான திடீரென ஏற்பட்ட காலநிலை மாற்றம் முதலியவற்றிலிருந்து மாறுபடுகிறது. மேலும் இந்த வேட்டை மிகவும் எதிர்பாராத, சடுதியாக நடந்த வேட்டை (blitzkrieg) என மார்ட்டின் எண்ணுகிறார். இதற்கு ஆஸ்திரேலியா, நியூசிலாந்து ஆகிய நாடுகளில் ஆதாரங்கள் உள்ளன. இரண்டு நாடுகளும் அடுத்தடுத்து நெருங்கியிருந்தாலும், ஆஸ்திரேலியாவுக்குப் புதுயுக மனிதர்கள் 50000 ஆண்டுகளுக்கு முன்பே வந்து விட்டார்கள். ஆனால் நியூசிலாந்துக்கு அவர்கள் ஆயிரத்துக்குச் சற்று அதிக ஆண்டுகளுக்கு முன்னர்தான் வந்தனர். இரண்டு இடங்களிலும் பெரிய உயிரினங்கள் (ஆஸ்திரேலியாவில் ராட்சத கங்காரு; நியூசிலாந்தில் ராட்சதப் பறவை மோவா (Moa)) மனிதர்கள் காலடி பட்டவுடன் அற்றுப்போயின. இது 'அதிகமாகக் கொல்லுதல்' என்ற கருதுகோளுக்கு எடுத்துக்காட்டு.

அமெரிக்க யானைகளின் தந்தங்கள் பற்றி ஆய்வு செய்த டேனியல் ஃபிஷரும் *(Daniel Fisher)* அவரது சகாக்களும் இக்கருதுகோளை ஏற்கிறார்கள். ஒரு யானையின் வாழ்நாள் முழுவதும் தந்தங்கள் வளர்கின்றன. அதன் குறுக்குவெட்டுத் தோற்றம் ஓராண்டு வளர்சிக்கான வரிகளைக் காட்டும். இந்த வரிகள் மூலம் ஒரு யானையின் ஊட்டத்தையும் அதன் இறந்த காலத்தையும் பற்றிய விவரங்களையும் தெரிந்துகொள்ளலாம். அமெரிக்க யானைகளின் சடலங்களில் அவை மனிதர்களால் கொல்லப்பட்டதற்கான அறிகுறிகள் இருப்பதை ஃபிஷர் நிரூபித்துள்ளார். அவற்றின் இறப்பு, இலையுதிர் காலத்தின் கடைசிப் பகுதியில் எனத் தெரிகிறது. அந்த யானைகள் வேட்டையாடப்பட்டதை உறுதிப்படுத்துவதுடன், அவற்றின் இறைச்சி குளிர்காலத்தின் பயன்பாட்டுக்காகச் சேகரிக்கப்பட்டுள்ளதும் தெரியவருகிறது. யானைகள் மனிதர்களால் கொல்லப்படாத இடங்களில் அவற்றின் ஆண், பெண் விகிதம் சமநிலையில் இருந்துள்ளது. அவை இறந்துபோகும் காலம் குளிர்காலத்தின் கடைசிப் பகுதியாகும். ஏனெனில் குளிர் காலத்தில் உணவு கிடைக்காமல் அவற்றின் நிலை பரிதாபத்துக்குரியதாகி இயற்கையான காரணங்களால் இறந்துள்ளன. அவற்றின் இறப்பிற்குக் காலநிலை குறித்த காரணங்களைவிட, வேட்டை குறித்த காரணங்களே சரி என்பதையே இந்த விவரங்கள் காட்டுகின்றன. குளிர்காலம் தவிர மற்ற காலங்களில் இவற்றின் வாழிடங்கள் சாதகமானதாகவும் ஊட்டம் நன்றாகவும் இருந்தன. எனினும் தந்தங்களைப் பற்றிய ஆய்வு, மார்ட்டினின் விரைவு வேட்டை கருத்துக்கு எதிராக உள்ளது. ஏனெனில் Great Lakes என்றறியப்படும் ஏரிகள் பகுதியில் பூண்டோடு அற்றுப்போகும்வரை யானைகள் வேட்டையாடப்பட்டன என்பதற்கான சான்று, *2000* முதல் *3000* ஆண்டுக் கால வெளியில் விரவியுள்ளது.

மனிதர்களின் வேட்டைதான் உலகெங்கிலும் யானைகளின் எண்ணிக்கை குறைந்ததற்கான காரணமாகத் தோன்றினாலும் ஒரு மில்லியன் ஆண்டுகளுக்கு முற்பட்ட காலத்தில் பெரிய உயிரினங்கள் ஏன் அற்றுப்போயின என்று தெரியவில்லை. யானைகளின் சரிவு, நாகரிகக் காலத்திலும், சில ஆயிரமாண்டுகளுக்கு முற்பட்ட மன்னராட்சிக் காலத்திலும் ஆரம்பமாகவில்லையென நாம் முடிவுக்கு வரலாம். ஆனால், இது சடையானை, அமெரிக்க யானை போன்ற பெரிய உயிரினங்கள் அழிந்ததற்கு முன்னால் நிகழ்ந்துள்ளது.

ஆப்பிரிக்கா, இந்தியா, தென்கிழக்காசியா ஆகிய பகுதிகளில் யானைகளும் மற்ற பெரிய உயிரினங்களும் முற்றிலும் அழிந்துபோகாமலிருப்பதும் கவனிக்க வேண்டிய ஒன்று. சடையானை, அமெரிக்க யானைகளின் எண்ணிக்கைச் சரிவுக்குக் காரணம் மனிதர்களின் செயல்களே. எனினும், ஆப்பிரிக்கா, இந்தியா, தென்கிழக்காசியாவில் யானைகள் நிலைத்திருத்தல் எப்படி என்பது ஒரு புதிராகிவிட்டது. இதுவரையில் இதற்கான எந்த விளக்கமும் கிடைக்கவில்லை.

காடு

இந்தியாவில் பருவமழை என்பது ஈரமான கடற்காற்று, நிலத்தை நோக்கி தென்மேற்கில் இமயமலையினூடாக வீசும் காலத்தில் வருவது. காற்று நிலத்தால் வெப்பமாக்கப்படுவதால் அதன் ஈரம் மழையாகப் பொழிகிறது. குளிர்காலத்தில் பெருநிலப்பகுதிக் காற்று வடகிழக்கிலிருந்து கடல் நோக்கி வீசும்.

தென்மேற்குப் பருவக்காற்றால் இந்தியத் துணைக்கண்டம், தென்கிழக்கு ஆசியா, கிழக்கு சீனா முதலிய பகுதிகளுக்கு மழை வருகிறது. இந்தப் பகுதிகளெல்லாம் 'மழைக்கால ஆசியா' என்றறியப்படுகின்றன. ஒரு பருவத்தில் பொழியும் மழையின் அடர்த்தி, மீதமுள்ள காலத்தின் வறட்சி, வெப்ப, குளிர் வேறுபாடுகள் இவையெல்லாம் சேர்ந்து ஒரு தனித்துவமான பருவமழைக் காலத்தை ஆசியாவில் உண்டாக்குகின்றன. இங்கு மொத்தம் மூன்று பருவங்கள் உண்டு – மழைக்காலம், குளிர்காலம், கோடைக்காலம். கோடைக்காலத்தில் வெப்பத்தால் பாதிக்கப்படும்போது பெரிய இலைகள் உள்ள மரங்கள் இலைகளை உதிர்த்துப் புதிய இலைகளைத் தோற்றுவிக்கும். காடு திறந்து ஒளி ஊடுருவிக் கிடக்கும். உதிர்ந்த சருகுகள் மண்ணை வளப்படுத்தும். பருவக் காடுகள் இலையுதிர் மரங்கள் நிரம்பியவை. ஏனெனில் மழைக்கு முன்னால் வறண்ட நிலை இருக்கும். இது மிதமான காலநிலை நிலவும் பகுதிகளைப் போன்றதன்று. இப்பகுதிகளில் உள்ள இலையுதிர்க்கும் மரங்கள் குளிர்காலத்தில்தான் உதிர்க்கும். ஆனால், இந்த நூலில் வரும் காடுகள், குறிப்பாகக் கடலுக்கு அருகில் உள்ளவை, ஆண்டு முழுவதும் ஈரப்பசையுடன் இருப்பவை. பெரிய இலைகளைக் கொண்ட மரங்கள் எப்போதும் பசுமையாக இருக்கும். அவை இலைகளை ஆண்டு முழுவதும் சிறிது சிறிதாகப் புதிப்பித்துக்கொள்ளும். விதானம் இலைகளால் மூடப்பட்டிருப்பதால், குறைந்த அளவு ஒளியே தரைப்பகுதியில் படுவதால், புதர்கள் வளர ஏதுவாகிறது. இந்த இரண்டு வகைகளில்

இலையுதிர்க் காடுகள், புல் பூண்டுகள் நிறைந்த வெளிகள் இருப்பதால் யானைகள் போன்ற பல உயிரினங்கள் மேயவும் இரை பெறவும் உதவியாக உள்ளன. என்றும் பசுமையோடிருக்கும் மழைக்காடுகளில் மேய்ச்சல் உயிரினங்கள் குறைந்த அளவே இருக்கும்.

ஆசிய யானைகளுக்கு இலையுதிர்க் காடுகள் பொருத்தமாய் உள்ளன. இருப்பினும் காட்டின் பருவ மாற்றங்களால் ஓரிடத்தில் உணவு குறைகிறபோது யானைகள் மேய்வதற்கு வேறிடங்களை நாடிச் செல்ல வேண்டியுள்ளது. மேற்குத் தொடர்ச்சி மலைப்பகுதியிலுள்ள பிலகிரிரங்கன் குன்றுகளிலுள்ள யானைகள் பற்றி சுகுமார் ஆய்வு மேற்கொண்டபோது அங்கு இரு பருவங்களில் மழை பொழிவதால் உயரமான புற்களில் புரதம் குறைவதையும், மழைக்காலத்தில் அது அதிகமாவதையும் கண்டறிந்துள்ளார். இது போன்ற சூழ்நிலைகளில் யானைகள், இரை கிடைக்கும் வேறிடங்களுக்கு அவ்வப்போது இடம்பெயர வேண்டியுள்ளது. மேயும் முறையையும் யானைகள் மாற்றிக்கொள்கின்றன. புதுப்புற்களின் நுனிப்பகுதிகளையும், முதிர்ந்த புற்களைப் பிடுங்கி அதன் வேர்ப்பகுதியிலுள்ள மண்ணை அகற்றிச் சுவையற்ற மேற்பகுதியை விடுத்து அடிப்பகுதியையும் இரையாகக் கொள்கின்றன.

காடு பற்றிய அறிவியல் தொடர்பான பழைய ஏடுகள் இந்தியாவின் இயற்கையான தாவரங்களைக் கொண்டதே காடு என்கின்றன. ஆனால், இது காலப்போக்கில் காட்டில் திறந்த வெளியிடங்களை உருவாக்குதல், வேளாண்மை, வீட்டு விலங்குகளின் மேய்ச்சல் முதலிய காரணங்களால் சீரழிந்துவிட்டது. மனிதர்களால் ஏற்படும் மேற்கண்ட காரணங்கள், துறை வழக்குச் சொல்லில் மனிதக்காரணி (Anthropogenic) எனப்படுகிறது.

மனிதர்கள் வாழுமிடமாக மாறுவதற்கு முன்னால் இந்தியாவில் இயற்கையான தாவரங்களைக் கொண்ட காடுகள்தான் இருந்தன என்று சொல்வது சரியல்ல. ஏனெனில் இது ஒரு கருதுகோளால் முடிவு செய்யப்பட்டது. அது என்னவென்றால் இயற்கையான தாவர வளர்ச்சி Climax எனப்படும் நிலையில் முடிவதுதான். உச்சக்கட்ட வளர்ச்சி என்னும் இந்த கருதுகோளுக்குக்கு இரு தீவிரமான மறுப்புகள் உண்டு. காட்டுயிர்களும் மனிதர்களும் ஏற்படுத்திய விளைவுகளைக் கணக்கில் எடுத்துக்கொள்ளாமல், இந்த இயற்கை நிலைக்குக் காரணம் காலநிலையும் மண்ணின் தன்மையும்தான் என்கிறது. இந்தக் கருதுகோள் உயிரினங்களின் நடத்தை இயற்கையானது அல்ல என்ற விசித்திரமான

கொள்கையைக் கூறுகிறது. சீரான நிலை என்கிற மையக்கருத்து குறித்த இந்தப் பார்வை, இடைவிடாத மாற்றங்களையே கண்ட வரலாற்றுடனும் ஒத்துப்போகவில்லை.

காடு என்பது இந்தியத் துணைக்கண்டத்தில் இயற்கையாக இருந்தது என்கிற கருத்திலிருந்து தாவரங்கள் இயற்கையான சமநிலை நோக்கித் தொடர்ந்து வளர்கின்றன என்ற கருத்து உருவானது. இது இயற்கையான சமநிலைக் கருத்து தோன்றிய காலத்தைப் பின்னோக்கித் தள்ளுகிறது. இந்தக் கருத்து இன்றைய சூழலியலில் கைவிடப்பட்டுவிட்டதால், மற்ற ஆதாரங்களின் அடிப்படையில் நாம் புதிதாகத் தொடங்க வேண்டும்.

இதுபோன்று எழுப்பப்படும் கேள்விகள், இந்தியாவின் காடுகளைப் பற்றிய பழைய ஏடுகளில் உள்ள முடிவுகளிலிருந்து நம்மை விடுவிக்க உதவும். இந்த ஏடுகள் இந்தியாவில் உண்மையான புல்வெளிகள் எதுவுமில்லையெனவும், அவை செயற்கையாக உண்டாக்கப்பட்டு மேய்ச்சலால் பராமரிக்கப் பட்டன எனவும் அறுதியிட்டுக் கூறுகின்றன. மேய்கின்ற பல வகையான காட்டுயிர்கள் அதிக எண்ணிக்கையில் இருக்கும் ஒரு நாட்டில் இதுபோன்ற கூற்றை ஏற்றுக்கொள்ள இயலாது.

நம் நாட்டில் உருவ அளவுகளில் வேறுபட்டு, தனித்துவமான வாழிடங்களில் வாழும் பத்து வகையான மான்கள் உள்ளன. கடமான், பாராசிங்கா, கேளையாடு, புள்ளிமான், பாராமான் (Indian Hog Deer), சருகுமான், இவை தவிர இரலைகள் வகையில் நீலமான், வெளிமான், சிங்காரா, குள்ளமான் (Four-horned antelope) ஆகியவை உள்ளன. மாட்டினங்களில் காட்டெருமை, காட்டெருது உடன் மூன்று அல்லது நான்கு வகைகள் உள்ளன. வீட்டு விலங்குகளான செம்மறியாடு, வெள்ளாடு போன்ற கால்நடைகள் தெற்காசியாவில் உள்ள காட்டுயிர்களின் வழி வந்தவை. தெற்காசியா மத்திய கிழக்குப் பகுதிகளுடன் தொடர்ச்சியாக உள்ளது. மத்தியக் கிழக்கில்தான் முதலில் இவை பழக்கப்படுத்தப்பட்டன. எனவே நீண்ட காலமாக விலங்குகள் இரைக்காக இந்திய நிலப்பரப்பை மேய்ச்சலால் உருவாக்கியுள்ளன. இதனால் புல்வெளிகளும் பசும்புல் நிலங்களும் பராமரிக்கப்பட்டு மரங்கள் மீண்டும் வேரூன்றுவது தடுக்கப்பட்டது.

எனவே இயற்கையான தாவரம் என்கிற கருத்தை ஒதுக்கிவிட்டு வரலாறு, தொல்பொருள் முதலியவை காட்டும் ஆதாரங்களையும் மகரந்தத்தின் ஆய்வையும் கொண்டு இப்போது மரங்களற்ற வெளியாகிவிட்ட கங்கைப் பள்ளத்தாக்கில் மூன்று காடுகள் இருந்தது குறித்து ஆராயலாம்.

தொல்பழங்காலத்தில் கங்கைப் பள்ளத்தாக்கில் அடர்த்தியான காடுகள் இருந்தன என்கிற கருத்தை டி.டி. கோசாம்பியும் தொல்பொருள் வல்லுனர் டி.பி. அகர்வாலும் முன்வைக்கிறார்கள். மேலும் இரண்டாம் நகர்மயமாக்கல் (அதாவது சிந்து நாகரிகத்துக்குப் பின்) பிகாரில் இரும்புத் தாதுக்கள் பயன்படுத்தப்பட்ட பின்னர் நடந்தேறியது. காடுகளைத் திருத்தி விளைநிலங்களை உருவாக்குவதற்குக் கருவிகள் செய்ய இரும்பு பயன்படுத்தப்பட்டது என்ற கருத்து வெகுகாலமாக நம்பப்பட்டு வந்தது. இந்தக் கருத்தை வரலாற்றாசிரியர் மக்கன் லால் மறுக்கிறார். அவர் கங்கைப் பள்ளத்தாக்கு காடுமயமாக்கப்பட்டது என்கிற கருத்துடன் உடன்படுகிறார். இரும்புக் கருவிகள் கொண்டு காடுகள் வெகுவாக அழிக்கப்பட்டன என்ற கருத்துடன் அவர் உடன்படவில்லை.

மக்கன் லாலின் கவனம் கங்கைக்கும் யமுனைக்கும் இடைப்பட்டுள்ள டோவாப் (Doab) பகுதியில் குவிகிறது. இந்தப் பகுதி இந்த இரு நதிகளும் அலகாபாத்தில் இணையும்வரை உள்ளது. ஒரு காலத்தில் அங்குக் காடுகள் இருந்தன என்பதற்கு லால் பழைய நூல்களைச் சுட்டிக்காட்டுகிறார். சரஸ்வதி நதியிலிருந்து சதானிரா நதி (தற்போதைய கண்டக் நதி) வரை முன்பு அடர்ந்த காடுகள் இருந்தன என்பதை *சதபதபிராமணம்* உறுதி செய்கிறது. காடுகள் தீயால் அழிக்கப்பட்ட பின் அங்குக் குடியிருப்புகள் தோன்றியிருக்க முடிந்திருக்கும். மகாபாரதத்தின்படி அஸ்தினாபுரம் காட்டில்தான் இருந்தது. பாண்டவர்கள் தங்கள் தலைநகரான இந்திரபிரஸ்தத்தை (இன்றைய தில்லி) காடுகளை அழித்துத்தான் நிர்மாணித்திருக்கிறார்கள். யானை, சிங்கம், புலி, காண்டாமிருகம், காட்டுக்கழுதை, வெளிமான் இருந்ததைச் சுட்டிக்காட்டி மற்ற பழைய நூல்களும் இந்த ஆதாரத்தை உறுதிசெய்கின்றன. பதினாறு, பதினேழாம் நூற்றாண்டுகளின் மிகவும் பிந்திய காலத்தில் டோவாப் பகுதியில் சிங்கங்கள், புலிகள், யானைகள் வேட்டையாடப்பட்டதை அபுல் பாசல் பதிவு செய்துள்ளார். மகரந்தங்கள் பற்றிய பதிவுகள் பைன், சிஸ்ரூ மரம், தேக்கு, தேவதாரு, கருவேலம், இமாலய சைப்ரஸ், மூங்கில், வேலமரம் ஆகியவை பற்றிக் கூறுகின்றன. பத்தொன்பதாம் நூற்றாண்டில் இருப்புப் பாதைகள் உருவானபோது எரி பொருளுக்கும், இருப்புப் பாதையில் பதிக்க ஸ்லீப்பர் கட்டை களுக்கும் தேவையான மரங்கள் (குறிப்பாக சால் மரம்) வேண்டுமளவு இக்காடுகளிலிருந்து கிடைத்துள்ளன.

கான்பூர் மாவட்டத்தின் பழைய குடியிருப்புகளை லால் நுணுக்கமாக ஆய்வு செய்துள்ளார். இவற்றின் காலகட்டங்களை

அங்குக் கிடைத்த மண்பாண்டங்களைக் கொண்டு பிரித்துள்ளார். நான்கு காலகட்டங்களில் இந்தக் குடியிருப்புகள் தொடர்ந்து எண்ணிக்கையில் அதிகரித்து (9,46,99,141) வந்துள்ளது தெரிகிறது. ஆனால் பெரும்பாலான குடியிருப்புகள் நதிக்கரைகளிலும் ஏரிக்கரைகளிலும் இருந்துள்ளன. கிராமங்களுக்கிடையே உள்ள தூரம் 9 கிலோ மீட்டர். ஆனால் கிராமங்கள் நிலைத்திருக்கச் சமன்படுத்தபட்ட நிலத்தின் சுற்று வட்டாரம் ஒரு கிலோ மீட்டர்தான். இந்த ஆதாரத்தைக் கொண்டு லால் கிராமங்களுக்கிடையே அழிக்கப்படாத காடுகள் 19ஆம் நூற்றாண்டுவரை இருந்தன என்கிறார். லாலைப் பொருத்தவரை மனிதர் குடியிருப்புகளுக்காகவும் விளைநிலங்களுக்காகவும் காடுகள் அழிக்கப்படவில்லை.

எஸ். சர்மாவும் அவரது குழுவும் மத்திய கங்கைச் சமவெளியில் உள்ள ஏரியில் 15000 ஆண்டுகளுக்கு முன்பு படிந்துள்ள மகரந்தங்களை ஆய்வு செய்தனர். புல்வெளிகள் அதிகமாகவும், மரங்களும் புதர்ச் செடிகளும் குறைவாகவும் உள்ள காடுகள் நிறைந்த வெப்ப மண்டலப் புல்வெளிப் பகுதி இருந்ததைக் காட்டுகிறதென்ற முடிவுக்கு வந்தனர். இந்த முடிவானது கங்கைச் சமவெளியில் அடர்ந்த காடுகள் நிறைந்திருந்த நிலை மனிதர்கள் குடியேறத் தடையாயிருந்தது என்கிற தற்போதைய அனுமானத்துடன் முரண்படுகிறது. அதாவது கங்கைச் சமவெளியின் பல பகுதிகளில் எப்போதுமே அடர்த்தியான காடுகள் இருந்ததில்லை என்பதைத்தான் இந்த ஆய்வும் காட்டுகிறது என்று சூழலியலாளர் மாரிசனும் கூறுகிறார்.

காடுகள் பற்றிய அறிவியல் சார்ந்த நூல்களிருந்தும் மகரந்தங்கள் தொடர்பான ஆய்வுகளிலிருந்தும் நாம் அறிந்து கொண்டது அடர்ந்த காடுகளிலிருந்து வெப்ப மண்டலப் புல்வெளிக்கு வந்தது குறித்துதான். ஒரு கருத்து சமஸ்கிருதம், பாலி மொழி நூல்களிலிருந்தும், மற்றது மகரந்த ஆய்வுகளிலிருந்தும் பெறப்பட்டது. மகரந்த ஆய்வுகள், நூல்களின் முடிவை மாற்றிவிடுமா? இரண்டாம் நகர்மயமாக்கலின் ஆரம்பத்தில் கங்கைப் பள்ளத்தாக்கில் காடுகளின் நிலை என்ன என்பது நமக்குத் தெரியாது. காடுகள் நிறைந்திருந்தன என்பதற்குப் போதுமான ஆதாரங்கள் உள்ளன. வனங்கள் எவ்வளவு அடர்த்தியாக இருந்தன, எவ்வளவு வேகமாக மரங்கள் எல்லாம் அழிக்கப்பட்டன என்பதுதான் நம்முன் உள்ள கேள்வி. எட்டு யானைக் காடுகளின் பட்டியலைப் பார்த்தால் கீழ்கங்கைச் சமவெளி (Prācya அல்லது கிழக்குக் காடு) குறிப்பாகக் காடுகளும் யானைகளும் நிறைந்ததாக உள்ளது. இதனால் காடுகள்

அழிப்பு வெகுகாலத்துக்குப் பின்னர்தான் நடந்துள்ளது எனத் தெரிகிறது.

இந்தியாவில் பலவகையான மேய்ச்சல் உயிரினங்கள் இருந்தாலும், வட இந்தியாவில் ஆரியர்கள் குடியேறியபோது அவர்களோடு அடையாளப்படுத்திக்கொள்ளக்கூடியது வெளிமான்களே (Black Buck). மற்ற இரலை மான்களுடன் ஒப்பிடும்போது வெளிமானின் சிறப்புக் குணம் என்னவென்றால் அது சுட்டெரிக்கும் வெயிலிலும் மேயும் என்பதுதான். அடர்ந்த காட்டைவிடத் திறந்த வெளிகளைத் தேர்ந்தெடுக்கும். புல் நிறைந்த இடங்களில் தாக்குப்பிடிக்கும். பண்டைய வட இந்தியர்கள் தங்கள் நிலத்தை வெளிமான் வாழிடத்தோடு அடையாளப்படுத்திக் கொண்டார்கள். வெளிமானின் இயற்கையான நிலப்பரப்பு பலிக்கு உகந்தது என்று *மனு சாஸ்திரம் (2.23)* சொல்கிறது.

வெளிமான்கள் திரிந்த இடம் ஜாங்க்லா எனப்படும். இது மனிதர் வசிப்பதற்கேற்ற நிலப்பரப்பாகும். வெப்ப மண்டலத்திலுள்ள ஈரக்காடுகளைக் குறிக்கும் ஆங்கிலச் சொல்லான Jungle சமஸ்கிருதச் சொல் ஜாங்க்லாவிலிருந்து பிறந்தது. ஆனால் ஜாங்க்லா குறிப்பது புற்கள் நிறைந்த நிலப்பரப்பு. பழைய மருத்துவ நூல்களில் ஜாங்க்லா என்பது ஈரமான சதுப்பு நிலம். யானைகளின் காடடர்ந்த நிலப்பரப்பான அனுபாவுக்கு எதிரானது. வேதகால பஞ்சாப் என்பது பெரும்பாலும் ஜாங்க்லா நிலப்பரப்பை ஒத்தது. ஆனால் ஆரியர்கள் பின்னால் குடியேறிய டோவாப் பகுதி ஆரம்பத்தில் அடர்ந்த காடுகளும் ஈரத்தன்மையும் கொண்டிருந்தது. அங்கே நிறைய யானைகள் இருந்தன.

பிரச்சினை

யானைகள் தொடர்ந்து வாழ்வதையும் அவற்றின் எண்ணிக்கைச் சரிவையும் புரிந்துகொள்ள மன்னர்களுக்கும் யானைகளுக்குமான தொடர்பைப் புரிந்துகொள்ள வேண்டும். இத்தொடர்பில் யானைகளைப் பிடித்தலும் அவற்றின் பயனும் இன்றியமையாத கூறுகள். இந்தப் பழக்கம் தென்கிழக்காசிய மன்னர்களுக்குப் பரவி, பண்டைய மக்கள்முதல் மேற்குலகு வரை போர்ப் பயிற்சியில் தாக்கத்தை ஏற்படுத்தியது. பல ஆயிரம் ஆண்டுகளுக்கு, அதாவது கி.மு. 1000முதல் 19ஆம் நூற்றண்டுவரை, போர்யானை பற்றிய இந்தியக் கருத்தாக்கம் ஸ்பெயின், ஜாவா வரை பரவியது. ஆனால், சீனர் அதைச் செயல்படுத்தவில்லை. முன்னர் இல்லாவிட்டாலும் பின்னர் தென்கிழக்கு ஆசிய

நாடுகளின் முடியரசுகள் இந்தியமயமாகியபோது அவர்களும் அதைச் செயல்படுத்தவில்லை.

மன்னர்களுக்கிடையே உள்ள உறவுகளாலும், அரசாங்கத் தொடர்புகளாலும், பரிசுகள் பரிமாறிக்கொள்வதன் மூலமாகவும், போர் அல்லது மரியாதை நிமித்தமாகவும் இந்த முறை பரவியது. மேலும் நட்பு நாடுகளுக்கிடையேயும், எதிரி நாடுகளுக்கிடையேயும், தொலைவிலுள்ள தேசங்களில் ஒருவரைப் பார்த்து ஒருவர் பின்பற்றும் முறையாலும் பரவியது. எனவே மன்னர்களுக்கிடையேயான கருத்துப் பரிமாற்றம் மூலமாக போர்யானைகளின் பயன் பரவியது என்கிற கருத்து தெளிவாகிறது.

அரசர்களை யானைகளுடன் தொடர்புபடுத்துவது மட்டுமின்றி, காடுகள், காடுவாழ் மக்களுடனும் தொடர்புபடுத்தும் இணைப்புக் கயிறாக இந்த உறவை இந்த நூலில் பயன்படுத்தப் போகிறேன். இந்தக் கயிற்றைத் தொடர்ந்தால் இந்தியாவின் சுற்றுச்சூழல் வரலாற்றின் தன்மைகளைப் பற்றித் தெரிந்து கொள்ளலாம்.

யானைகளின் பிரம்மாண்டமான உருவம் மன்னர்களை ஈர்த்தது. மன்னனுக்குரிய உயரிய அந்தஸ்தின் அடையாளமாக யானைகள் விளங்கின. பெரிய உருவம் கொண்டுள்ளதால் தினமும் பெருமளவில் தீவனம் உட்கொண்டன. இருபது வயது ஆன பின்தான் அவற்றால் வேலை செய்ய முடியும். கொட்டடிகளில் வளர்த்துப் பல ஆண்டுகள் தீவனம் கொடுத்துக் கட்டுப்படியாகாது. ஆகவே வளர்ந்த யானைகளைப் பிடிப்பதுதான் அறிவார்ந்த செயல். அதனால் யானைகளைக் காட்டிலேயே பாதுகாப்பதில் மன்னர்கள் ஆர்வம் கொண்டனர். யானைகளைப் பிடிப்பது, பழக்குவதற்குப் பழங்குடியினரின் உதவி தேவைப்பட்டது. யானைகளுக்கும் மன்னர்களுக்கும் இடையேயான தொடர்பு உண்மையில் நான்கு முனைத் தொடர்பு. அதாவது மன்னர்கள், யானைகள், காடுகள், காடு வாழ் மக்கள் என இது அமைந்தது.

பண்டைய அரசு முறை, குறிப்பாக இந்திய அரசு முறை இயல்பாகச் சுற்றுச்சூழல் பாதுகாப்புக்கு உதவியது என்கிற கருத்தை நான் சொல்லவில்லை. சொல்லப்போனால் முத்து, பவளம், விலங்குகளின் மயிர்க்கற்றை, தோல், மருத்துவத்தில் பயன்படும் உடல் பாகங்களின் வணிகம் போன்றவை சுற்றுச்சூழலில் பெரும் பாதிப்பை ஏற்படுத்தின. மன்னர்கள் தங்கள் படையில் யானைகள் இருக்க வேண்டும் என்ற

ஆசையால்தான் யானைகளையும் அவற்றின் வாழிடங்களையும் பாதுகாப்பதில் ஆர்வம் காட்டியுள்ளார்கள்.

இந்தியக் கலை, நாட்டார் மரபு, புராண மரபியல், மதச்சடங்குகள் ஆகியவற்றில் யானைகள் சிறப்பிடத்தைப் பெற்றிருக்கின்றன. இம்மாதிரியான நிகழ்ச்சிகளில், இவை இடம் பெற்றிருந்ததால்தான் காடுகளில் யானைகள் பிழைத்திருப்பதும் பழக்கப்படுத்திய யானைகள் மக்களிடையே இருப்பதும் ஏதுவாகிறது. எல்லாக் காலங்களிலும் இந்தியர்களின் வாழ்விலும் கற்பனைகளிலும் யானைகள் நிறைந்திருந்தன.

பழங்காலத்தில் யானைகள் ஈடுபடுத்தப்பட்ட நிகழ்ச்சிகளிலும் விழாக்களிலும் நடுநாயகமாக இருந்தது போர்யானைகளே. எனவே இந்திய வரலாற்றில் யானைகளின் பல்வேறு பயன்பாட்டுச் செயல்களை விடுத்து, போர்யானையின் செயல்பாடுகள்பற்றி மட்டும் எனது கவனத்தைச் செலுத்தப்போகிறேன். மன்னர்–யானை தொடர்பில் போர்யானையே மையம் வகிப்பதால் மற்ற எல்லாச் செயல்களுக்கும் இது அறிவார்ந்த தொடர்பாகிறது. போர்களுக்கிடையேயான நீண்ட கால இடைவெளிகளில் அவை பார்வைக்காகவும் ஊர்வலங்களில் செல்லவும், அரசு முறை மரியாதை கொடுப்பதற்காகவும் பயன்படுத்தப்பட்டன. யானைகள் உருவில் பெரிதாகவும், படை வலிமையை அறிவிப்பதாகவும், மன்னனின் கட்டளையை ஏற்கும் வலிமை மிக்க உயிர்ப் படைப்பாகவும் இருந்தன. எனவே பொதுவெளியில் அவற்றின் இயக்கமும் மன்னர்களுக்கிடையே அவை பரிமாறிக்கொள்ளப்படுவதும் போர்யானைகளின் செயல்பாடுகள் என்று அறியப்படுகின்றன.

இந்தக் கோணத்திலிருந்து நோக்கும்போது யானைகளை மன்னர்கள் போரில் பயன்படுத்துவது, விழாக்கால நாட்களில் பயன்படுத்துவது என்கிற இரு பிரிவுகளை நான் ஏற்றுக்கொள்ளவில்லை. அரசு ஊர்வலங்களில் யானைகளைக் காட்சிப்படுத்துவதென்பது மன்னன் தன் படை வலிமையைப் பறைசாற்றுவதுதானே! மற்ற மன்னர்கள் அண்டை நாட்டு மன்னர்களின் படை வலிமையை மதிப்பிடும்போது இந்த ஊர்வலங்கள் அவர்களிடம் பெரும் தாக்கத்தை ஏற்படுத்தின.

ஐரோப்பியப் பேரரசுகளின் காலத்தில் உருவான ஒரு கருத்து என்னவென்றால் பீரங்கிகள், துப்பாக்கிகள் ஆகியவை போர்யானைகளின் காலத்தை முடிவுக்குக் கொண்டுவந்தபோதும் இந்திய மன்னர்கள் போர்யானைகள் மீது அளவு கடந்த ஆர்வம் காட்டியது அவர்களுக்குத் தீங்கையே உண்டு பண்ணியது

என்பதும், அவர்கள் போர்யானைகளைப் பொறுத்தவரையில் தெளிவான சிந்தனையைப் பெற்றிருக்கவில்லை என்பதும்தான். இந்தக் கருத்தில் எனக்கு உடன்பாடில்லை. ஏனெனில் போர்யானைகளின் நீண்டகால இருப்பையும் அவற்றின் பரவலான பயன்பாட்டையும் இந்தக் கருத்து கணக்கில் எடுத்துக்கொள்ளவில்லை. அப்படியே இருந்தாலும் போர்யானை ஒன்றுதான் மன்னர்கள் – யானை தொடர்புக்கு மூலக் காரணம் என்ற ஒப்புதலிலிருந்துதான் தொடங்க வேண்டும்.

அடுத்த இயலிலிருந்து பண்டைய நாகரிகத்தில் இந்தத் தொடர்பின் முழுப் பரிமாணத்தையும் விவரங்களோடு குறிப்பிடப்போகிறேன். ஏனெனில் இந்த உறவிலிருந்துதான் இந்திய மன்னர்கள் போர்யானையைத் தோற்றுவித்தார்கள்.

2

போர்யானைகள்

மத்திய இந்தியாவின் பரந்த காடு ஒன்றில் ராமர் வனவாசம் இருந்தபோது பரதன் அவரைப் பார்க்க வருகிறார். ராமர் அவரிடம் அயோத்தி மாநகரத்தின் நிலவரங்களைப் பற்றிப் பல கேள்விகள் கேட்கிறார். அவற்றில் ஒன்று "யானைக் காடுகளைப் பாதுகாக்கிறாய் என்று நம்புகிறேன். அத்துடன் யானைகளின் தேவைகளையும் கவனித்துக் கொள்கிறாய் அல்லவா?" என்பது. இந்திய மன்னர்களுக்கு யானைகள் தேவை. அதனால் அவர்களுக்குக் காடுகள் மிக அவசியம். எனவே யானைகளின் தேவைகளை நிறைவுசெய்யக் காடுகளைப் பாதுகாக்க வேண்டும். இந்த நோக்கில் காடு என்பது நாட்டுக்கு எதிரானதல்ல (எடுத்துக்காட்டாக அது வனவாசத்துக்கு உரிய இடம்.) நாட்டின் முக்கியமான பகுதி அது. யானைகளின் பயன் சம்பந்தப்பட்டிருப்பதால் இந்தியப் பாணி மன்னராட்சியின் அறிவார்ந்த முறையையும் வரலாற்றையும் புரிந்துகொள்வதுதான் இந்த நூலின் முதல் பணி.

சிறந்த போர்யானை

இந்திய மன்னராட்சிகளில் யானைகள் பல்வேறு பணிகளில் ஈடுபடுத்தப்பட்டிருந்தாலும், முதன்மைப் பணி போர்தான். மற்ற பணிகளெல்லாம் அது தொடர்பானவையும் அதிலிருந்து பெறப் பட்டவையுமாகும். ராமாயணத்திலும் மகாபாரதத்திலும் சிறந்த போர்யானைகளைப் பற்றிய குறிப்புகள் அடிக்கடி இடம் பெறுகின்றன.

மதம் பிடித்த, மூர்க்கமான, நெற்றிப் பொட்டுகள் புடைத்த, நன்கு வளர்ந்த தந்தங்களையுடைய அறுபது வயது யானைகள் தவழும் மேகங்கள்போல் தோன்றும். நன்கு பயிற்சி பெற்ற யானைப் படை வீரர்கள் அவற்றின் மேல் அமர்ந்து மன்னருக்குப் பின்னால் வருவது மலைகள் நகர்ந்து வருவதுபோலவே இருக்கும் என்கிறது மகாபாரதம். சிறந்த போர்யானை என்பது நீண்ட தந்தங்களும், மிகப் பெரிய தோற்றமும், அறுபது வயதில் அதன் உச்சமான சக்தியும், சண்டைபோடும் இயல்பும் கொண்ட ஆண் யானையாகும். எல்லாவற்றையும்விட அது ஒரு மேகத்தைப் போலவே தோற்றமும் கம்பீரமும் கொண்டது. நன்கு பயிற்சி பெற்ற போர் வீரர்கள் அதன் மேல் அமர்ந்து செல்வர். இதன் கூறுகளை ஒவ்வொன்றாய் ஆராய்வோம்.

முதலாவதாக, அதன் வயது. போர்யானைக்கான சரியான வயது அறுபது. இரு மல்யுத்த வீரர்கள் அறுபது வயதான இரண்டு பெரிய மதங்கொண்ட யானைகளைப் போல் நிற்கிறார்கள் என்கிறது மகாபாரதம். யுதிஷ்ட்ரரின் முடிசூட்டலின்போது அரசக் குடும்பத்தைச் சேர்ந்த விருந்தினர்கள் கொண்டுவந்த விலையுயர்ந்த பரிசுகளில் அறுபது வயது யானையும் ஒன்று என்று மற்றுமோர் இடத்தில் சொல்லப்பட்டிருக்கிறது. அறுபது வயதில் யானைகள் தங்கள் கடைசி ஜோடி கடைவாய்ப் பற்களைக் கொண்டிருக்கும், அதற்குப் பின் அவற்றால் நீண்ட காலம் வாழ முடியாது. அறுபது வயது சிறந்தது என்கிற கருத்து அந்த வயதில் நீண்ட தந்தங்களைக் கொண்டிருப்பதும், தந்தங்கள் அவற்றின் வாழ்நாள் முழுவதும் வளரும் என்கிற உண்மையையும் அடிப்படையாகக் கொண்டது. நன்றாக வளர்ந்த தந்தங்களையுடைய யானைகளைப் பிடிப்பது கவனமானதொரு தேர்வு என்று சொல்லலாம். இதனால் கடந்த இரண்டாயிரம் ஆண்டுகளுக்கு மேலாக, இந்தியாவிலுள்ள காட்டானைகளின் எண்ணிக்கை அதிகரித்தது.

மலைகளைப் போன்ற பெரிய உருவம் கொண்டிருப்பதால் யானைகள் அச்சமூட்டுபவையாகவும், போருக்குப் பயன்படுபவையாகவும் இருக்கின்றன. யானையின் தீவனத்துக்கு ஆகும் செலவு அதிகம். இருபதாம் நூற்றாண்டின் தொடக்கத்தில், பர்மாவில் கால்நடைக் கண்காணிப்பாளராகப் பணியாற்றிய ஜி.எச். இவான்ஸ், யானைகள் பற்றிய தனது ஆய்வுக் கட்டுரையில் தீவனம் பற்றி விளக்கியுள்ளார்: இயற்கையான நிலையில் ஒரு உயிரினம், குறைந்த அளவு சக்தியைப் பெற, அது நாள் முழுவதும், இரவின் பெரும் பகுதியை இரை உண்பதிலேயே செலவிட வேண்டும். அதுவே பழக்கப்படுத்தப்பட்ட நிலையில் வேலை செய்வதால், அதன் தீவனம் செறிவூட்டப்பட்டதாகவும் அதிக

ஊட்ட சக்தி கொண்டதாகவும் இருக்க வேண்டும். அப்போது மனிதர் விளைவிக்கும் பயிர்களும் சக்தியைத் தரும் சமைத்த உணவும் அதற்குத் தேவைப்படுகின்றன.

அதிக ஊட்டச் சத்து கொண்ட மனிதரின் உணவு, யானைகள் உட்பட எல்லாத் தாவரவுண்ணிகளுக்கும் விருப்பமானது. கரும்பின் மேல் அவற்றுக்கு அலாதிப் பிரியம். அதைப் போலவேதான் மற்ற பயிர்களும். அதனால்தான் விவசாயியும் யானையும் ஒத்திசைந்து வாழ முடிவதில்லை. யானைகள் பயிர்களை அழிப்பது என்பது வேளாண்மை தொடங்கிய காலம் முதலே தொடர்ந்துவரும் செயலாகும். இப்போதும் அது தொடர்கிறது. இந்தியாவில் ஆண்டுதோறும் 400 பேர் யானைகளால் கொல்லப்படுகிறார்கள். சில எதிர்த் தாக்குதல்களாலும் சில விபத்துக்களாலும் ஏறத்தாழ 100 யானைகள் மனிதர்களால் கொல்லப்படுகின்றன. நம் காலத்தின் முரண்பாடான நிலை என்னவென்றால் யானைகளைப் பாதுகாக்க நாம் மேற்கொள்ளும் நடவடிக்கைகளால் அவற்றின் எண்ணிக்கை சில இடங்களில் அதிகரித்தாலும், மனிதர்களுக்கும் அவற்றுக்கும் இடையே ஏற்படும் மோதலும் அங்கே நடக்கிறது. இந்த உரசல் நாளுக்கு நாள் அதிகரித்துக்கொண்டேவருகிறது. வேளாண்மையையும் அது தரும் பயனையும் மன்னராட்சி பெரிதும் நம்பியிருந்ததால் இந்த உரசல் ஏற்படுகிறது. யானைகளிடமிருந்து விவசாயிகளைப் பாதுகாக்க வேண்டிய கடமை மன்னர்களுக்கு இருந்தாலும் போருக்கு யானைகள் தேவைப்படுவதால் அவற்றையும் மன்னர்கள் காப்பாற்ற வேண்டியிருந்தது.

தேவைப்படும் இயல்புகளை ஒருங்கே கொண்ட ஒரு யானையைப் பிடிப்பதென்பது எளிதான காரியமல்ல. நிறைய ஆட்களும் மற்ற சாதனங்களும் இதற்குத் தேவை. இந்தக் காரணத்தால் யானைகளைப் பிடிப்பதும் அவற்றைப் பழக்குவதும் மன்னராட்சி முறையில்தான் சாத்தியமாகிறது. பிடிக்கப்படும் யானைகளின் முரட்டுக் குணத்தால் இந்தத் திட்டங்களைச் செயல்படுத்துவது மேலும் கடினமாகிவிடுகிறது. புதிதாகப் பிடிக்கப்பட்ட யானைகள் பயிற்றுநர்களோடு ஒத்துழைக்க மாட்டா. பயிற்றுநர்கள் அவற்றைப் பட்டினி போட்டுப் பலவீனமாக்கி, பின்னர் நல்ல உணவுகளைக் கொடுத்தும் கனிவான வார்த்தைகளைப் பேசியும் இணங்கவைக்க வேண்டும். இது கடினமான வேலை. இதில் யானைகள் இறக்கவோ அல்லது காயப்படவோ நேரிடலாம். இந்த வேலையில் மனிதர்கள் சில தருணங்களில் தங்கள் உயிரையே பணயம் வைக்கிறார்கள்.

யானைகளைப் பிடிப்பதும் அவற்றைக் காட்டிலிருந்து ஊருக்குள் கொண்டுவருவதும் மிகக் கடினமானது. யானையின்

தாமஸ் ஆர். டிரவுட்மன்

உயிருக்கு அபாயத்தை ஏற்படுத்துவது என்பதும் பண்டைய இந்தியாவில் ஒப்புக்கொள்ளப்பட்ட உண்மை. பிடித்து வைக்கப்பட்ட யானை தனது முந்தைய சுதந்திரத்தை ஏக்கத்தோடும் வருத்தத்தோடும் நினைத்துப்பார்க்கும்.

ஒரு யானையை வளர்ந்த நிலையில் பிடித்து அதன் முரட்டுக் குணத்தை ஓரளவு அடக்க முடிந்தாலும் அது முழுவதுமாகப் பழக்கப்பட்ட யானையாக ஆகாது. பழைய நூல்கள் யானைகளின் முரட்டுக் குணத்தைப் பற்றிப் பேசுகின்றன. மகாபாரதத்தில் வேதத்தின் பாடமாகப் பதினான்கு வகையான மிருகங்கள் இருப்பதாகக் கூறப்பட்டுள்ளது. அவற்றில் காடுகளில் வாழ்வன சிங்கம், புலி, பன்றி, எருமை, யானை, கரடி, குரங்கு ஆகிய ஏழு விலங்குகள். மற்ற ஏழு விலங்குகளான கால்நடைகள், வெள்ளாடு, செம்மறியாடு, குதிரை, கோவேறு கழுதை, கழுதை முதலியன கிராமங்களில் வாழ்பவை. காட்டிலும் கிராமங்களிலும் உள்ள உயிரினங்களுக்கு இடையே உள்ள வேறுபாடுகளை ஆயுர்வேதம் நன்கு விளக்குகிறது. ஆங்கிலேயர் வேறு ஒரு விதத்தில் அதாவது, காட்டு விலங்குகள், பழக்கப்படுத்தப்பட்ட உயிரினங்களைப் பற்றிய தங்களது சொந்த அனுபவங்களின் அடிப்படையில் பெற்ற பட்டறிவுடன் யானைகளின் முரட்டு சுபாவத்தை ஒப்புக்கொண்டு, அதனை காலனிய இந்தியா, பர்மா ஆகிய நாடுகளின் காடுகளில் திரியும் யானைகள் சார்ந்த பிரச்சினைகளைத் தீர்க்கப் பயன்படுத்தினர்.

ஆடு, குதிரை போன்று யானை வீட்டு விலங்கு அல்ல. அவை காட்டில் முன்னர் அனுபவித்த சுதந்திரத்தை நினைவில் வைத்துக்கொண்டு கட்டுகள் தளர்ந்தால் காட்டுக்குத் திரும்பிவிடும். மற்ற குணங்களிலும் அவை வளர்ப்பு விலங்குகளிடமிருந்து வேறுபட்டவை. அடைப்பினப் பெருக்கத்தின் மூலம் அவற்றின் இனத்தை நாம் பெருக்க முடியும். ஆனால், வேலையில் ஈடுபடுத்தப்பட்டிருக்கும் யானைகள் வேலைப்பளுவினாலும், இயற்கையாகவே அவற்றின் குறைவான இனப்பெருக்க விகிதத்தாலும், அவற்றின் இனத்தை வெகுவாகப் பெருக்க முடியாது. ஆகவே, பழக்கப்படுத்தப்பட்ட யானைகளின் எண்ணிக்கையைக் காட்டிலிருந்து பிடிக்கப்படும் யானைகளைக் கொண்டுதான் அதிகரிக்க முடியும்.

மற்ற உயிரினங்களை மனித இனம் பழக்கப்படுத்திய காலகட்டத்தில்தான் யானைகளும் பிடிக்கப்பட்டுப் பழக்கப் படுத்தப்பட்டன. மனிதரின் பயன்பாட்டுக்காக 3000 ஆண்டுக் காலமாக வெவ்வேறு இடங்களிலும், வெவ்வேறு காலகட்டங்களிலும் பழக்கப்படுத்தப்பட்டால், வரலாற்று ஆய்வுக்

கோணத்தில் அவற்றை வளர்ப்பு விலங்குகளாகக் கருதுவது அவசியம்.

மகாபாரத வரிகளில் வரும் சிறந்த யானையின் குணங்களைப் பற்றிய பகுதியை, அதாவது அது மதம் பிடித்த நிலையில் உள்ளதைப் பற்றிய பகுதியைப் பார்க்கலாம். உயிரியல் பூங்கா, சர்க்கஸ், வெட்டுமரத் தொழில் முதலியவற்றில் யானைகளைப் பயன்படுத்துவோருக்கு, அதற்கு மதம் பிடிப்பது என்பது ஒரு பெரிய பிரச்சினை. யானை பற்றிய நூல்கள் இதை ஒரு அபாயகரமான கட்டமாகக் கருதுகின்றன. மகாபாரதத்திலுள்ள ஒரு பகுதி யானையின் மதத்தைப் பிரச்சினைக்குரிய கண்ணோட்டத்துடன் பார்க்காமல் போர்யானையைப் பொறுத்தவரையில் அது ஆக்கபூர்வமானது என்று தெளிவுபடுத்துகிறது. மதம்பிடித்தல் ஆண்டுக்கு ஒரு முறைதான் வரும். ஆனாலும், கவிதைகளில் இதைக் குறிப்பிடுவது உருவக வழக்காகிவிட்டது. போர்யானைகளுக்குப் போர் நடக்கும் காலங்களெல்லாம் மதம் பிடிக்கிறது என்பது உண்மைக்குப் புறம்பானது. அது இலக்கிய அணி. அவ்வளவே. ஒரு போர்யானை ஒவ்வொரு முறை போர் நடக்கும்போதும் மதத்தில் இருக்காது. எனினும் செயற்கையாக அவற்றைக் கோபப்படுத்தி முரட்டுத்தனமாக நடந்துகொள்ளச் செய்ய முடியும்.

இரு படைகள் சண்டையிடும்போது யானைகள் தலையுடன் தலை மோதிக்கொள்ளும். இந்த மோதலில் ஒரு யானை இன்னொன்றைத் திருப்பி, அதன் பக்கவாட்டில் வயிற்றைக் குத்திக் கிழிப்பதில் முடிவுறும். மதம் பிடித்த காட்டானைகளின் குணம் இதுதான்.

மஸ்த் (Musth) என்பது பாரசீகச் சொல்லான மாஸ்த்தில் (mast) இருந்து வந்தது. இதன் பொருள் போதையில் என்பதாகும். முகலாயர் காலத்தில் சமஸ்கிருத வார்த்தையான மட்டா (matta) என்பதன் மொழிபெயர்ப்பாக இது ஏற்றுக்கொள்ளப்பட்டது. Matta என்கிற பெயரடை அல்லது மதா (mada) என்கிற பெயர்ச் சொல் போதை, இன்பக் கிளர்ச்சி, உணர்ச்சி வெறி ஆகியவற்றைக் குறிக்கும். இது பாலியல் இச்சையைச் சேர்ந்தது. நோய் அல்ல. காமக் கவிதைகளில் தேனீக்கள் மதம் கொண்ட யானையின் மதநீரால் கவரப்படுதல் மனிதர்கள் காதல் உணர்வில் ஈடுபடும் மனநிலைக்கு அறிகுறி. இந்த மனநிலை தேனீக்களாலும் மதம் கொண்ட யானைகளாலும் மலர்களாலும் உண்டாவது.

பழங்கால மனிதர்கள், மதம் என்பது ஆண் யானையின் உடல்நலத்தையும் வீரியத்தையும் காட்டும் அறிகுறி என்று எண்ணினார்கள். அந்த நிலை அளிக்கும் மூர்க்கத்தனம்

போர் புரிவதற்குத் தகுதி வாய்ந்தது என்றும் கருதினார்கள். இதுதான் போர்யானையின் அடிப்படை இயல்பு. சமஸ்கிருத இலக்கியத்தில் யானைக்கு மதம் பிடித்தல் மிகவும் தேவையான ஒன்று என்பது தெளிவாகக் கூறப்பட்டிருக்கிறது. ஒரு யானைக்கு மதம் பிடிக்காவிட்டால் அதற்கு மருத்துவ உதவியும் தேவை என்று கருதினர்.

இறுதியாக, சிறந்த போர்யானையுடன் தொடர்புடையவர்களைப் பற்றி ஆராய வேண்டும். மகாபாரதம் யானைப்படை வீரர்கள், அதனை நடத்துபவர்கள் இருவரைப் பற்றியும் சொல்கிறது.

யானைப்படை வீரர் என்பவர் போராளி. யானை சவாரி செய்வது, போர் புரிவது இரண்டையும் போருக்கான நற்குணங்களாக மகாபாரதம் சுட்டிக்காட்டுகிறது. இவை இரண்டும் தனித்தனித் திறமைகளாகக் கொள்ளப்படுகின்றன. அம்பாரி மீது அமர்ந்து போர் செய்வது யானைப் படை வீரர்களுக்குப் பாதுகாப்பானது என்று இதிகாசங்களில் எங்கும் சொல்லப்படவில்லை. அக்காலங்களில் போர் வீரர்கள் பெரும்பாலும் யானையின் வெற்று முதுகில், குதிரைப் படை வீரர்களைப் போல் சவாரி செய்துள்ளதைப் பண்டைய சிற்பங்கள், இதிகாசங்களில் போரைப் பற்றிய வர்ணனைகள் ஆகியவை தெளிவுபடுத்தியுள்ளன. அவர்கள் தங்கள் முழங்கால்களால் யானையைப் பற்றிக்கொண்டு, ஒரு கையால் சேணத்தைப் பிடித்துக்கொள்வார்கள். குதிரைப் படை, யானைப் படை வீரர்களுக்குச் சவாரி செய்தல் என்பது மிகவும் தேவையானதொரு தனித்திறமை. அதை அவர்கள் நன்கு கற்க வேண்டும். படைக்கலங்களைத் திறம்படப் பயன்படுத்துவதிலிருந்து இது முற்றிலும் மாறுபட்டது சாஞ்சியிலுள்ள சிற்பங்களிலிருந்து மன்னர்களும் இதுபோல் சவாரி செய்தார்கள் என்பது தெளிவாகத் தெரிகிறது. கிரேக்க நாணயம் ஒன்றில் யானையின் மீது அமர்ந்து சென்ற இந்திய மன்னன் போரஸை அலெக்ஸாண்டர் தன் குதிரையில் துரத்திச் சென்றது வடிக்கப்பட்டுள்ளது. அம்பாரிகள் எப்போது, எப்படிப் புழக்கத்துக்கு வந்தன என்பதைப் பின்னர் பார்ப்போம்.

யானையை வழிநடத்த யானைப் பாகன் பயன்படுத்தும் அங்குசம் அல்லது வளைந்த முனையை உடைய துரட்டிக் கம்பைப் பற்றியும் மகாபாரதம் விளக்கமாகக் கூறியிருக்கிறது. அதைச் சிற்பங்களிலும் பார்க்கலாம். அங்குசம் என்பது இரு முனைகள் கொண்ட ஒரு இரும்புக் கொக்கி. அதன் ஒரு முனை இரும்புத் தடியின் நுனியிலும் மறுமுனை சற்றுக்

கீழும் இருக்கும். இரு கூரான முனைகள் கொண்ட அங்குசம் யானையின் மூர்க்கத்தனத்தை அடக்கப் பயன்பட்டது. போர்யானைகள் அடக்கப்படுவதோடு அவை அங்குசங்களால் தூண்டப்படுகின்றன. அங்குசம் யானைகளை முன்னேறிச் செல்லத் தூண்டியபோதிலும், அது போர்யானையை மதத்தின் பிடியிலிருந்து கட்டுப்படுத்தவும் பயன்படுத்தப்பட்டது.

அங்குசத்தைப் போர்யானையின் அடையாளமாகச் சொல்லலாம். பழைய சிற்பங்களிலும், மன்னராட்சி பற்றிய கவிதைகளிலும், எங்கெல்லாம் இந்தியாவின் போர்யானையைப் பற்றிய நுட்பம் பரவியிருந்ததோ அங்கெல்லாம் போர்யானை களுடன் அங்குசத்தையும் காணலாம். மாவுத்தர்கள் அங்குசத்தை மட்டுமே பயன்படுத்தவில்லை. அங்குசத்தைவிடக் கடுமை குறைவான கருவிகளைப் பயன்படுத்தியதாகக் கேள்விப்பட்டாலும் அங்குசம்தான் அடிக்கடி பயன்படுத்தப்பட்டது.

அங்குசம்தான் பழைய சிற்ப வடிவங்களில் செதுக்கப் பட்டுள்ளது. சிற்பங்களில் அது முதன்மை இடம் பெற்றிருந்தாலும் தற்கால முறைகளைப் பார்க்கும்போது அதன் பயன்பாடு எல்லா இடங்களிலும் இருந்தது என்று சொல்ல முடியாது. ஆங்கில ஆதிக்கத்திலிருந்த பர்மாவிலும் இன்றைய தென்னிந்தியாவிலும் ஒரு இரும்புக் கொக்கி பயன்பாட்டில் இருந்துள்ளது. இந்த இரும்புக் கொக்கி உருண்டையான, கூர்மையற்ற மரப்பிடியில் செருகப்பட்டிருக்கும் (படம் 2.1). சில சமயங்களில் ஒரு சாதாரணக் குச்சி பயன்படுத்தப்படும். அங்குசம் பழைய சிற்பங்களில் காட்சிப்படுத்தப்பட்டிருப்பது அது எப்போதும் பயன்படுத்தப்பட்டது என்பதனால் அல்ல. பாகன்

படம் 2.1. ஒருமுனை கொண்ட அங்குசம்.

அங்குசத்துடன் அமர்ந்திருக்கும் யானை, போர்யானை என்பதைச் சுட்டிக்காட்டவே அது சிற்பங்களில் காட்சிப்படுத்தப்பட்டுள்ளது.

மன்னர்களும் யானைகளும்

மன்னராட்சி தொடங்கிய காலம்முதலே ராஜ நிகழ்ச்சி களுக்கு ஒரு தனிச்சிறப்பு தரக்கூடியவையாக யானைகள் பார்க்கப்பட்டன. மேலும் யானைகள் தங்கள் பகுதிகளிலேயே கிடைக்கும்போது அவை மன்னர்களைக் கவர்ந்தன. யானைகளின் மீதான கவர்ச்சியும் அச்சம் தரக்கூடிய அதன் பெருத்த உருவமும் சேர்ந்து மன்னனின் புகழைப் பறைசாற்றும் அடையாளமாக யானை விளங்கியது. பிரமிக்கத்தக்க வேட்டைகளுக்குப் பயன் படுத்துவது, யானைகளைப் பிடித்து அவற்றைக் காட்சிக்கு வைப்பது, பாராட்டுகளுக்காகப் பிடிப்பது போன்ற செயற்பாடுகள் மூலம் மன்னர்கள் யானைகளை வைத்திருப்பது பெருமையின் அடையாளமாக இருந்தது.

கிறிஸ்துவ சகாப்தத்துக்கு 1000 ஆண்டுகளுக்கு முன்னால் போர்யானைகள் பயன்பாட்டுக்கு வந்தன. ஆனால், அதற்கான முறைகள் முன்னரே தொடங்கிவிட்டன. அதாவது குதிரைகள், ஆடு, மாடு போன்றவற்றை வளர்ப்பு விலங்குகளாக்கியபோதே மன்னர்கள் யானைகளையும் பல்வேறு வேலைகளுக்குப் பயன்படுத்தினர். அப்போதே போர்யானையின் பயனும் வந்துவிட்டது எனலாம்.

மன்னர்களுக்கும் யானைகளுக்குமிடையேயான தொடர்பை அறியப் பண்டைய நாகரிகங்களின் எழுத்து ஆவணங்களைப் பார்க்க வேண்டும். இவற்றை எகிப்தியர், அசிரியர், மெசபடோமியர் (தற்போதைய ஈரான், ஈராக், சிரியா, துருக்கியில் இருந்தவர்கள்) எழுதிவைத்துள்ளனர். பின்னர் சீனர்கள், கடைசியாக சிந்து சமவெளி நாகரிகத்தைப் பற்றி எழுதிய இந்தியர்கள். சிந்து சமவெளி நாகரிகம் (கி.மு. 2500–1800) இந்தியாவில் போர்யானையைக் கண்டுபிடித்ததில் ஒரு முக்கியமான முன்னோடி. பிரச்சினை என்னவென்றால் சிந்து நாகரிக வரி வடிவங்கள் இன்னும் புரிந்துகொள்ளப்படவில்லை. எனவே நம்மிடம் மன்னர்–யானை தொடர்பை அறிந்துகொள்ள எழுத்துப்பூர்வமான ஆவணங்கள் இல்லை. மேலும் நமக்கு அன்றைய அரசியலமைப்பைப் பற்றிய சரியான புரிதலும் இல்லை. எகிப்து, அசிரியா, மெசபடோமியா, சீனாவிலிருந்த முடியாட்சிகள் யானைகளால் பெற்ற பயன்கள் தொடர்பான தகவல்கள் நமக்குக் கிடைக்கின்றன. இந்தப் புரிதலின் துணைகொண்டு சிந்து சமவெளி நாகரிகத்தில் யானைகளின் பங்கு பற்றிய விவரங்களை ஓரளவு தெளிவுபடுத்திக்கொள்ள

முடியும். அதன் பின்னர் நாம் வேத காலத்தின் பிற்பகுதியில் இந்தியாவில் போர்யானை தோன்றியதைப் பார்ப்போம்.

பண்டைய நாகரிகத்தின் நூல்கள், மிகச் சில சான்றுகளை அடிப்படையாகக் கொண்டு, யானைகளைப் பழக்கியது பற்றிப் பேசுகின்றன. சில வல்லுநர்களுக்கு இதில் உடன்பாடில்லை. சிலர் கி.மு. 500க்கு முந்தைய காலகட்டத்திலேயே மனிதர்கள் யானைகளைப் பழக்கப்படுத்தினர் என்பதை நம்புகின்றனர்.

இவற்றை ஆதாரங்களாகக் கொண்டு மன்னர்களுக்கும் யானைகளுக்கும் இடையே எத்தகைய தாக்கம், எந்த அளவில் இருந்தென்பதை பார்க்கலாம்.

எகிப்து

ஆப்பிரிக்க யானைகள் எகிப்தின் வரலாற்றுக் காலத்துக்கு முன்னும் எகிப்து சாம்ராஜ்யத்துக்கு முன்னும் அங்கு இருந்துள்ளன என்பதை அங்குக் கண்டெடுக்கப்பட்ட எலும்புகள், வேறு சில ஆதாரங்கள் மூலம் அறியலாம். இவற்றில் வியப்பூட்டுகிற கண்டுபிடிப்பு எகிப்திய நாகரிக காலத்திலும் எட்பூவுக்கு (Edju) அருகில் உள்ள ஹிரெங்கன்போலிஸ் (Herakonpolis) கல்லறைகளில் புதைக்கப்பட்டிருந்த இரு இளம் யானைகள்தான்.

இந்த யானைகளில் ஒன்றை அகழ்ந்தெடுத்தவரான ரெனி ஃபிரைட்மேன் (Renee Friedman) இந்த யானையின் உடலுறுப்புகள் சேதப்படாதவாறு துணிவிரிப்பு, மண்பாண்டம், கிளிஞ்சல் மாலைகளோடும் புதைக்கப்பட்டிருந்தன என்று கூறுகிறார். அதன் வயது 10முதல் 11வரை இருந்திருக்கும் என்று கூறியுள்ளார். அது கண்டறியப்பட்ட இடம் ஒரு சமாதி. இந்த யானை உயிருடன் பிடிக்கப்பட்டு பாலைவனப் பிரதேசத்திலிருந்தோ அல்லது தெற்குக் கோடியிலிருந்தோ கொண்டுவரப்பட்டு, பலி கொடுப்பதற்கு முன் சிறிது காலம் பராமரிக்கப்பட்டிருக்கலாம் என்ற முடிவுக்கு ஃபிரைட்மேன் வருகிறார். அதன் வயிற்றில் இரை எச்சங்களை ஆராய்ந்ததில் அதற்கு சதுப்புநிலப் புற்கள் உணவாக கொடுக்கப்பட்டிருந்தன என்ற முடிவுக்கு வருகிறார். வேறொரு கல்லறையில் 6முதல் 10 வயதுவரை மதிக்கத்தக்க மற்றொரு யானை புதைக்கப்பட்டிருந்து. யானைகளைப் பலியிட்டுப் புதைக்கும் வழக்கத்தை அறிந்துகொள்வது எகிப்திய நாகரிகக் காலத்தில் மன்னராட்சி முறை பற்றிய கருத்து முளைவிட்டதைப் புரிந்துகொள்வதற்கு அவசியம் என ஃபிரைட்மேன் வாதிடுகிறார். யானைகளைப் பிடித்தல், அவற்றைக் கொண்டுவந்து உயிருடன் பலியிடுதல் என்பது பழைய ஆவணங்களிலுள்ள வலிமை மிக்க விலங்குகளோடு மன்னர்களுக்கிருந்த தொடர்பைக் காட்டுகிறது

என அவர் நம்புகிறார். எகிப்தில் மன்னராட்சியின் ஆரம்பக் கட்டத்திலேயே யானைகளுக்கும் மன்னர்களுக்குமான தொடர்பு குறித்து இத்தகைய வலுவான ஆதாரங்கள் உள்ளன.

இருப்பினும் அதற்குப் பிறகு வறண்ட பருவநிலை நிலவியதால் நைல் நதிப் பள்ளத்தாக்கில் யானைகள் அற்றுப்போய்விட்டன. எகிப்தியப் பகுதிக்கு அப்பால் மத்திய சூடானிலுள்ள வெப்ப மண்டலப் புல்வெளிகளில் யானைகள் வாழ்ந்திருந்தாலும், அவை மன்னர்கள் வேட்டைகளிலும் காட்சியகங்களிலும் மட்டுமே இடம்பெற்றன. வேறு எதற்கும் அவை பயன்படுத்தப்படவில்லை.

எகிப்திய மன்னர்கள் யானைகளுடன் கொண்ட சாகச எதிர்கொள்ளல் எதுவும் எகிப்திற்குள் நடக்கவில்லை. எகிப்துக்கு அப்பால் சிரியாவில் நடந்த போர் முகாம்களில்தான் நடந்தது. அங்குதான் ஆசியப் போர்யானைகள் இருந்தன. எகிப்திய மன்னர்களான முதலாம் துட்மோஸ் (Thutmose), மூன்றாம் துட்மோஸ் ஆகிய இருவரும் வடக்கு சிரியாவில் யானைகளை வேட்டையாடினர்.

மூன்றாம் துட்மோஸின் (கி.மு. 1504–1450) வேட்டை நன்கு ஆவணப்படுத்தப்பட்டுள்ளது. கல்வெட்டு ஒன்றில் முன்னர் எப்போதும் நிகழ்ந்திராத தனது பெருவெற்றியைத் தன்னடக்கத்துடன், அது கடவுளின் செயல் என்று குறிப்பிட்டிருக்கிறார். அவர் 120 யானைகள் கொண்ட திரளுடன் தன்னந்தனியாகப் போரிட்டுள்ளார்; இதுபோன்று எந்த மன்னரும் செய்ததில்லை. மன்னரின் அதிகாரியான அமேநம்ஹப் (Amenamhab) வரலாற்றுக் கல்வெட்டு ஒன்றில் அந்த யானைகள் தந்தத்திற்காக வேட்டையாடப்பட்டதாகவும் தெரிவிக்கிறார். இந்த எதிர்கொள்ளலின்போது அவர் மன்னரின் உயிரைக் காப்பாற்றியதாகச் சொல்கிறார். "பிறகு அந்த மந்தையில் ஒரு பெரிய யானை சினத்துடன் மன்னரை நெருங்கியபோது நான் மன்னரின் முன்னால் இரண்டு பாறைகளுக்கு இடையே நீரில் நின்றுகொண்டு அதன் துதிக்கையை வெட்டி எறிந்தேன்." மன்னர் அவருக்குத் தாராளமாக தங்கமும் உடைகளும் கொடுத்துள்ளார்.

இந்தக் காலகட்டத்தின் யானை தொடர்பான ஒரு முக்கியப் பதிவு ஒரு யானையை வேட்டையாடிய மூன்றாம் துட்மோஸின் அமைச்சர் ரேக்மயரின் (Rekhmire) சமாதியில் உள்ள ஓவியம் ஆகும். இது தோற்றுப்போன சிரியர், யானை, தந்தம், காட்டுப்பூனை, குதிரைகள் இவைகளை எகிப்துக்குக் காணிக்கையாகக் கொண்டுவருவதைச் சித்தரிக்கிறது. நீண்ட காலத்துக்குப் பின் மாவீரன் அலெக்ஸாண்டருக்குப் பின் வந்த எகிப்திய மன்னர்கள், தாலமிகள், ஆப்பிரிக்க யானைகளைப்

பிடித்து இந்தியப் பயிற்சி முறைகளைப் பயன்படுத்திப் பயிற்றுவித்தனர் என்றறிகிறோம்.

அசிரியா

கி.மு. 1114 முதல் 824 வரை ஆண்ட அசிரிய மன்னர்களின் ஆவணங்களிலிருந்து யானைகள் வேட்டையாடப்பட்டதும் பிடித்துக் காட்சிப்படுத்தப்பட்டதும் பரிசாகக் கொடுக்கப்பட்டதும் தெரியவருகிறது.

மன்னர் திக்லாத்–பைலீசரின் (Tiglath-pileser) கல்வெட்டு ஒன்று, அவர் பத்து ஆண் யானைகளைக் கொன்றதாகவும், அவற்றின் தோலையும் தந்தங்களையும் நான்கு உயிருள்ள யானைகளையும் தலைநகரமான அஸ்ஸூருக்குக் (Ashur) கொண்டுவந்ததாகவும் தெரிவிக்கிறது. வேட்டையாடிய மற்ற விலங்குகளில் நான்கு காட்டெருமைகளும், 120 சிங்கங்களும், தேரிலிருந்தவாறு வேட்டையாடிய 800 சிங்கங்களும் அடங்கும். ”எனது வில்லிலிருந்து புறப்பட்ட அம்புகள் காட்டு விலங்குகளையும் வானில் பறக்கும் பறவைகளையும் வீழ்த்தின.” யானைகள் மன்னர்களுக்கு எவ்வாறு பயன்பட்டன என்பதற்கான சூழலை இங்கு நாம் தெளிவாக உணரலாம். வேட்டையில் யானைகள்தான் முக்கிய அங்கம். இவற்றுள் மான்களும் சிங்கங்களும் அடங்கும். ஏனெனில் யானைகளின் பெருத்த உருவமும் அவற்றைக் கொல்வதில் உள்ள சாகசமும்தான் ஒரு மன்னனின் துணிவுக்கும் திறமைக்கும் அடையாளங்கள். வேட்டையின்போதே யானைகள் உயிருடன் பிடிக்கப்பட்டன, கொல்லப்பட்ட யானைகளின் தோல், தந்தங்கள் நகரத்துக்குக் கொண்டுவரப்பட்டு அவை பொதுமக்களின் பார்வைக்காகக் காட்சியகங்களில் வைக்கப்பட்டன. இதிலிருந்து தெரியவருவது என்னவென்றால் பிடிக்கப்பட்ட யானைகள் எல்லாம் இளம் வயது யானைகள். இவை முதிர்ந்த யானைகளின் குடும்பத்தைச் சேர்ந்தவையாகவே இருக்கக்கூடும்.

முதலாம் திக்லாத்–பைலீசரின் (Tiglath-pileser) வாரிசுகள் மேற்கண்ட முறையை உறுதிப்படுத்தியும் விரிவுபடுத்தியும் ஆப்பு வடிவ க்யூனிபாரம் (Cuneiform) எழுத்து ஆவணங்களை விட்டுச் சென்றுள்ளனர். அஸூர்–பெல்–கலா (Ashur-bel-kala) யானைகளைக் கொன்றும் பிடித்தும் அவற்றை அருகிலுள்ள நகரத்துக்குக் கொண்டுசென்றுள்ளார். அஸூர்–தான் 56 யானைகள், சிங்கங்கள், காட்டெருமைகளைக் கொன்றுள்ளார். இரண்டாம் அதத்–நராரி (Adad-nirari II) ஆறு யானைகளைக் கொன்றுள்ளார். மூன்றாம் சல்மநீசர் (Shalmaneser III) 23–29 யானைகள்வரை வேட்டையாடியுள்ளார்.

இரண்டாம் அஸுநாசிர்பாலின் (Ashurnasirpal II) கல்வெட்டு ஒன்று எவ்வாறு கப்பமாக, வேட்டைகள் மூலமாக யானைகள் புழங்கின என்பதைக் காட்டுகிறது. இவர் மத்திய தரைக்கடல் நாடுகளை நோக்கி ராணுவப் பயணம் மேற்கொண்டபோது அப்பகுதிகளில் வாழ்ந்த மக்களிடம் காணிக்கைகளாக வெள்ளி, தங்கம், துணி, கடல் வாழினங்களின் தந்தங்கள், குரங்குகள் முதலியவற்றைப் பெற்று அவரது தலைநகரான காலாவுக்குக் (Calah) கொண்டுவந்து மக்களுக்குக் காட்சிப்படுத்தியுள்ளார். இவர் 15 சிங்கங்களையும் 50 சிங்கக்குட்டிகளையும் தனது அரண்மனையில் கூண்டிலடைத்திருந்தார். மேலும் அவர் காட்டெருமை, யானை, சிங்கம், தீக்கோழி, குரங்கு, காட்டுக்கழுதை, மான், கரடி, சிறுத்தை, மற்ற சில உயிரினங்களையும் பிடித்து மக்களுக்குக் காட்சிப்படுத்தியுள்ளார். இந்த வேட்டையில் இவர் கொன்றவை 30 யானைகள், 257 காட்டெருமைகள், 370 சிங்கங்கள்.

ஒரு பேரரசரின் ஆளுகைக்குள் அடங்கிய தொலைவான நாடுகளிலுள்ள மன்னர்கள், ஆளுநர்கள் யானைகள் உள்ளிட்ட உயிரினங்களைக் கப்பமாகத் தந்தார்கள். எடுத்துக் காட்டாக, சல்மநீசர் சொல்கிறார்: "இரட்டைத்திமில் ஒட்டகங்கள், ஒரு காட்டெருமை, ஒரு காண்டாமிருகம், ஒரு இரலை, பெட்டை யானைகள், பெண் குரங்கு முதலியவற்றை எகிப்திலிருந்து காணிக்கையாகப் பெற்றேன்." பிரிட்டிஷ் அருங் காட்சியகத்திலுள்ள புகழ்பெற்ற கறுப்புச் சதுர ஸ்தூபியில் (Black obelisk) இந்தப் பதிவு பொறிக்கப்பட்டுள்ளது. விருதாகப் (பரிசாக) பெற்றவைகளைக் காட்டும் புடைப்புச் சிற்பங்களும்

படம் 2.2. எகிப்தில் ஒரு கல்லறையில் யானை சித்தரிப்பு

இந்த ஸ்தூபியில் பொறிக்கப்பட்டுள்ளன. ஒன்றில் யானைகள், வாலில்லாக் குரங்குகள் காட்சியளிக்கின்றன. அஸுநாசிர்பாலின் மற்றுமொரு பதிவு ஐந்து யானைகளை அவர் காணிக்கையாக சிகி (Suhi), லுப்டா (Lubda) ஆளுநர்களிடமிருந்து பெற்றதாகச் சொல்கிறது.

இந்த மன்னர்களுக்குப் பிறகு உருவான பதிவுகளில் யானைவேட்டை நடந்ததாகத் எந்த குறிப்பும் இல்லை. இதிலிருந்து அசிரிய யானைகள் அற்றுப்போய்விட்டதாகத் தெரிகிறது. எனினும் போர்யானைகள் குறித்த செய்திகளை வரிவடிவ எழுத்துப் பதிவில் காணலாம். ஆனால் அது அலெக்ஸாண்டருக்குப் பின் வந்த மன்னர்களின் காலம். இவர்கள் யானைகளையும் அவற்றைப் பயிற்றுவிக்கும் முறையையும் (இந்திய) மௌரியர்களிடமிருந்து பெற்றுள்ளனர். கி.மு. 273 சார்ந்த சில வரிவடிவ எழுத்துப் பதிவுகள் மூலம் "பாக்ட்ரிய சிற்றரசர், மன்னருக்கு 20 யானைகளை அனுப்பினார்" என்பதையும் கி.மு. 149இல் மன்னர் டிமெட்ரியஸின் படை 25 யானைகளை உள்ளடக்கியது என்பது பற்றியும் அறிகிறோம்.

மெசபடோமியா

அசிரியாவுக்குப் பக்கத்திலுள்ள மெசபடோமியாவில் உர் (Ur) நகரத்தில் யானையின் சுடுமண் சிற்பம் ஒன்று 'யானைச் சவாரி செய்யும் மனிதன்' என்கிற தலைப்புடன் கண்டறியப்பட்டதாக லியோநார்ட் உல்லி (Leonard Woolley) மேக்ஸ் மல்லோவன் (Max Mallowan) ஆகியோரின் கள அறிக்கை கூறுகிறது. இது மிகப் பழங்காலத்தில் (கி.மு. 2000 பழைய நாகரிக காலத்தில்) பழக்கிய யானைகளில் சவாரி செய்ததற்கான ஒரே ஆதாரம்.

பென்சில்வேனியப் பல்கலைக்கழக அருங்காட்சியகத்தில் இந்தச் சிற்பம் உள்ளது. இது மெசபடோமியாவுக்கும் இந்தியாவுக்கும் இருந்த வர்த்தக உறவின் பாதிப்பைக் காட்டுகிறது என்று ஓர் அறிக்கை கூறுகிறது. இருந்தபோதிலும் இச்சிற்பத்தின் சித்தரிப்பு சரியாக இல்லை.

யானைச் சவாரி செய்பவரின் நிலை, சவாரிக்கு ஏற்றாற்போலில்லை. அம்பாரியை வைப்பதற்கு இன்று இந்தியாவில் பயன்படுத்துவது போன்ற அகலமான பின்னப்பட்ட பட்டை ஒன்று யானையைச் சுற்றிக் கட்டப்பட்டுள்ளது. சவாரி செய்பவர் யானையின் தலை மீதோ அல்லது முதுகின் மேலோ உட்காரவில்லை. யானையின் விலாப் பகுதியில் அவரது வலது முழங்கால், பட்டைக்குக் கீழே உள்ளவாறு சவாரிசெய்ய முடியாத நிலையில் சித்தரிக்கப்பட்டுள்ளது. "யானைகளைப் பற்றியோ,

படம் 2.3.

அவற்றின் மீது சவாரி செய்வது பற்றியோ அறிந்திராத ஒரு சிற்பிதான் இதைச் செய்திருக்க வேண்டும்" என நிபுணர் ஒருவர் கூறுகிறார். எனினும், அந்தச் சிற்பம் அந்த நாளில் ஒரு யானைச் சவாரியைக் காட்சிப்படுத்துவதாக அவர் நம்புகிறார். இந்த அனுமானங்கள் உறுதிசெய்யப்பட்டிருந்தால் நன்றாக இருந்திருக்கும். ஏனெனில் நாம் இதற்கான தடயத்தைத்தான் தேடிக்கொண்டிருக்கிறோம்.

தனித்தன்மை வாய்ந்த இந்தச் சிற்பத்தை அவ்வளவு எளிதில் புரிந்துகொள்ளவோ, விளக்கவோ முடியாது. குறிப்பாக நடைமுறையில் செயல்படுத்த முடியாததுமான பெரிய உருவம் கொண்ட யானையின் அசைவுகளைக் கட்டுக்குள் வைத்து சவாரி செய்வதை ஒரு சிற்பத்தில் வடிக்க முடியாது. இதை எப்படி விளக்குவது என்பதையும் இது எதற்கான ஆதாரம் என்பதையும் ஒருவராலும் புரிந்துகொள்ள முடியாது. இது கூடியமட்டில் சிந்து சமவெளி நாகரிகத்தில் யானை சவாரியை ஓரளவுக்குப் பிரதிபலிக்கிறது எனலாம். இந்தக் காலகட்டத்தில் இந்தியர்கள், மெசபடோமியாவுடன் வாணிபம் செய்தது நன்கு நிறுவப்பட்டுள்ளது. எனில், சிந்து நாகரிகத்திலிருந்து இதற்கான ஆதாரம் தேவைப்படுகிறது. ஆனால் அந்த ஆதாரங்களை அங்கிருந்து நாம் பெற முடியாது என்பதைப் பார்க்கலாம்.

சீனா

சீனாவில் எழுதத் தொடங்கிய காலத்திலேயே, குறி சொல்லப் பயன்படும் எலும்புகளிலிலும் (எருதுகளின் தோள்பட்டை எலும்புகள் அல்லது ஆமை ஓடுகள்), கல்வெட்டுகளிலிலும் யானையைக் குறிக்கும் சொல்லான Xiang பொறிக்கப்பட்டுள்ளது (படம் 2.4). இந்த எலும்புகளின் மேற்பரப்பு, வெடிப்புகள் தோன்றும்வரை சூட்டுக்கோலால் சூடாக்கப்படும். வெடிப்புகளில் தோன்றும் வடிவங்களை வைத்துக் குறி சொல்பவர், அவரிடம் கேட்கப்படும் கேள்விகளுக்குப் பதில்களைக் கண்டறிவார். கேள்விகள் அந்த எலும்பின் மேல் எழுதப்பட்டிருக்கும். கி.மு. 1400 வாக்கில் ஷான் பேரரசின் தலைநகர் அன்யாங்கில் யானையின் தாடை எலும்பு ஒன்று கண்டறியப்பட்டது. இத்துடன் எழுதப்பட்ட குறி சொல்லப் பயன்படும் எலும்புகளும் வெண்கல ஆயுதங்களும் கிடைத்தன. இதிலிருந்து நாகரிகம் தொடங்கிய காலம் முதலே, சீனர்களின் கற்பனையில் யானைகள் முக்கிய அங்கம் வகித்தன என்று நாம் அறிகிறோம்.

புராணங்களில் வரும் பேரரசர் ஷுன் (Shun) பற்றி சுவாரசியமான கதை ஒன்று உண்டு. எளிமைக்கும் தன்னடக்கத்துக்கும் பெயர்பெற்ற இவர், சிறுவனாக இருந்தபோது தனது குடும்பப் பண்ணையில் கடுமையாக உழைத்திருக்கிறார். பெற்றோராலும் அண்ணனாலும் மோசமாக நடத்தப்பட்டாலும் ஒரு நல்ல மகனாகப் பாசத்துடன் நடந்துகொண்டார். அவரது இந்த நற்பண்பால் யானைகள் அவரது வயல்களை உழுதன. பறவைகள் தானியங்களிலிருந்து தூசுகளை அகற்றின. அவரது எளிமை எதிரிகளையும் நண்பர்களாக்கியது என்று அறிகிறோம்.

முந்தைய இயலில் வென் ஹுயுன்ரன் ஆய்வைச் சீன வரலாற்றில் யானைகள் இடம் பெற்றிருந்ததற்கு ஆதாரமாகக் குறிப்பிட்டிருந்தேன். இங்கே கி.மு. 500க்கு முன்னதான காலத்தில் யானைகளைப் பிடித்து வளர்ப்பது பற்றி வென்னின் ஆய்வில் உள்ள சில கூறுகளைப் பார்க்கலாம்.

ஷான் காலத்தில் (கி.மு. 1600–1046) மனிதர்–யானை தொடர்பான இரு நூல்கள் நமக்குச் சான்றாக உள்ளன. ஆனால், இவை மிகவும் பிற்பட்ட காலத்தைப் பற்றியே பேசுகின்றன. எந்தக் காலத்தைப் பற்றிப் பேச வேண்டுமோ அதைப் பேசவில்லை.

இவற்றுள் முதல் நூலில் செங் (Cheng) மன்னரால் வெல்லப்பட்ட பிறகு, ஷானின் (Shang) எஞ்சிய வீரர்கள், யானைகளைப் பயிற்றுவித்துக் கிழக்கு யி (Eastern Yi) என்னும் இன மக்களைத் துன்புறுத்தியது விளக்கப்பட்டுள்ளது. சோவ்

படம் 2.4. சீனாவில் யானை சித்தரிப்புகள்

பிரபு (Duke of Zhou) இம்மக்களை யாங்சி (Yangzi) நதியின் தெற்குப் பகுதிக்குத் துரத்தி, இந்த வெற்றியைக் கொண்டாட, மூன்று யானைகள் என்கிற பாடலை இயற்றியுள்ளார். இந்த

ஆதாரம் மிகவும் பிற்பட்ட காலமான கின் (Qin) காலத்தைச் சேர்ந்தது.

படையில் யானைகள் ஈடுபடுத்தப்பட்டது தெரிந்தாலும் அவை எவ்வாறு பயன்படுத்தப்பட்டன என்பது சொல்லப் படவில்லை. மூன்று யானைகள் மட்டுமே இருந்ததாகத் தெரிகிறது. ஷான் (Shang) காலத்தின் மரபு இது என்றாலும், சீனாவில் யானைகளைப் படைகளில் பயன்படுத்துவது தோல்வியில் முடிந்தது. ஏனெனில் பயிற்சி பெற்ற யானைகளைப் போரில் ஈடுபடுத்துவது சீனப் படையின் வழக்கமாக இல்லை.

இரண்டாவதாக, தத்துவ ஞானி மென்சியஸ் (கி.மு. 372–289) தன்னுடைய நூலில் இதே போன்ற கருத்தைக் கூறுகிறார். சோவ் பிரபு, வூ (Wu)என்னும் மன்னருக்குப் பல சேவைகள் செய்துள்ளார். அவற்றுள் "அவர் புலி, சிறுத்தை, காண்டாமிருகம், யானை முதலிய காட்டுயிர்களை வேட்டையாடி அவற்றை விரட்டினார். சொர்க்கத்தின் கீழே ஒரே மகிழ்ச்சி." காட்டுயிர்களை ஒழித்து, நிலத்தை வாழ்வதற்கும் வேளாண்மைக்கும் பயன்படுத்திக்கொள்ள மன்னர் உதவினார்.

இன்னொரு சிறு ஆதாரம் கி.மு. 506 ஆண்டு போர் பற்றியது. அந்தப் போரில், சு (Chu) முடியரசை வூவின் படை தாக்கித் தோற்கடித்தது. சுவின் படைகள் அவர்கள் தலைநகரை முற்றுகையிட்டு யானைகளின் வாலில் எரியும் தீப்பந்தங்களைக் கட்டி எதிரிகளை நோக்கி விரட்டியடித்துள்ளனர். ஆனால் இந்த உத்தி வெற்றி பெறவில்லை. இது வழக்கத்துக்கு மாறான, நம்பிக்கையிழந்த நிலையில் எடுக்கப்பட்ட கடைசி முயற்சி என்பது தெரிகிறது. மேலும் தாக்குதலைக் கவனித்த சுன் சூவுக்கு (Sun Tzu) இது பிடிக்கவில்லை. ஏனெனில் போர்க்கலை தொடர்பான அவரது புகழ்பெற்ற நூலில் யானைகள் இடம் பெற்றிருக்கவில்லை. ஆனாலும், நகரில் யானைகளை ஏதோவொரு காரணத்துக்காகப் பிடித்து வைத்திருக்கும் பழக்கம் சுவின் நாட்டில் இருந்தது தெரிகிறது.

இந்த இரு நிகழ்வுகளின் மூலம் யானைகளைப் பிடித்துப் போருக்குப் பயன்படுத்தியிருப்பது தெரிகிறது. இது உண்மையென்றால் இவை சோதனை முயற்சிகள்தானே ஒழிய தொடர்ந்து நீடிக்கவில்லை. சீன மன்னர்கள் காட்சிப் படுத்துவதற்கும் தந்தத்திற்கும் மட்டுமே யானைகளைப் பயன்படுத்திவிட்டு, காடுகளைத் திருத்தி வேளாண்மைக்கு உகந்ததாக மாற்றியமைத்துக்கொண்டார்கள். யானைகளைப்

போரில் ஈடுபடுத்தவில்லை. மேலும் இந்தியப் போர்யானைகளின் கிழக்கு நோக்கிய பரவலை அவர்கள் வரவேற்கவில்லை.

சிந்து சமவெளி நாகரிகம்

கடைசியாகச் சிந்து சமவெளி நாகரிகத்தைப் (கி.மு. 2500–1900) பார்ப்போம். போர்யானைகள் வேத காலத்துக்குப் பிந்தைய நாட்களில் தோன்றியதைப் புரிந்துகொள்ள இது முக்கியமானது. ஏனெனில் சிந்து சமவெளி நாகரிகம் வேத காலத்துக்கு முந்தியது.

சிந்து சமவெளி நாகரிகக் கால மக்கள், முதன்முதலில் யானைகளைப் பழக்கியதாகப் பல ஆராய்ச்சிக் கட்டுரைகள் கூறுகின்றன. இது தெளிவில்லாதவற்றை நம்பிக்கையுடன் ஆராய்ந்ததனால் வந்த விளைவு. இது தொடர்பாக ஒரு முடிவுக்கு வருவதை நிறுத்தி, நூல்களை மீண்டும் நன்கு ஆராய்ந்து, சிந்து சமவெளி நாகரிகக் காலத்தில் யானைகள் பிடிக்கப்பட்டிருந்தால் அவை எதற்காகப் பிடிக்கப்பட்டன என்பதை அறிவது முக்கியம்.

சித்திர முத்திரைகளில் காட்டப்பட்டவற்றைப் பார்க்கும்போது சிந்து சமவெளி மக்கள் யானைகளை நன்கு அறிந்திருந்தார்கள் என்பதில் சந்தேகமில்லை. அவர்களுடைய சிந்தனையில் யானைகள் இடம் பெற்றிருந்தன. ஐராவதம் மகாதேவனின் தொகுப்பில் உள்ள 4000 சித்திர முத்திரைகள், செப்புத் தகடுகளில் 57 யானை உருவங்கள் இடம் பெற்றுள்ளன. அவற்றில் 44 சுண்ணாம்புக் கல் முத்திரைகளில் உள்ளன. தாயத்துகளாகப் பயன்படுத்திய 13 செப்பு முத்திரைகளிலும் யானை உருவம் உண்டு. செப்புத் தகடு ஒன்றில் யானை கொம்புகளுடனும் துதிக்கையுடனும் உள்ளது. இதில் சில யானைகளின் துதிக்கைகளோடு கூடிய தொன்ம விலங்குகளின் தோற்றங்களும் உள்ளன. களிமண்ணால் ஆன யானை பொம்மைகளும் உள்ளன. யானைகளின் எலும்பு எச்சங்கள் சிலவும், மணிகளாக ஆக்கப்பட்ட தந்தங்கள், ஒரு முழுத் தந்தம் ஆகியவையும் கிடைத்துள்ளன. சிந்து சமவெளி நாகரிகத்தில் யானைகளைப் பிடித்துப் பழக்கியதை இந்த முத்திரைகள், தாயத்துகள், யானை பொம்மைகள் மூலம் அறிகிறோம். இந்த உருவங்கள் சிறிதாக இருந்தாலும் துல்லியமாய் உருவாக்கப்பட்டு இயல்பாக இருக்கின்றன.

கால்நடைகளின் உருவங்கள் பல உள்ளன. மேலும் காண்டாமிருகம் (40), புலி (21) ஆகியவையும் உண்டு. இரண்டு முத்திரைகளில் யானை, காண்டாமிருகம், புலி முதலியவை ஒன்றாகக் காட்சியளிக்கின்றன. இவற்றில் ஒன்றில், இந்த உயிரினங்களுக்கிடையே ஒரு மனிதன் யோக நிலையில்

உள்ளதுபோல் ஒரு சித்தரிப்பு இருக்கிறது. மார்ஷல் இதை சிவனின் குறியீடான பசுபதி என்கிறார். விலங்குகளின் அரசன், யோகேஸ்வரன் (யோகங்களின் தலைவர்) என்றும் சிலர் கூறியதை மார்ஷல் சுட்டிக்காட்டுகிறார். சமஸ்கிருதத்தில் பசு என்பது வளர்ப்பு விலங்குகளைப் பொதுவாகக் குறிக்கிறது. மாறாக மிருகம் என்பது காட்டுயிர்களை, குறிப்பாக மானைக் குறிக்கிறது. இந்த முத்திரையைப் பொறுத்தவரை இதிலுள்ள மிருகங்களின் தொகுதியைக் காட்டுயிர் என்றே எடுத்துக்கொள்ள வேண்டும். யானை, காண்டாமிருகம், புலி, மான் ஆகியவை அடங்கிய ஒரு செப்புத் தகட்டில், விலங்கு வரிசையில் ஒரு யானையும் அதனுடன் காண்டாமிருகம், யூரஸ் எருது (அற்றுப்போன விலங்கு) வாயில் மீனுடன் கரியால் முதலை, ஒரு பறவை ஆகியவை உள்ளன. அங்கு யானைகளும் காண்டாமிருகங்களும் மறைந்து வெகுகாலமாகிவிட்டது. அங்கு யானை காட்டுவிலங்காகத்தான் புரிந்துகொள்ளப்பட்டது என்றறிகிறோம்.

சிந்து சமவெளி மக்களுக்கு அப்பகுதியிலேயே பழக்கப்படுத்தப் போதுமான காட்டுயிர்கள் இருந்தன. இவற்றுள் திமிலுள்ள மாடுகள் (Zebu), திமில் இல்லாத கால்நடைகள், எருமை, ஆடு ஆகியவை அடங்கும். எனவே அவர்கள் விலங்குகளைக் கையாள்வதில் திறமை பெற்றிருந்தனர் என்று அறிய முடிகிறது. யானைகள் அவர்களுக்கு அருகிலேயே இருந்தன. பழக்கப்படுத்துதல் நிகழ்ந்தது என்பதற்கு ஆதரவான கருத்துகள் சில முத்திரைகளில் சித்தரிக்கப்பட்டவற்றில் அடங்கியிருக்கின்றன. (1) சில முத்திரைகளில் யானைக்கு முன் தீனித்தொட்டி உள்ளது, (2) சேணம் அல்லது மேல்விரிப்பு, (3) சுடுமண் யானை உருவின் மேல் உள்ள அலங்கார ஓவியம் போன்றவை ஆகும்.

தீனித்தொட்டியைப் பொறுத்தவரையில் மார்ஷல் அதற்கும் காட்டு விலங்குகளுக்கும் உள்ள தொடர்பைச் சுட்டிக்காட்டுகிறார். பெரும்பாலும் அவற்றுடன் இருப்பது காட்டெருமை, காண்டாமிருகம், புலி. எனவே தீனித் தொட்டிகளுக்கும் வளர்ப்பு மிருகங்களுக்கும் இங்கே தொடர்பு ஏதுமில்லை. எருமைகளும் யானைகளும் சில நேரங்களில் தீனித்தொட்டி இல்லாமலும் காட்டப்படுகின்றன. தீனித்தொட்டிகள் வழிபாட்டுக்குரிய விலங்குகளுக்கு உணவு படைத்தலைச் சித்தரிப்பதாக அவர் எண்ணுகிறார். அப்படியும் இருக்கலாம். ஆனால், அசிரியாவிலும் எகிப்திலும் உள்ளதுபோல், மற்ற காட்டு விலங்குகள் முன்னால் தீனித்தொட்டிகள் இருப்பது, பிடித்துவைக்கப்பட்ட விலங்குகளைச் சித்தரிப்பதாகக்கூட இருக்கலாம். ஏற்கெனவே நாம் பார்த்தது போல் எகிப்து,

அசிரியாவில் பிடித்துவைக்கப்பட்ட யானைகள் இளவயது யானைகள் எனக் கருதலாம். எகிப்து, அசிரியா, சிந்து சமவெளி நாகரிகம் அனைத்திலும் கிடைத்த ஆதாரங்களை ஆராய்ந்ததில் இளம் யானைகளை மற்ற விலங்குகளுடன் பிடித்து வைப்பதற்கு உயிர்க்காட்சிசாலை உருவாக்கப்பட்டது எனலாம். இது போர்யானைகள் வருவதற்கு முன்னர் ஏற்படுத்தப்பட்டது எனத் தெரிகிறது.

சேணம் முதலியன யானைகளைப் பிடித்ததற்கும் காட்சிப்படுத்துவதற்கும் பயன்பட்டதல்லாமல் சவாரி செய்ததற்கும் ஆதாரங்களாக இருக்கின்றன. சில முத்திரைகளில் யானையின் தோள் பகுதியில் செங்குத்துக் கோடு ஒன்றைப் பார்க்கிறோம். இந்தக் கோடு, முதுகுப் பக்கத்திலிருந்து முன்னங்கால்களுக்குச் சற்றுப் பின்னால் வருகிறது. இது சேணமாக இருக்கக்கூடும். தொன்மங்களில் வருகிற கொம்பு யானையின் உருவமொன்றில் வார் ஒன்று வாலின் அடியில் கட்டப்பட்டு அது சேணத்திலோ அல்லது மேல்விரிப்பிலோ இணைக்கப்பட்டுள்ளது. ஒரு பொம்மை யானையின் உடம்பில் வடிவியல் சித்திரங்கள் தீட்டப்பட்டு அது மேல்விரிப்புப் போல் தோன்றுகிறது. இந்த அனுமானங்களெல்லாம் சரிதானா என்று கூறுவது கடினம். ஆம் என்றால் சவாரியை உறுதிப்படுத்த அவை போதுமான சான்றுகள் என்று சொல்ல முடியுமா? இங்குப் பிரச்சினை என்னவென்றால், சிந்து சமவெளி நாகரிகத்தில் கிடைத்த யானைகளின் உருவத் தொகுதி எதிலும் மனிதன் யானையின் மேல் சவாரி செய்வதுபோன்ற காட்சி இல்லாததுதான்.

இறுதியாக, சிந்து சமவெளி நாகரிகத்தின் கைவினைப் பொருட்கள் பற்றி நன்கு அறிந்த தொல்லியலாளர் மார்க் கெனோயர் (Mark Kenoyer) சுடுமண்ணால் ஆன யானைத் தலையின்பால் நமது கவனத்தைத் திருப்புகிறார். அதன் காதுகள் மீது சிவப்பு வெள்ளை அலங்கார ஓவியம் ஒன்று உள்ளது. பழக்கப்படுத்திய யானைகள் மீது இந்தியாவில் பண்டைக் காலத்திலும், தற்காலத்திலும் அலங்கார ஓவியம் வரையும் பழக்கத்தை கெனோயர் சுட்டிக்காட்டுகிறார். அவரது கருத்து நம்பக்கூடியது. ஏனெனில் பழக்கப்படுத்தப்படாத யானை மீது ஓவியம் வரைய முடியாது. இந்தச் சுடுமண் பொம்மையை நாம் மெக்கே (Mackay) குறிப்பிடும் *(1943)* பொம்மை யானையுடன் சேர்த்துப் பார்க்கலாம். இரண்டுமே ஓவியம் தீட்டப்பட்டவை. இவையெல்லாம் உயிருள்ள யானைகள் மீது ஓவியம் தீட்டப்பட்டதற்கு ஆதாரங்களா? அவை குழந்தைகளுக்கான

விளையாட்டுப் பொருளாகவோ அல்லது வழிபாட்டுக்குரிய புராண கால உயிரினமாகவோ இருந்தால் நம் முடிவு வேறு விதமாக இருக்கும்.

முந்தைய நாகரிகக் காலங்களில் யானைகளைப் பழக்கி வைத்திருந்ததற்கான ஆதாரங்களின் சுருக்கம் இதுதான். எகிப்திலும் அசிரியாவிலும் யானைகளைப் பிடித்ததற்கும் காட்சிப்படுத்தியதற்கும் உள்ள ஆதாரங்கள் உறுதியானவை. சிந்து சமவெளி நாகரிகத்திலும் யானைகளைப் பழக்கியிருந்ததைக் காணலாம். ஆனால், யானையின் மேல் சவாரி செய்ததற்கு ஆதாரம் எதுவுமே இல்லை. பிற்காலங்களில் தொடர்ச்சியாகக் காட்சிப்படுத்தப்பட்ட யானை உருவங்களில் இடம் பெற்ற மாவுத்தனும் அங்குசமும் முந்திய உருவங்களில் இடம் பெறவில்லை. சுகுமார் சொல்வதுபோல், "யானை உருவங்கள் எதிலும் சவாரி செய்பவர் இல்லை. யானைகளைப் பழக்கப்படுத்தி அவற்றை மனிதர்கள் தங்கள் வேலைக்காகப் பயன்படுத்தியிருந்தால் நிச்சயம் அது உருவங்களில் இடம் பெற்றிருக்கும்." ஆசியாவின் பண்டைய மன்னராட்சிகளின் எழுத்து, காட்சி வடிவ ஆதாரங்களைப் பொறுத்தவரை இது பொதுவான உண்மை. ஒரே ஒரு விதிவிலக்கு என்னவென்றால் மனிதன் ஒருவன் யானையின் மேல் இருக்கும் மெசபடோமியாவின் சுடுமண் பொம்மை. பண்டைய காலத்தில் யானைச் சவாரி இருந்தது என்பது இன்னமும் உறுதி செய்யப்படவில்லை என்று எடுத்துக்கொண்டால், லெக்ரைன் (Legrain) கருதுவதுபோல், இந்த பொம்மை இந்தியாவிலிருந்து பெறப்பட்ட தகவல் அடிப்படையில், விவரம் அறியாத மெசபடோமியக் கலைஞர் ஒருவர் படைத்ததாக இருக்கலாம்.

யானையின் கழுத்து மீது அமர்ந்து சவாரி செய்வதுபோன்ற சித்தரிப்பு எதுவும் இல்லை. சிந்து சமவெளி மக்கள் யானைகளைப் பிடித்துக் காட்சிப்படுத்தினார்கள் என்ற நியாயமான முடிவுக்கு வரலாம். ஆனால் அவற்றில் சவாரி செய்தார்கள் என்பதற்கு எந்த ஆதாரமும் இல்லை. பண்டைய ஆசியாவில் யானைகள் மன்னர்களின் விழாக்களில் கவனத்தை ஈர்க்கிற வகையில் இடம்பெற்றுள்ளன என்றாலும், சிந்து சமவெளி மக்களோ அல்லது அதன் சமகால நாகரிகத்திலோ யானைகளைப் பிடித்துப் போருக்காகப் பயிற்சி அளிக்கவில்லை.

போர்யானையின் தோற்றம்

சமஸ்கிருத மொழியில் எழுதப்பட்ட ரிக் வேதத்தில் (கி.மு. 1400) நுகத்தடியில் பூட்டப்பட்ட இரு குதிரைகள் இழுக்கும் ரதங்களில் படை வீரர்கள் சவாரி செய்துள்ளது குறிப்பிடப்படுகிறது. மற்ற போர் வீரர்கள், குதிரையின் மீதோ

அல்லது நடந்தோ ரத வீரர்களோடு சென்றுள்ளனர். இவர்கள் ரதவீர்களைவிடப் படிநிலையில் கீழானவர்கள். அனைத்துக் கடவுளர்களும் ரதங்களில் சவாரி செய்திருப்பதாக ரிக் வேதப் பாடல்கள் விவரிக்கின்றன. அந்தப் பாடல்களில் மன்னர்கள் ரதங்களையும் குதிரைகளையும் மற்ற பொருட்களோடு, சமய குருக்களுக்குக் காணிக்கையாக அளித்ததாகச் சொல்கின்றன. கடவுளர் தேர்களில் ஏறி வந்து மனிதர் அளிக்கும் விருந்தில் கலந்துகொள்ளும்படி கேட்டுக் கொண்டு கவிதைகளை இயற்றிய புலவர்களுக்குத் தேர்களும், தேர்களில் பூட்டக் குதிரைகளும் கொடுக்கப்பட்டன.

இந்தப் போர் வழக்கம் எங்கிருந்து வந்தது? இதற்கும் சிந்து சமவெளி நாகரிகத்துக்கும் என்ன தொடர்பு? சில அறிஞர்கள் ரிக் வேத காலத்தின் ஆரியர்களும், சிந்து சமவெளி நாகரிக மக்களும் ஒன்று எனக் கருதுகிறார்கள். ஆனால், பிரச்சினை என்னவென்றால் சிந்து சமவெளி நாகரிகத்தில் நாம் காண்பது எருதுகளால் இழுக்கப்பட்ட, ஆரங்கள் இல்லாத சக்கரங்களைக் கொண்ட வண்டிகள். ஆரங்களுடைய சக்கரங்கள் கொண்ட ரதங்களோ அல்லது குதிரைகளோ அல்ல. இந்தக் காரணத்தினால் பெரும்பாலான அறிஞர்கள், ஆரியர்கள் கி.மு. 1400 வாக்கில் வடமேற்கிலிருந்து தங்களுடைய மொழிரீதியான சகோதரர்களிடமிருந்து (இரானியர்கள்) பிரிந்து வந்தவர்கள் என்று எண்ணுகிறார்கள். இவர்களும் ரதப் போர் வீரர்கள். சமீப பத்தாண்டுகளில் தொல்லியலாளர்கள் தெற்கு ரஷ்யாவிலுள்ள புல்வெளிப் பிரதேசங்களில் ரதங்களைப் பயன்படுத்திய மக்களைக் கண்டுள்ளனர். இம்மக்கள் இந்திய–ஈரானிய மொழி பேசும் மரபுப் பண்பாட்டுடன் ஒத்துப்போவதாக மொழியியலாளர்கள் கூறுகிறார்கள். இந்திய–ஈரானிய மொழியிடமிருந்து சமஸ்கிருதம், மற்றும் ஈரானின் மொழிகள் பிறக்கின்றன.

ஆரியர்கள் குதிரைகள், ரதங்கள் நிறைந்த இடத்திலிருந்து, வடக்கிலிருந்து, இந்தியாவுக்குள் வந்தவர்கள் என்பதை இந்த ஆதாரங்கள் காட்டுகின்றன. அந்த இடம் யானைகள் இல்லாத இடம். இந்தியாவோ யானைகளும் காடுகளும் நிறைந்த பிரதேசம். இங்கே குதிரைகளை இறக்குமதி செய்ய வேண்டியிருந்தது. மேலும் குதிரைகளை அடிப்படையாகக் கொண்ட போர் முறைக்கு அதிக முயற்சியும் செலவும் தேவைப்பட்டன.

யானை ஒரு கையுள்ள, அதாவது தும்பிக்கை உள்ள, காட்டு விலங்கு என ரிக் வேதத்தில் குறிப்பிடப்பட்டுள்ளது. இதிலிருந்து வேத கால ஆரியர்களுக்கு யானை ஒரு புதுமையான மிருகமாக இருந்துள்ளது எனத் தெரிகிறது.

அந்தக் காலத்தில் இதனைக் குறிப்பிட அவர்களுக்குச் சொல் எதுவும் இல்லையாதலால் ஹாஸ்தின் (Hastin) என்று பெயரிட்டு அழைத்தனர் (அதாவது கையுள்ள விலங்கு). இந்தச் சொல் இந்தி மொழியில் யானையைக் குறிக்கும், ஹாத்தி (Hathi) என்ற சொல்லாக மருவி இன்றும் வழங்கிவருகிறது. சிந்து சமவெளி முத்திரைகளிலும், செப்புத் தகடுகளிலும், பிற்கால சமஸ்கிருத நூல்களிலும் குறிப்பிட்டிருப்பதுபோல், ரிக் வேதத்திலும் யானை காட்டுவிலங்காகக் காட்டப்பட்டுள்ளது. இவை யானைகள் பழக்கப்படுத்தப்படவில்லை என்பதற்கான ஆதாரம் அல்ல.

வேத காலத்தில் யானைகள் பிடிக்கப்பட்டுப் பயிற்றுவிக்கப் பட்டன என்ற கூற்றுக்கு எதிரான வாதம் என்னவென்றால், வேத கால மக்களும் கடவுளரும் போர்யானைகளைப் பயன் படுத்தியதில்லை என்பதும் அவர்கள் யானைகளில் சவாரிகூடச் செய்ததில்லை என்பதும்தான். இதனை நாம் போர், சண்டையிடும் முறைகள் பற்றிய விளக்கங்களிலிருந்து அறியலாம். படையில் ரதங்களும், தரைப்படை வீரர்களும், ஒரு சில குதிரை வீரர்களும் இருந்தனர். ஆனால், யானைகள் இல்லை. போர்யானை என்பது, வேத காலத்திற்குப் பின்னர் தோன்றியது.

வேத காலத்தின் பிற்பகுதியில்தான் போர்யானை தோன்றியது என்பதற்கான ஆதாரங்கள் உள்ளன. முதலாவதாக, வேத காலக் கடவுளர்கள் அனைவரும் ரதங்களில் சவாரி செய்தார்கள். பிற்காலத்தில்தான் இந்தியக் கடவுளர்கள் தங்களுக்கே உரிய விலங்குகளைக் கொண்ட ரதங்களில் வலம் வந்தனர். தேவர்களின் மன்னனான இந்திரன் தேரில் பவனி வந்ததுதான் இந்தக் கருத்தின் முன்னோடி. பின்னர் வந்த நூல்களில் இவர் தேவலோக யானையான ஐராவதத்தின் மேல் பவனி வந்துள்ளார். இரண்டாவதாக ரிக் வேதத்தில் மன்னர்களின் பரிசுப் பொருட்களில் யானை இடம் பெறவேயில்லை. ஆனால், பின்னர் வந்த வேத நூல்களில் இவை இடம் பெற்றுள்ளன. அவை உயர்ந்த பரிசுப் பொருட்களாகவும் கருதப்பட்டன.

முதலாவது கருத்து ரிக் வேதப் பாசுரங்கள் எல்லாம் கடவுளரைப் பெருமை மிக்க விருந்தினர்களாய்ப் பலிகொடுத்து அழைப்பு விடுக்கின்றன. கவிஞன் ஒருவன் தன் பாடல் ஒன்றில் இந்திரனை விளித்து, ரதத்தில் குதிரைகளைப் பூட்டி விருந்துக்கு வருமாறு அழைக்கின்றான். அந்த விருந்தில் போதையூட்டுகின்ற சோமபானமும் இந்திரனுக்கு விருந்தாக விலங்கு ஒன்றும் தயார்ப்படுத்தப்படுவதாகவும் பாடுகிறான். குதிரைகளை ரதத்திலிருந்து அவிழ்த்துவிட்டு வந்து, அங்கு விரிந்திருக்கும் மென்மையான புற்கள் மேல் அமர்ந்து விருந்துண்ணும்படியும் பாடுகிறான். இதுபோன்ற அழைப்புகள் நிரம்பிய பெரும்பாலான

பாடல்களில் ரிக் வேத காலக் கடவுளர் ரதங்களைத்தான் பயன்படுத்தியுள்ளனர். யானைகளை அல்ல.

பிற்காலத்தில் தோன்றிய இந்தியக் கடவுளர் ஒவ்வொருவரும் ஒரு குறிப்பட்ட விலங்கை வாகனமாகக் கொண்டனர். ரிக் வேதப் பாசுரப்படி தேவர்களின் தலைவனும் போரில் அவர்களுக்குத் தலைவனுமான இந்திரன் ரதத்தை மட்டுமே பயன்படுத்தியுள்ளான். ஆனால், பின்னால் தோன்றிய வேத நூல்களில் இந்திரன் எப்போதுமே தனது வாகனமான யானை ஐராவதத்துடன்தான் காட்டப்படுகிறான். ஆராய்ச்சியாளர் கோண்டா (Gonda) குதிரை சவாரி செய்து ரதங்களை மிகுந்த பெருமையுடன் பயன்படுத்தும் பழைய மேற்காசியா, ஐரோப்பிய நாகரிகங்களோடு இதனை இணைத்துப் பார்க்கிறார். குதிரை சவாரி செய்வதென்பது வேத காலத்தில் மட்டமாகப் பார்க்கப்பட்டது. ரத சவாரி உயர்ந்ததாகக் கருதப்பட்டது.

இரண்டாவது கருத்து மன்னர்களின் பரிசுப் பொருட்கள், விருந்து ஆகியவை தொடர்பானது. கடவுளைப் பற்றி வேதப் பாசுரங்கள் பாடும்போது சில வரிகள் மன்னரையும் புகழ்ந்து பாடுவதுண்டு. இது மன்னர் தனக்குக் காட்டிய தாராளக் குணத்தைப் புகழ்ந்து கவிஞன் பாடுவது. இது தனஸ்துதி அதாவது பரிசுக்கான புகழ்ச்சி எனப்படும். இதற்கான பரிசுகள் பெரும்பாலும் கால்நடை, பொன்னாலான பரிசுகள், அடிமைகள், குதிரை, ரதங்கள் முதலியவை. ரிக் வேதத்தில் இருந்த தனஸ்துதிகளில் யானைகள் கிடையாது. ஆனால், பின்னர் வந்த வேத நூல்களில், மன்னர்கள் யானைகளைப் பரிசாகக் கவிஞர்களுக்குக் கொடுப்பதும் அல்லது குருக்களுக்கும் மன்னரின் விருந்துகளில் பங்குபெறுவோர்க்கும் ஊதியமாக யானையைக் கொடுப்பதும் இடம் பெற்றுள்ளது. பிற்கால வேத நூல்கள் ஒன்றில் மதிப்புமிக்க பரிசை அங்க தேச மன்னன் சமய குரு ஒருவருக்கு வழங்குவதாகக் கொண்டாடுகிறது. இந்தப் பரிசு 20,00,000 பசுக்கள், 88,000 குதிரைகள், 10,000 அடிமைப் பெண்கள், 10,000 யானைகள் அடங்கியது. கிழக்கிந்தியாவிலுள்ள ஒரு தேசம்தான் அங்க தேசம். இங்கு யானைகள் அதிகம். அதே வேத நூலில் பரத தௌசாந்தி என்னும் மன்னரின் வேறொரு பரிசு நீளமான தந்தங்களுள்ள கருத்த மிருகங்கள் 107,000 என்று கூறப்பட்டுள்ளது. இது யானைகளைக் குறிக்கும் கவித்துவமான வர்ணனை. பழைய தனஸ்துதிகளில் யானைகள் குறிப்பிடப்படவேயில்லை. ஆனால், பின்னர் வந்த வேத கால இதிகாசங்களிலும் பரிசைப் பொறுத்தவரை யானைகள்தான் உச்சத்திலுள்ளன. இந்த நிலை, போர்யானை கண்டுபிடிக்கப்பட்டுப் போர்க்களத்தில் ரதங்கள் இருந்த இடத்தைப் பிடிப்பதுவரை தொடர்கிறது.

யார் முதலில் யானைகளைப் பிடித்துப் பயிற்றுவித்தனர் என்று தெரியாதோ அது போலவே, யார் அதை முதலில் போர்க் களத்திற்குப் பழக்கப்படுத்தியவர் என்பதும் நமக்குத் தெரியாது. போர்யானைகள் கண்டுபிடிக்கப்பட்டது கால்நடை, ஆடுகள் என மற்ற எல்லாவற்றையும்விடக் குதிரைகளைப் பழக்கப்படுத்தியதற்குப் பின்னர்தான். இவற்றைப் பழக்கப்படுத்தியவர்கள் குதிரைகளைக் கையாள்வதில் திறமை பெற்றவர்கள். யானைகளைப் போருக்குப் பயன்படுத்தியதற்கு முன்பு, ஆயிரக்கணக்கான ஆண்டுகளாக ரதங்களில் குதிரைகளைப் பயன்படுத்துவது வழக்கத்திலிருந்தது. மேலும் யானைகளைப் பிடித்துக் காட்சிப்படுத்துதல் என்று முன்பிருந்த வழக்கமான மன்னர்களுக்கு யானைகளின் மதிப்பை விளக்கிக்காட்டியது.

போர்யானையும் பழங்குடியினரும்

போர்யானை தோன்றியது நீண்ட கதை. ஆரியர்கள் என்று தங்களைக் குறிப்பிட்டுக்கொண்டவர்கள் குதிரைகள் உள்ள இடத்திலிருந்து, யானைகள் நிறைந்த பகுதிக்கு மேற்கொண்ட பயணம் இது. அதாவது மத்திய ஆசியாவின் புல்வெளிப் பகுதிகளிலிருந்து வடஇந்திய கங்கைப் பள்ளத்தாக்கின் மழைக்காடுகளை நோக்கிய பயணம்.

மகாபாரதத்திலுள்ள போர் விவரிப்புகளில் யானைகளில் சவாரி செய்த வீரர்களின் பெயர்கள் குறிப்பிடப்படவில்லை. ஆனால் ரத வீரர்களின் பெயர்கள் குறிப்பிடப்பட்டுள்ளன. இருப்பினும் வெகு சில இடங்களில் யானைப் போர் வீரர்களின் பெயர்கள் பதிவு செய்யப்பட்டுள்ளன, அவர்கள் எந்த தேசத்தவர் என்பதும், வீரர்களும் மாவுத்தர்களும் எங்கிருந்து வந்தனர் என்றும் குறிப்பிடப்பட்டுள்ளன. இதனை நாம் அலசிப்பார்த்தால், ஒன்று புலப்படும்: அதாவது அவர்கள் அனைவரும் வடகிழக்கு, மத்திய இந்தியா அல்லது தெற்கிலிருந்து வந்தவர்கள் என்பது. சில சமயங்களில் அவர்கள் பழங்குடியினராக இருந்தனர். சில சமயங்களில் காட்டுமிராண்டிகள் அல்லது மிலேச்சர்கள் என்றும் குறிப்பிடப்பட்டனர். எட்டு யானைக் காடுகளின் பட்டியலில், பிரக்யா (Prācya), தாசர்னா (Daśārṇa), கலிங்கா (Kaliṅga) என்ற மூன்று தேசங்களின் பெயர்கள் காணப்படுகின்றன. (படம் 1.4) எட்டு யானைக் காடுகளின் கிழக்குப் பகுதியில் இங்கிருந்த காடுகள் யானைகளின் சிறந்த வாழிடங்களாகப் பெயர் பெற்றிருந்தன.

மகாபாரதத்தில் பல இடங்களில், வெகு தொலைவிலிருந்த இடங்கள் குறிப்பிடப்படுகின்றன. இவை இந்தியாவின் எல்லாப் பகுதிகளிலிருந்தும் வரவழைக்கப்பட்ட படைகளைக்

கொண்ட போர்க்காட்சியைக் காட்டுகின்றன. குதிரைகள் எல்லாமே மேற்கிலிருந்து வெகுதூரம் உள்ள இடங்களுடன் சம்பந்தப்பட்டுள்ளன. இது வரலாற்றாசிரியர் இர்ஃபான் ஹபீப் காட்டியிருக்கும் முகலாயர் காலத்திய படைக் குதிரைகளின் மேய்ச்சல் நிலப் படங்களோடு ஒத்துப்போகிறது. அயோத்தி நகரத்தின் உன்னதத்தை விவரிக்கும் ராமாயணத்தின் சில வரிகள், பழக்கப்படுத்தப்பட்ட குதிரைகள், யானைகள் இருப்பதையும் காட்சிப்படுத்துகின்றன. போர் வீரர்கள், குதிரைகள், யானைகள் அல்லது ஒட்டுமொத்த படையைப் பற்றி விளக்கும் பத்தி வருமாறு:

> "குகை ஒன்றில் சிங்கங்கள் நிறைந்திருப்பது போல் அயோத்தி நகரம் திறமையும் உறுதியும் மிக்க போர்க்கலையில் முழுமை பெற்றவர்களால் நிறைந்துள்ளது. பாலிகா, வனயு, காம்போஜம், சிந்து நதிப் பகுதிகளில் வளர்த்தெடுக்கப்பட்ட உயரிய குதிரைகளால் அயோத்தி நிறைந்துள்ளது. விந்திய இமாலய மலைகளில் பிறந்த சக்தி வாய்ந்த மலைகளைப் போன்ற மதங்கொண்ட யானைகளும் நிறைந்துள்ளன. அயோத்தி நகரம் எப்போதுமே மலைகளைப் போல் தோற்றமளிக்கும் மதங்கொண்ட யானைகளால் நிரம்பியிருக்கும். இந்த யானைகள் யாவும் அஞ்சனா, வாமனா என்னும் விண்ணுலக யானைகளின் வழிவந்த பத்ரமந்தரா, பத்ரமிர்கா, மிர்கமந்த்ரா ஆகிய இனங்கள்."

யானைகள் வடக்கில் இமயமலையிலிருந்தும் தெற்கில் விந்திய மலையிலிருந்தும் வந்தன. குதிரைகள் மத்திய ஆசியாவின் சிந்து, பாக்ட்ரியா, ஈரான், வடமேற்கில் காம்போஜம் பகுதிகளோடு தொடர்புடையவை. எனவே அரிதான குதிரைகள், யானைகளை வைத்திருப்பதன் மூலம் ராமரது தலைநகரத்தின் குறையில்லாத நிலையை அறிய முடிகிறது. இவையெல்லாம் வெவ்வேறு இடங்களிலிருந்து கொண்டுவரப்பட்டவை.

பண்டைய இந்திய அரசு, போர்யானை மூலம் காடுகளுடன் பிணைக்கப்பட்டிருந்து. அது அந்த அரசுக்குச் சொந்தமான யானைக் காடுகளில், அல்லது மேற்கண்ட பத்திகளில் குறிப்பிட்டுள்ளதுபோல் இந்திய அரசுக்குரிய வட்டத்தின் பிற எல்லைகளில், பிணைக்கப்பட்டுள்ளது. காடுகளில் மனிதரும் யானைகளும் இருந்தனர். யானைகளைப் பிடிப்பது, பயிற்றுவிப்பது, அவற்றைப் போருக்குப் பயன்படுத்துவது போன்றவற்றில் காடுகளில் வசித்த பழங்குடியினர், விற்பன்னர்கள். போர்யானை வந்த பின் தோன்றிய போர்முறையை அவர்கள் கையாள வேண்டியிருந்ததால் இந்திய அரசன் பூர்வகுடிகளுடனும் தொடர்பு வைத்துக்கொள்ள வேண்டியிருந்தது.

3

போர்யானைப் பயன்பாடுகளின் கட்டமைப்பு

சதுரங்கம், வாகனம், வியூகம்

ஒரு போர்யானையை உருவாக்குவதற்கு அரசர், பழங்குடிகள், காடு, காட்டானை ஆகிய யாவரும் ஒன்றிணைய வேண்டும். இதைத் தொடர்ந்து யானைகளுக்கு நெடுங்காலம் பயிற்சி அளிக்க வேண்டும். மனிதரின் பயன்பாட்டுக்காகப் போர்யானை களமிறக்கப்பட்ட பின் அது அரசின் ஓர் அங்கமாகி அரசின் கட்டமைப்பில் ஒரு கூறாக அமைகிறது. போர்யானைப் பயன்பாடுகளில் முதலாவதாக இடம் பெறுவது படை.

இந்த இயலில் நான் பழைய நூல்களில் விவாதிக்கப்பட்ட இந்தக் கட்டமைப்பிலுள்ள மூன்று பயன்களைப் பற்றி எழுதப்போகிறேன். முதலாவது படையைப் பற்றியது. படை என்பது நான்கு கால்களைக் கொண்ட விலங்கைப் போல் உருவகப்படுத்தப்பட்டுள்ளது. சதுரங்கப் படை என்பது நான்கு பிரிவுகளைக் கொண்டது. இவை போர்யானை, காலாட்படை, குதிரை, ரதங்கள் (ரத, கஜ, துரக, பதாதி), இரண்டாவதாக வாகனம். பலவிதமான வாகனங்கள் மதிப்புக்குத் தகுந்தாற்போல் பல படிநிலைகளில் இடம்பெற்றிருக்கின்றன. இதில் முதல்நிலை வகிப்பது யானை. அதாவது அரசனின் வாகனம். மற்ற வாகனங்களெல்லாம் இதற்கு அடுத்த படிநிலைகளிலேயே இடம் பெறும். மூன்றாவது பயன்பாடு மேற்சொன்ன மற்ற இரண்டைவிடத்

தொழில்நுட்பங்கள் நிறைந்தவை: படை அணிவகுப்பு அல்லது வியூகம். இந்த ஒழுங்குமுறைத் தொகுதி ஒவ்வொன்றிலும் அதாவது, போர் முகாமிலிருக்கும்போதோ, படைகளை நடத்திச் செல்லும்போதோ, போர்க்களத்திலோ யானைகள் முக்கிய இடம் பெறுகின்றன. சதுரங்கம், வாகனம், வியூகம். இந்த மூன்றும் முக்கியமான பயன்பாட்டு அமைப்பாகும். இந்தச் சூழ்நிலைகளை உருவாக்கிய பின்னர்தான் போர்யானைகளை இயங்கவைக்கிறார்கள்.

சதுரங்கம்

முழுமையான படை என்பது நான்கு கால்களைக் கொண்ட விலங்கு போன்றது என்று பார்த்தோம். அதாவது காலாட்படை, குதிரைப்படை, ரதங்கள், யானைகள் கொண்டது. இந்தக் கருத்தாக்கம் வேதகால இறுதியில் ஒரு தருணத்தில் போர்யானையின் பயன்பாடு வந்த பிறகு தோன்றியது. வேத கால ஆரம்பத்தில் காலாட்படை, குதிரைப்படை, ரதங்கள் மட்டுமே படை என்று அறியப்பட்டிருந்தன. போர்யானை சேர்க்கப்பட்டவுடன் போர் முறை வெகுவாக மாறி, மூன்று அங்கங்களானது. சதுரங்கப் படை என்ற கருத்தாக்கம் கிழக்கு நோக்கிய பயணத்தின் விளைவாகும். அதாவது, குதிரைகள் உள்ள தேசத்திலிருந்து யானைகள் இருக்கும் தேசத்துக்குப் பயணித்தது.

இதிகாசங்களில் சதுரங்கம் என்கிற கருத்தாக்கத்தைக் காண்கிறோம். ஏனெனில் இதிகாசங்களின் பின்புலம் கங்கையின் மேல்பகுதி, அந்தப் பகுதியின் தலைநகரங்கள், மகாபாரதத்தின் ஹஸ்தினாபுரம், இந்திரப்பிரஸ்தம், ராமாயணத்தின் அயோத்தி இவையே. மகாபாரதத்திலுள்ள போர்க்களக் காட்சிகளிலிருந்து சதுரங்கம் என்கிற கருத்தாக்கத்தின் ஆதிக்கம் மிகத் தெளிவாகத் தெரிகிறது.

ஊர்வலங்கள், நகரங்கள் பற்றிய வர்ணனைகளில் நால்வகைப் படைகளைக் காண முடிகிறது. ராமாயணத்தில் தசரதர் தனது சாரதியிடம், ராமர் வனவாசம் செல்லும்போது உடன் செல்ல எல்லா வசதிகளோடும் நால்வகைப் படைகளை ஒன்றுதிரட்ட ஆணையிடுகிறார். அயோத்தி போர் வீரர்களாலும், சிறந்த குதிரைகளாலும், யானைகளாலும் நிறைந்த அப்படை நால்வகைப் படைக்கு நல்ல எடுத்துக்காட்டு. இலங்கையில் 1,000 யானைகள், 10,000 ரதங்கள், 20,000 குதிரைகள், நூறு லட்சம் அரக்கர்கள், காலாட்படை வீரர்கள் எனக் கற்பனைக்கெட்டாத தொகை கொண்ட நால்வகைப் படைகள் இருந்ததாகக் குறிப்பு உள்ளது. மகாபாரதத்தில் இளவரசர்களுக்கு அளிக்கப்படும்

போர்ப் பயிற்சிகளில் எல்லாம் நால்வகைப் படைகளின் வடிவம் நிரம்பியிருக்கிறது.

சதுரங்கப் படைகளின் கருத்தாக்கம் நேரடியாக மகாபாரதத்தில் பல போர்க் காட்சிகளில் இடம் பெறுகிறது. ராமாயணத்தில் முற்றிலும் வேறொரு வகையில் செயல்படுகிறது. ஏனெனில் ராமாயணத்தின் முக்கியமான பகுதி, ராமனைக் காட்டுக்கு அனுப்புவதுதான். வனவாசம் செல்ல ஒப்புக்கொண்டபோது ராமன் விட்டுச் சென்றவற்றில் நால்வகைப் படையும் ஒன்று. அவர் வனவாசம் செல்லப்போகும் இடத்துக்கு நால்வகைப் படை தொடர்ந்தபோது அதை விடுத்து, அவர் இளவரசருக்குரிய உடைகளைத் துறந்து மரவுரி தரித்துக்கொண்டார். அவரது நிலை ஒரு காலாட்படை வீரருக்கு நிகராயிற்று. ராமாயணக் கதை நெடுகிலும் அவர் வில்லை மட்டுமே துணையாகக் கொண்டு நடந்தே செல்கிறார்.

ராமனுக்குத் துணையான சுக்ரீவனின் வானரப் படை நால்வகைப் படை கொண்டதல்ல. அவர்களது ஆயுதங்களெல்லாம் கரடுமுரடானவை. அவர்கள் அமானுஷ்ய சக்தி பெற்றவர்களாக இருந்தபோதிலும் அவர்களது ஆயுதங்கள் மரங்களும் பெரிய பாறாங்கற்களும்தான். ராமனுக்குத் துணையான நிஷாதவனத்தின் பூர்வகுடி மன்னர் தனது எளிய காலாட்படையைக் காட்டிலும் வலிமை மிக்க நால்வகைப் படையைக் கண்டு மிரளவில்லை. அவர் ராமனிடம், “நாங்கள் நான்கு பிரிவுகளைக் கொண்ட படையையும் சமாளிப்போம்” என்று கூறுகிறார். ராவணனுடனான உச்சக்கட்டப் போரில் ராமனின் வானரப் படை அளவில் பெரியதும் வலியதுமான நால்வகைப் படையுடன் மோதுகிறது. ஆனால், வானுலக சக்திகளான கடவுளர், கந்தர்வர் இது சமமான படைகளுக்கிடையே நடக்கும் சண்டை இல்லை என்கிறார்கள்.

ராவணனுடனான இறுதிக் கட்டப் போர் மேலும் சமநிலையற்றது. ஆனால், இந்திரன் சமநிலை கொண்ட போர் செய்ய ராமனுக்குத் தன் தேரைத் தருகிறான். அதனால் அதிரத வீரனான ராமன் போர் புரிய முடிகிறது. வெற்றி பெற்ற பின் நால்வகைப் படைகள் கொண்ட மன்னராவதற்காக ராமன் அயோத்திக்குத் திரும்புகிறான். இவ்வாறாக இந்த நால்வகைப் படை கருத்தாக்கம் ராமாயணம் முழுவதும் நிரவியுள்ளது.

இதிகாசங்களில் நிரம்பியிருக்கும் இந்த நால்வகைப் படை என்பது கவிஞனின் கற்பனை அல்ல. அது பண்டைய இந்தியப் போர்ப்படையின் அடிப்படைக் கட்டமைப்பு. செயல்படும் ஒரு நால்வகைப் படையை அவதானித்து அதன் பராமரிப்பையும், பயன்களையும் பற்றிய செய்திகளை *அர்த்தசாஸ்திரம்*

தருகிறது. புத்த, சமணத் தரவுகள், பிராமணத் தரவுகளை ஏளனம் செய்கின்றன. அவர்களது நூல்களில் இடம் பெறும் அரசுகள் நால்வகைப் படைகளை வைத்திருந்தன. மகத நாட்டு மன்னன் நந்தா 2,00,000 காலாட்படை வீரர்கள், 20,000 குதிரைகள், 2,000 ரதங்கள், 4,000 யானைகள் கொண்ட படையை வைத்திருந்ததாக வரலாற்றாசிரியர்கள் கூறுகிறார்கள். மகத நாட்டு மௌரிய மன்னன் சந்திரகுப்தனின் அரசவைக்குச் சென்ற அலெக்ஸாண்டரின் தூதர் மெகஸ்தனிஸ் தனது நினைவுக் குறிப்பில் படை அமைப்பு பற்றிப் பின்வருமாறு கூறுகிறார்: "அந்தப் படையில் நான்கு பிரிவுகளும் மேலும் இரண்டு பிரிவுகளான படைக்குத் தேவையான பொருட்களைக் கொண்ட மாட்டு வண்டிகளும் படகுகளும் இருந்தன." எனவே நிஜமான படைகளில் நால்வகைப் படை சிறப்பிடம் பெற்றிருந்த ஓர் அமைப்பு என்பது தெளிவாகிறது.

இந்த சதுரங்கப் படை கருத்தாக்கத்துக்கு நிச்சயமான வரலாறு ஒன்று உண்டு. படை வளர்ச்சியின் மூன்று தெளிவான கட்டங்களை நாம் பிரித்தறிந்து அதன் காலங்களை ஒருவாறாக அறிய முடியும்.

ஆரம்ப வேத காலம்	–	காலாட்படை, குதிரை, ரதம்
வேத காலத்தின் பிற்பகுதி	–	காலாட்படை, குதிரை, ரதம், யானை (சதுரங்கம்)
செவ்வியல் காலம்	–	காலாட்படை, குதிரை, யானை

சதுரங்கப் பாணியிலான படை உருவான காலத்தை நான் கி.மு. 1000–500 என்று குறித்துள்ளேன். இந்த மாற்றம் நிகழ்ந்த பின்னாலும் அது தொடர்ந்து இருந்திருப்பது தெரிகிறது. எடுத்துக்காட்டாக, ராமாயணத்தில் ஓரிடத்தில் யானைகள் இல்லாத ஆரம்ப வேத காலத்தில் சதுரங்க அமைப்பு இருந்தது போல் காட்டப்படுள்ளது.

சதுரங்கப் பாணியிலிருந்து மாறிய பின்னர் ரதங்கள் பயன் படுத்தப்பட்ட போர் முறை மறைந்துவிட்டது. இந்த மாற்றம் சொல்வது என்ன? ரதங்கள் எப்போது நிறுத்தப்பட்டன என்று நமக்குக் கிடைத்துள்ள குறிப்புகளிலிருந்து அறுதியிட்டுக் கூற முடியவில்லை. மன்னர் ஹர்ஷரின் (606–647) வரலாறான *ஹர்ஷசரித்திரம்* என்ற நூலை எழுதிய பாணர், படைகளைப் பற்றி விவரிப்பதை வரலாற்றாசிரியர் தீக்ஷிதர் சுட்டிக்காட்டுகிறார். அதில் குதிரைகளைப் பற்றியும் யானைகளைப் பற்றியும் பல

குறிப்புகள் இருந்தாலும், ரதங்களைப் பற்றி எந்தக் குறிப்பும் இல்லை. இந்த நீண்ட விரிவான வர்ணனைகளில் ரதங்கள் இல்லாமை கவனத்துக்குரியதாகும்.

ஆனால், பாணர் குறிப்பிடும் இந்தக் காலம் மிகவும் பிற்பட்டது. போர்க்களங்களில் ரதங்களின் பயன்பாடு மற்ற நாடுகளில் நின்று வெகுகாலத்துக்குப் பின்னர் ரதங்களைப் பயன்படுத்துவதைக் கடைசியாகக் கைவிட்டவர்கள் இந்தியர்கள் என்றுபடுகிறது.

எப்போது இந்த மாற்றம் நிகழ்ந்தது என்பதை அறிய முடியாவிட்டாலும் அது கி.மு. முதலாம் நூற்றாண்டாக இருக்கலாம் என்பதற்குச் சில தடயங்கள் உள்ளன. ரதங்களின் பயன்பாடு அற்றுப்போனதற்கு முக்கியமானதொரு காரணம் குதிரைப் படையின் வருகையாக இருக்கலாம். இங்கு குதிரைப் படையின் தோற்றத்துக்குக் காரணம் ஆசியாவின் உட்பகுதிகளிலிருந்து வந்த நாடோடிகளின் குதிரைப் படைகள். இந்தப் பகுதி காட்டுக் குதிரைகளும், பழக்கப்பட்ட குதிரைகளும் அதிகமாக இருந்த இடம். இந்தப் படைகள் இந்தியாவில் பல நகரங்களைக் கைப்பற்றின. ஆசியாவின் உட்பகுதியினர் இதுபோன்ற வலிமையான படைகளை உருவாக்கினர். இவற்றில் பெரும்பாலும், வில்லேந்திய வீரர்கள் குதிரையில் சவாரி செய்தபடி போரிட்டனர். சீனாவிலிருந்து ஐரோப்பா வரை வாழ்ந்திருந்த மக்களை இவர்கள் கொள்ளையடித்தனர். இந்திய வரலாற்றில் இதுபோன்று படைகளின் தாக்கம் 500 ஆண்டுகளுக்கு ஒரு முறை எனத் தொடர்ச்சியாக நிகழ்ந்துள்ளது.

- ஸ்கைதியன்கள், பார்த்தியன்கள், குஷானர்கள் கி.மு. முதலாம் நூற்றாண்டிலிருந்து கி.பி. இரண்டாம் நூற்றாண்டு வரை.
- ஹூணர் கி.பி. 5ஆம் நூற்றாண்டுமுதல்.
- துருக்கியர் கி.பி. 10ஆம் நூற்றாண்டுமுதல்.
- முகலாயர் கி.பி. 16ஆம் நூற்றாண்டுமுதல்.

எல்லை தாண்டிய ஒவ்வொரு போரும் குதிரைப் படையின் சிறப்பை உணர்த்தியது. குதிரைப் படையின் தோற்றமும் ரதங்களின் மறைவும் இதுபோன்ற போர்களிலிருந்து ஆரம்பித்தன எனலாம்.

இந்தியாவில் புதிய நகரங்களை நிர்மாணித்து அங்கு மக்கள் வாழத் தொடங்கிய பின்னர், இந்தக் குதிரைப் படையினர்

முன்னர் இருந்ததுபோல் இல்லாமல், போர்யானைகளைப் பயன்படுத்தியதோடு ஏராளமாகக் கிடைத்த காலாட்படை வீரர்களையும் சேர்த்துக்கொண்டனர். தங்களுடன் வந்த சிறிய, வேகமான படையிலிருந்து வேறுபட்ட பெரிய, மெதுவாக நகரும் படையை உருவாக்கினர். நாட்டைப் பிடிப்பதைவிட நாட்டை ஆள்வதற்கும் இது தோதாக இருந்தது. ஆகவே படைகள், குதிரைப் படைகள் என்று ஆன பிறகு இந்திய மன்னர்கள் (மத்திய ஆசியாவின் குதிரை வீரர்களாக இருந்தவர்கள்கூட) போர்யானைகளின் உபயோகத்தைப் பல நூற்றாண்டுகளுக்குத் தொடர்ந்தனர்.

மாறாக, ஏழாம் நூற்றாண்டில் ஹர்ஷரது ஆட்சிக்கு முன்னால் ஒரு கட்டத்தில் ரதங்களின் பயன்பாடு நின்றுவிட்டாலும் அது வேறு பணிகளுக்காகத் தொடரப்பட்டுவந்தது. கிரேக்கர்கள் செய்ததைப்போல ரோமர்கள், ரதங்களின் உபயோகத்தை நிறுத்தி வெகு காலத்துக்குப் பின்னரும் வெற்றி வீரர்களை ரதங்களில் வைத்து ஒரு சடங்காகக் கொண்டாடினார்கள். மகாபாரதமும் ராமாயணமும் இந்தியாவில் மன்னராட்சி நடக்கிற இடங்களில் ரதங்களின் நினைவையும் ரதப் போர்வீரனையும் கவிதைகளாலும் காட்சி விளக்கங்களினாலும் உயிர்ப்பித்து வைத்திருந்தன. ரோமாபுரியின் வெற்றி வீரனைப்போல் இந்துக் கடவுளர்கள் பொது ஊர்வலத்தில் தேர்களில் வைத்து எடுத்துச் செல்லப்பட்டுப் போற்றப்பட்டனர்.

ரதங்கள் போர்க்களங்களிலிருந்து விலக்கிக்கொள்ளப் பட்டதிலிருந்து, நால்வகைப் படை கருத்தாக்கம் தொடரவில்லை. ஆனால், சில கலைமாதிரிகளில் இது உயிர்ப்புடன் வைக்கப் பட்டிருந்தது. இந்தப் புத்தகத்தைப் படிக்கும் ஒவ்வொருவரும் இந்தக் கருத்தாக்கத்தின் நேரடி வழிவந்த சர்வதேச விளையாட்டான சதுரங்கத்தை அறிந்திருப்பர்.

இப்போது இருக்கும் பன்னாட்டுச் சதுரங்க ஆட்டம் இந்திய விளையாட்டான சதுரங்கத்திலிருந்து பிறந்தது. இது ஒரு போர் விளையாட்டு. சமநிலையான போராட்டக் கருத்தை அடிப்படையாகக் கொண்டது. இதில் எண்ணிக்கையும் படை வீரர்களும் சமநிலையில் இருக்கும். ஆடுகளமும் அவ்வாறே இருக்கும். இதனால் ஆடுபவர்களின் அறிவுத் திறன் சோதனைக்குட்படுத்தப்படுகிறது. உலகம் முழுவதிலும் இந்த விளையாட்டு பரவி, சதுரங்கப் படை கருத்தாக்கம் உலகளாவிய தன்மை பெற்றுவிட்டது. நாம் அதை உணராவிட்டாலும் நால்வகைப் படை என்னும் கருத்து இன்றைய உலகத்தில் இருந்து கொண்டுதானிருக்கிறது.

ரதங்கள் மறைந்துபோனதற்கான ஒரு அத்தாட்சியாக போர்க்கள ரதங்களைப் பற்றிப் பேசாத *ஹர்ஷ சரித்திரம்* உள்ளது. இது சதுரங்க ஆட்டத்தின் காலத்தைப் பற்றிய தடயத்தைக் கொடுக்கிறது. இது அஷ்டபதம் என்று குறிப்பிடப்பட்ட 8×8 அங்குலப் பலகையில் ஆடப்பட்டது. சதுரங்க ஆட்டத்துக்கு வெகு காலத்துக்கு முன்பாகவே இந்தப் பலகை இருந்ததென்பது கி.பி. முதலாம் நூற்றாண்டின் பதஞ்சலியின் பாணினியின் இலக்கணத்துக்கான விளக்கத்தில் சுட்டிக்காட்டப்பட்டுள்ளது.

இந்த ஆட்டப் பலகையைச் சதுரங்கத்தைத் தவிர மற்ற சில விளையாட்டுகளுக்கும் பயன்படுத்தியிருக்கிறார்கள். இந்தப் பலகையைப் பயன்படுத்தி ஆடப்பட்ட மற்ற ஆட்டங்களையும் காட்டும் சிற்பங்களைப் படம் 3.1இல் காணலாம். இது போன்ற ஆட்டக் கட்டங்கள் விஜயநகரத்திலும் பண்டைய இடங்களிலும் கற்களில் செதுக்கப்பட்டுள்ளன என்பது மைக்கேலா சோரின் (Micaela Soar 2007) ஆய்விலிருந்து தெரிகிறது. ஆனால், சதுரங்கம் 7ஆம் நூற்றாண்டுக்கு முன்னால் இருந்ததற்கான தடயம் ஒன்றுமில்லை.

படம் 3.1. பகடை விளையாடுபவர். பார்ஹுத். புடைப்புச்சிற்பம்

சதுரங்க ஆட்டம் தோன்றிய பின், இந்தியாவில் அதன் வேறுபட்ட வடிவங்கள் தோன்றின. இவற்றில் முதன்மையானது நால்வர் ஆடும் சதுரங்கம். இதில் ஆட்டக்கார ஜோடிகள் ஒவ்வொருவரும் இருவர் ஆடும் சதுரங்கத்தில் உள்ள படைகளில் பாதியை வைத்திருப்பார்கள். இவை வலது பக்கத்தின் முதல்

இரண்டு இடங்களில் ஒவ்வொன்றும் பலகையின் நான்கு பக்கங்களுக்கு ஒன்றாக அடுக்கிவைக்கப்பட்டிருக்கும். உருட்டப்படுகிற தாயம்தான் காய் நகர்த்தலை முடிவு செய்யும். ஆனால், அதற்கு முன்னர் இந்த ஆட்டம் முற்றிலும் அறிவைச் சார்ந்ததாக இருந்தது. பின்னாட்களில் இந்தச் சதுரங்கம் நால்வர் ஆட்டமாக மாறி இருவர் ஆடும் ஆட்டம் புத்திபலா – நுண்ணறிவுப் படை – என்று புதிய பெயரில் அழைக்கப்பட்டது. இந்த ஆட்டம் அதிர்ஷ்டத்தைப் பொறுத்ததல்ல, நுண்ணறிவைச் சார்ந்தது என்பதை இப்பெயர் குறிக்கிறது.

இந்த ஆட்டம் மேற்கு நோக்கி பாரசீகம், அரேபியா, பிறகு ஸ்பெயின், மற்ற ஐரோப்பிய பகுதிகள், கிழக்கு நோக்கி திபெத், தென்கிழக்கு ஆசியா, சீனா ஆகிய இடங்களுக்குப் பரவியது. இந்த இரு பகுதிகளிலும் இவை வெவ்வேறு வடிவம் பெற்றன. கிழக்குப் பகுதியில் இந்தியச் சதுரங்கம் புதிய உள்நாட்டு வகைகளை உருவாக்கியது. மேற்கில் இருவர் ஆடும் ஆட்டத்திறன் ஒரே மாதிரியாக உருவாகி நிலைத்துவிட்டது.

அரபு மொழி பேசும் பகுதியிலிருந்த சதுரங்க ஆட்டக்காரர்களில் ஒருவரான பக்தாத் நகரில் வாழ்ந்த அல்–அட்லி (Al-Adli) (கி.பி. 840) இந்த விளையாட்டைப் பற்றி ஒரு நூல் எழுதியுள்ளார். அந்நூல் அழிந்துவிட்டாலும், சில பகுதிகள் பின்னர் வந்த சதுரங்க ஆட்டம் பற்றி எழுதியவர்களால் பாதுகாக்கப்பட்டது. மூன்று விஷயங்கள் இந்தியாவிலிருந்து வந்து எல்லோராலும் ஏற்றுக்கொள்ளப்பட்டன என்றும், அதுபோல் வேறெங்கும் இருந்ததில்லை என்றும் அவர் சொன்னதாக மேற்கோள் காட்டப்படுகிறது. முதலாவது கலிலா–வா–திம்னா (Kalila-wa-Dimna) (கலியா, திம்னா என்ற இரு நரிகளுக்கிடையே நடக்கும் பேச்சு). இந்தியாவில் இளவரசர்களுக்கு உலக அறிவை ஊட்டும் பஞ்சதந்திரம் நூலைப் போலப் பாரசீகத்திலும் அரபி மொழி பேசும் பகுதியிலுள்ளவர்களுக்கும் உரிய கலிலா–வா–திம்னா. இரண்டாவது ஒன்பது குறியீடுகள் மற்றும் பூஜ்யங்கள் (இதன் மூலம் ஒருவர் முடிவற்று எண்ணலாம்), மூன்றாவது சதுரங்கம்.

மேற்கு நோக்கிய இவற்றின் பரவல் பாரசீகத்தின் மன்னர்களான சசானியர்கள் மூலமாக நடந்தது. சசானிய மன்னர் முதலாம் குஸ்ரூ (கி.பி. 531–79) என்பவருக்கு இந்திய மன்னர் ஒருவரின் தூதுவரின் மூலமாகச் சதுரங்கம் வந்ததற்கு நம்பத் தகுந்த ஆதாரம் உள்ளது (பாரசீகத்தார் இதை சத்ரங் என்றும், அரபியர்கள் ஷத்ரத் என்றும் கூறுவர். இவை இந்தியப் பெயரிலிருந்து வந்தவை). இத்தூதுவர்தான் பஞ்சதந்திர நூலை

பஹ்லவி மொழியில் மொழியாக்கம் செய்தார் என்பதற்குச் சான்று உள்ளது.

சதுரங்கம் ஈரானிலிருந்து அரபியருக்கு வேகமாகப் பரவியது. அறிமுகமானவுடன் அரபியர் சதுரங்கத்தைப் பற்றியும், சதுரங்க ஆட்டத்தில் எதிர்கொள்ளும் பிரச்சினைகள் பற்றியும் ஒரு நூல் எழுதினர். அல்–அட்லி இதுபோன்ற நூல்கள் எழுதியவர்களுள் ஒருவர். பின்னர் சதுரங்கம் ஸ்பெயினையும் ஐரோப்பாவையும் சென்றடைந்தது. இந்தப் பயணத்தில், ஆட்டத்தின் ஆரம்பத்தில் வைக்கப்படும் காய்கள் எதிலும் மாற்றமில்லை. ஆனால், காய்களின் பெயர்களும் நகர்த்தல்களின் பெயர்களும் பல கட்டங்களில் மாற்றப்பட்டன. இந்திய வடிவத்திலிருந்து மேற்குலகில் வடிவமைக்கப்பட்ட சர்வதேச வடிவத்தை ஆரம்ப, இறுதிக் கட்டங்களைக் கீழ்வருமாறு தொகுத்தறியலாம்.

சதுரங்கப் படை	சதுரங்கஆட்டம்
காலாட்படை	சிப்பாய்
ரதம்	(Rook) (யானை) (ரதம்) கோட்டை
குதிரை	குதிரை
யானை	மந்திரி
அரசன்	அரசன்
மந்திரி	அரசி

குறிப்பாக ரதமும் யானையும் மாற்றப்பட்டன. ரதத்தை ரூக் (Rook) எனக் குறிப்பிட்டனர். இதற்கான காரணமும் பொருளும் விளங்கவில்லை. ஐரோப்பாவில் ரூக் அல்லது கோட்டை பாரசீகத்தில் யானையாகவே (Pill) இருந்தது. அரபு மொழியில் அல்–பில் (Al-fil). இது ஸ்பானிய மொழியில் அப்படியே நிலைத்துவிட்டது. மந்திரி (சமஸ்கிருதத்தில் மந்த்ரின் அல்லது அமாத்யா). பாரசீக மொழியில் வாசிர் (Wazir), அரபு மொழியில் ஃபிர்ஸான். ஆனால், இது ஐரோப்பாவில் அரசியாக மாறிவிட்டது. காய்களிலேயே வலிமையற்றது அரசன். இது ஒரே ஒரு கட்டம் மட்டுமே நகர முடியும். ஐரோப்பாவில் 15ஆம் நூற்றண்டில் ஆட்ட விதிகளில் ஏற்பட்ட மாற்றம் அரசியைச் சதுரங்கப் பலகையிலேயே வலிமையுள்ளதாக்கிவிட்டது. அந்த நேரத்தில் நடந்த இதுவும் ஏனைய மாற்றங்களும் சேர்ந்து ஆட்டத்தின் புதிய வடிவத்தை நிர்ணயித்தன. இந்தியாவின் நால்வகைப் படை அதன் அமைப்பை ஏற்படுத்தியிருந்தாலும் அந்த அமைப்பு வெகுவாக மாறி இனி விளங்கிக்கொள்ள

முடியாதபடியாகிவிட்டது. பெயர்கூட மாறிவிட்டது. Chess, Check போன்ற சொற்கள் அரசனைக் குறிக்கும் ஷா என்கிற பாரசீக வார்த்தையைச் சார்ந்தது.

வாகனம்

வாகனம் என்ற சொல் ஊர்தியைக் குறிக்கிறது. இது ஒரு விலங்கின் முதுகில் அமர்ந்து செல்வதாகவோ, ஒரு விலங்கினால் இழுத்துச் செல்லப்படுவதாகவோ இருக்கலாம். இது அனைவராலும் காணக்கூடிய, சமூக செல்வாக்குக்கான அடையாளமாகும். சமுதாயப் படிநிலைகளில் ஒருவரது இடத்தின் குறியீடு. யானைகள் படிநிலைகளில் முதன்மையான இடத்தை வகிக்கின்றன. அவற்றில் மன்னர்கள் சவாரி செய்தனர். மன்னர் சமுதாய அமைப்பின் முதல்வரல்லவா?

கி.மு. 327–4இல் அலெக்ஸாண்டரின் படை சிறிது காலம் இந்தியாவின் சிந்து சமவெளியில் இருந்தபோது அவருடைய தோழர் நியர்க்கஸ் (Nearchus), தான் கண்ட பல படிநிலைகளிலான ஊர்திகள், வாகனங்களைப் பற்றிய ஒரு பத்தியைத் தனது பயண நூலில் எழுதியுள்ளார். நியர்க்கஸின் அந்தப் பத்தி பிற்கால வரலாற்றாளர் அரியனின் (Arrian) மேற்கோள் ஒன்றில் உள்ளது. அது வருமாறு:

> அவர்கள் வழக்கமாக ஒட்டகங்கள், குதிரைகள், கழுதைகளில்தான் சவாரி செய்வார்கள். செல்வந்தர்கள் யானைகளில். ஏனெனில் இந்தியாவில் யானை மன்னர்களுக்கான ஊர்தி. அடுத்து வருவது நான்கு குதிரைகள் பூட்டிய ரதம், மூன்றாவதாக ஒட்டகம். ஒற்றைக் குதிரையில் சவாரி கீழானதாகக் கருதப்படும். அவர்களது பெண்கள் தன்னடக்கம் மிக்கவர்கள். எந்தப் பரிசும் அவர்களைச் சபலத்திற்குள்ளாக்காது. ஆனால், யாராவது ஒருவர் யானையைப் பரிசாகத் தந்தால் அவர்களை வளைத்துவிடலாம். இந்தியர்கள் யானையைப் பரிசாகப் பெறுவதை வெட்கக்கேடானதாக நினைப்பதில்லை. மாறாக ஒரு பெண்ணின் அழகு ஒரு யானையை வைத்து மதிப்பிடப்படுவதை அவளுக்குக் கொடுக்கப்படும் பெரும் மரியாதையாகக் கருதுகின்றனர்.

அலெக்ஸாண்டரின் தளபதி இந்தியர்களின் வாகனங்களுக்கு உரிய நியாயத்தைப் புரிந்துகொண்டிருந்தார். இந்தப் பத்தி சுட்டிக்காட்டும் வாகனங்களின் படிநிலை இந்திய நூல்களில் இருப்பவற்றுடன் பெருமளவில் ஒத்துப்போகிறது. யானையின் பெரிய உருவத்தினால் அது இந்தப் படிநிலையில் உயர்ந்திருப்பது

வெளிப்படை. யானையைக் காதலிக்கோ காதலனுக்கோ கொடுப்பது பரிசுகளில் சிறந்தது என்ற கருத்து நிலவியது. நான்கு குதிரைகள் பூட்டிய ரதத்தில் வருவது, ஒற்றைக் குதிரை கொண்ட ரதத்தில் வருவதைவிட மேலானது. ஒற்றைக் குதிரை ரதத்தில் வருவதோ ஒரு குதிரை மேல் (அல்லது ஒட்டகம், கழுதை) வருவதைவிட உயர்ந்தது.

நியர்க்கஸ் துல்லியமாகப் பதிவுசெய்துள்ள வாகனங்களின் படிநிலை அமைப்பைப் பயன்படுத்தி அதில் மிகவும் குறிப்பிடத் தகுந்த பண்பைச் சுட்டிக்காட்ட விரும்புகிறேன். அதாவது குதிரை சவாரியைக் காட்டிலும் குதிரை பூட்டிய ரதத்தில் சவாரி செய்யும் பெருமையைப் பற்றிக் கூறப்போகிறேன்.

கடந்த இயலில் குதிரைச் சவாரி தொடர்பாக எழுப்பப்பட்ட பிரச்சினைக்கு வளர்ச்சி வரிசையில் ரத சவாரியைத் தொடர்ந்து குதிரைப் படை வந்தது என்கிற கருத்தாக்கத்தின் பின்னணியில் திரும்ப வருகிறேன். வேதங்களின் ஆரம்பத்தில் குதிரை சவாரி இருந்ததா எனக் கேட்பதுண்டு. ரிக் வேத காலத்தில் குதிரை சவாரி செய்யும் பழக்கம் இருந்தது. வேதத்திலும் இதிகாசங்களிலும் ஒப்பீட்டளவிலான ரதத்தின் முக்கியத்துவம், அது வாகனமாகவும், போருக்கான ஒரு ஆயுதமாகவும் பயன்பட்டதுதான். குதிரை சவாரி செய்வது படிப்படியாக உயர்ந்த தகுதியின் அடையாளமாக வெளிப்பட்டது.

ரதத்தின் உயர்ந்த மதிப்பை விளக்கிக் காட்டுவது ஒன்றும் கடினமல்ல. நாம் முன்பு பார்த்தபடி வேதங்களில் கடவுளர்கள் அனைவரும் ரதங்களில் பவனிவந்தனர். அதிகரித்துவந்த குதிரைப் படையின் முக்கியத்துவமும், குதிரை சவாரி செய்வதில் வளர்ந்து வந்த பெருமிதமும் குறிப்பிட்ட விலங்கு வாகனங்கள் (ஒவ்வொரு இந்துக் கடவுளுடன் தொடர்புடைய வாகனம்) தோன்றத் தூண்டுகோலாக இருந்தன என்று கோண்டா (1965) கருதுகிறார். ரதத்தைப் புறக்கணித்து அந்தந்தக் கடவுளுக்குரிய விலங்கு வாகனங்கள் தேர்ந்தெடுக்கப்பட்டன. இந்த நிலைப்பாடு ஏற்றுக்கொள்ளக்கூடியதாக உள்ளது. ஆக, சிவன், காளையான நந்தியுடன் தொடர்புபடுத்தப்படுகிறார். விஷ்ணுவின் வாகனம் கருடன்; இந்திரனின் வாகனம் ஐராவதம் என்னும் வெள்ளை யானை; சூரியன் மட்டுமே தனது கிரேக்க சகாவான ஹீலியோஸ் போல் தொடர்ந்து ரதத்தில் வானில் வலம்வருகிறார்.

இந்துக் கடவுளர்களின் வாகன முறையின் எழுச்சி பற்றிய கோண்டாவின் கட்டுரை கவனிக்கத்தக்கது. ஏனெனில், அந்தக் கட்டுரையை அவர் எகிப்து, அசிரியா, மெசபடோமியா, கிரீஸ் ஆகிய நாகரிகங்களில் ரதங்கள், குதிரை சவாரி பற்றிய நூல்களைப்

படித்து எழுதியுள்ளார். மேலும் அதில் அவர் இந்தியாவில் இது தொடர்பான வளர்ச்சியைப் பரந்த நோக்குடன் மிகப் பெரிய கட்டமைப்பாகப் பார்த்திருக்கிறார். இந்தப் பகுதியிலும், வேத கால இந்தியாவிலும், பண்டைய சீனாவிலும் ரதப் போர்முறை இருந்துள்ளது. மன்னர்களுக்கும் மேட்டுக்குடிப் போர்வீரர்களுக்கும் ரதத்துடன் மிக நெருங்கிய தொடர்பு இருந்துள்ளது.

குதிரைச் சவாரி செய்வதில் பின்னர் ஏற்பட்ட முன்னேற்றம் ஆசியாவின் உட்பகுதியிலிருந்த குதிரைகளை அடிப்படையாகக் கொண்ட போர்ப்படையுடன் தொடர்புடையது. இது பழங்கால வேளாண் நாகரிகத்துக்கு வெவ்வேறு காலகட்டங்களில் பரவியது. எடுத்துக்காட்டாக, ஹோமரின் இதிகாசத்தில் படைகள் ரதத்திற்குத் தனிச்சலுகை வழங்கின. ஆனால், இந்தியப் படையுடன் மோதும்போது அலெக்ஸாண்டரின் படையில் குதிரைப் படையும், காலாட்படையும் மட்டுமே இருந்தன. ரதங்கள் இல்லை. இந்தியப் படை நால்வகைப் படையைக் கொண்டதாக இருந்தது. அதில் அவர்கள் ரதங்களை முக்கிய அங்கமாகப் பயன்படுத்தினர். குதிரைச் சவாரி செய்தல் என்பதை உயரிய மதிப்புடையதாகக் கருதிய நியர்க்கஸுக்கு இந்திய வாகனப் படிநிலைகளில் ரதத்தில் சவாரி செய்தல் மேலானது என்கிற உண்மை அதிர்ச்சி தரக்கூடியதாக இருந்திருக்கும்.

இந்தியாவில் குதிரைச் சவாரியின் தகுதியை அடையாளம் காண்பது சற்றுக் கடினம். ஏனெனில் அதைப் பற்றி அரிதாகத்தான் கூறப்பட்டுள்ளது. ஒரு பக்கம் குதிரை மீது அமர்ந்து போர் புரிவது நால்வகைப் படையின் ஒரு அம்சமாகத் தோன்றுகிறது. இது துரோணர் அர்ச்சுனனுக்குப் பயிற்றுவித்த நால்வகைப் போர்க்கலைகளில் ஒன்றாகும். ரதம், யானை அல்லது குதிரைப் படைப் பிரிவுகள் ஒட்டுமொத்தப் படையின் முன்னணிப் பிரிவுகளாகும். மற்ற மூன்றும் துணைப் பிரிவுகளாகும். ஆனால், இதிகாசங்களில் வரும் விவரங்களில் குதிரைப் படை முன்னணி வகித்தது என்பதற்கான எடுத்துக்காட்டுகள் ஏதுமில்லை. இது கோட்பாட்டளவில்தான் குதிரைப் படை இருந்துள்ளதோ என சந்தேகப்பட வைக்கிறது. மன்னர்களின் தூதுவர்கள் குதிரைச் சவாரி செய்து தொடர்புகொண்டிருப்பதை இதிகாசங்களில் நாம் காணலாம். அதாவது ரதங்கள் அல்லது யானைகளால் செலுத்தப்படும் கூட்டுப் பிரிவுகளிலும் ரதப்போர் வீரர்கள் போர் நடக்கையில் தங்களது ரதங்களை இழக்கும்போது குதிரைச் சவாரி மேற்கொள்வதிலிருந்து இதை நாம் அறியலாம்.

நெருக்கடியான சூழ்நிலைகளில் விரைவாகச் செல்வதற்குக் குதிரைச் சவாரி ஏற்றது என்பதற்கான நல்ல உதாரணம் புத்தரின்

வாழ்க்கையில் உள்ளது. இளவரசர் புத்தர் தலைநகரை விட்டு இரவோடு இரவாகத் தப்பித்துச் செல்ல வேண்டியிருந்தது. இல்லையேல் அவரது தந்தையும் குடும்பமும் அவரைச் செல்ல விடாமல் தடுத்துவிடுவர். அவர் குதிரைமீது அமர்ந்து ஞானத்தைத் தேடிக் காட்டுக்குச் செல்கிறார். இந்த நிகழ்வு "சிறப்பான புறப்பாடு" என்று குறிப்பிடப்படுகிறது. நகரத்தை விட்டுக் காட்டை நோக்கிய அவரது பயணம் மனக் கலக்கத்தால் உண்டானது. மன்னரின் மகனுக்குத் தகுந்தாற்போல் ரதத்தின் மீது அமர்ந்து நகரத்துக்குச் செல்கையில் துயரக் காட்சிகளைக் கண்டார். உலக வாழ்க்கையின் நிலையாமையையும் உணர்ந்தார். அவரது தந்தையோ இந்த உண்மைகள் புத்தருக்குத் தெரியாதவாறு அவரைச் சுற்றி இன்பமயமான வாழ்க்கையை ஏற்படுத்தியிருந்தார். இளவரசர் முதுமையின் துன்பத்தை அனுபவிக்கும் ஒரு மனிதனைக் காண்கிறார். இறந்துபோன ஒருவனின் சடலத்தைப் பார்க்கிறார். உலகைத் துறந்த ஒரு ஓட்டாண்டியையும் பார்க்கிறார். அவரிடமிருந்து மறைத்து வைக்கப்பட்டிருந்த இந்தக் காட்சிகளெல்லாம் அவருக்கு மிகவும் அதிர்ச்சியூட்டுவதாக இருந்தன. இளவரசரின் வாழ்க்கையிலிருந்து முற்றிலும் மாறுபட்ட சாமானிய மக்களுக்கு இவையெல்லாம் அன்றாடம் நடக்கக்கூடியவை. முதுமை, நோய், சாவு முதலிய பிரச்சினைகளுக்குத் தீர்வு காண ஞானத்தைத் தேடித் தந்தையையும் தன் குடும்பத்தையும் விட்டு விலகி, குதிரையில் காடு நோக்கிச் செல்கிறார். சுருக்கமாகச் சொன்னால் குதிரைச் சவாரி செய்வதில் இளவரசர் திறன் படைத்தவர். ஆனால், நெருக்கடியான சூழ்நிலையில் மிகவும் வேகம் தேவைப்படும்போதுதான் அவர் குதிரையில் சவாரி செய்கிறார். மற்ற நேரங்களில் அவர் செல்வது ரதத்தில்தான்.

ஊர்திகளாக ரதங்களுக்கும் குதிரைகளுக்கும் உள்ள இந்த வேறுபாட்டின் நியாயம், பழைய நூலான அஸ்வகோஷின் புத்த சரிதத்தில் மிகவும் தெளிவாகிறது. ஆனால், இதில் சிக்கல்கள் உள்ளன. அஸ்வகோஷ் கி.பி. முதல் அல்லது இரண்டாம் நூற்றாண்டில் ஆசியாவின் உட்பகுதியை வென்றவர்களான குஷானர்களுடன் தொடர்புபடுத்தப்படுபவர். ஆனால், இந்த நூல் புத்தரின் வாழ்க்கையில் கி.மு. 5ஆம் நூற்றாண்டில் நடந்த சம்பவங்களுக்குப் பல நூற்றாண்டுகளுக்குப் பின்னால் எழுதப்பட்டது. எனவே அதன் வரலாற்று மெய்ம்மையை ஏற்றுக்கொள்ள முடியாது. காலத்துக்கு ஒவ்வாத ஒன்று என்னவென்றால் புத்தரின் தந்தை சுத்தோதனர் சாக்கியரின் தனி அரசராகக் காட்டப்படுவதுதான். அந்தக் காலத்தில் சாக்கியர் ஒரு குடியரசைக் கொண்டிருந்தனர். எனவே புத்தரின் தந்தை

சாக்கியப் போர்க்குடியைச் சேர்ந்த ஒருவராகத்தான் இருக்க முடியும். அவர் தனி ஒரு அரசராக இருந்திருக்க வாய்ப்பில்லை. காலத்துக்கு ஒவ்வாத இந்த நிலையினால் ரத சவாரிக்கும் குதிரைச் சவாரிக்கும் இடையே நிலவும் ஒப்புமை சார்ந்த பெருமை குறித்த பேச்சு பாதிக்கப்படாது. ஆனால், குழப்பம் உள்ளது. ரதச் சவாரிக்கும் குதிரைச் சவாரிக்கும் இடையே உள்ள தெளிவான வேறுபாட்டைக் குஷானர்கள் தெளிவற்றதாக்குகிறார்கள். அஸ்வகோஷ் கூறும் புத்தர் வெளியேற்றம் பற்றி நாம் அறிவது குதிரைச் சவாரி, போரில் குதிரைப் படையின் பெருமிதம் பற்றிய கூற்று ஆகியவற்றைத்தான். அஸ்வகோஷ் விவரிக்கும் காட்சியின் தொடக்கத்தில் இளவரசர் குதிரையுடன் போருக்குப் போவதுபோல் பேசுகிறார்,

> "பல சமயங்களில் அரசர் உன்மீது அமர்ந்து போரில் எதிரிகளை ஒழித்துக்கட்டியுள்ளார். அது நன்கு அறிந்ததே. எனவே அதேபோல் குதிரைகளில் சிறந்த நீ எனக்குச் சாகாவரம் பெறும் நிலையை அடையச்செய்வாய்."

போரில் மன்னர் குதிரைமீது சவாரி செய்கிறார் என்று நேரடியாகக் குறிப்பது எதைக் காட்டுகிறது என்றால் குதிரைச் சவாரியும் குதிரைப் படைப் போர் முறையும் வளர்ந்துவந்தது என்பதையும், அது பெருமையாகக் கருதப்பட்டதையுமே. இது போன்ற சூழ்நிலைகளில் புத்தரின் புறப்பாடு வேறுபட்ட இணைதிறனைக் கி.மு. 500இல் இல்லாமல் முதல் அல்லது இரண்டாம் நூற்றாண்டில் பெற்றிருக்கக்கூடும். அதாவது ஒரு போர்வீரன் தன் தகுதியையெல்லாம் காற்றில் பறக்கவிட்டு அவசரமாகத் தப்பியோடும் நிகழ்வுபோல்.

மன்னரே குதிரைமீது அமர்ந்து போரில் தோன்றுவதால், சிறந்த ரத வீரர்களின் காலம் முடிவுக்கு வந்துவிட்டதாக எடுத்துக்கொள்ளலாம். குறைந்தபட்சம் குஷானரின் அதிகார எல்லையில். அதாவது வடமேற்கு இந்தியாவின் பாதி, மத்திய ஆசியாவின் பாதி ஆகிய பகுதிகளில் மன்னர் குதிரைமேல் தோன்றுவது குதிரைப் படையின் முக்கியத்துவத்தையும் ரதப் போரின் சரிவையும் உணர்த்துகிறது. புத்த சரிதத்தில் இடம் பெற்றுள்ள ஆதாரமான குஷான மன்னர் கனிஷ்கரின் தலையில்லாச் சிலை இதனைக் காட்சி வடிவமாக உறுதிப் படுத்துகிறது. இதில், அவர் குதிரை வீரனுக்குரிய உடைகளான இடுப்புக்குக் கீழ் முன்புறம் குறுக்காக வெட்டப்பட்ட மேலங்கியும் தொளதொளத்த கால் சராய், கம்பளிக் காலணி, குதிமுள் ஆகியவற்றையும் அணிந்துள்ளார் (படம் 3.2). குஷானரின் நாணயங்களில் குளிர்காலத்துக்கே உரியதான குதிரை வீரர்களின்

இந்த உடைகள் காட்சிப்படுத்தப்பட்டுள்ளன. குப்தப் பேரரசின் ஆரம்ப கால நாணயங்களிலும் இந்த உடை சித்தரிக்கப்பட்டுள்ளது. இவர்கள் பாடலிபுத்திரத்திலிருந்து (இன்றைய பாட்னா) ஆட்சி செய்தவர்கள். இந்த இடம் குளிர்ப் பகுதிகளிலிருந்து வெகுதூரம் இருப்பதால் இப்பகுதிகளுக்கு மேற்கண்ட ஆடைகள் பொருத்தமாயிருக்கும். போர்க்களங்களில் ரதத்தின் பயன்பாடு வழக்கொழிந்துவந்ததென நான் முடிவுக்கு வருகிறேன். இது முன்பே நிரூபிக்கபட்ட உண்மையல்ல என்றாலும் கி.பி. முதலாம் நூற்றாண்டு வாக்கில் ஆசியாவின் ஸ்கிதிய, பார்த்திய, குஷானக் குதிரைப் படை வீரர்களின் பல வெற்றிப் படையெடுப்புகளை அடுத்து இது நிகழ்ந்தது.

படம் 3.2 குஷான அரசர் கனிஷ்கரின் உருவச் சிற்பம்

இதிகாசங்களின் நீடித்து நிற்கும் புகழானது இந்தக் கருத்தைத் தெளிவற்றதாக்குவதுடன் ஆதாரங்களுடன் நிரூபிக்க முடியாமல் செய்கிறது. போர்க்களங்களிலிருந்து ரதங்கள் மறைந்து நீண்ட காலத்துக்குப் பிறகும், ரதங்களின் மதிப்பு தொடர்ந்து பேசப்படுகிறது. போர்க்களக் காட்சிப்படுத்துதல்கள், கல்வெட்டுகள், நிகழ்த்துக் கலைகள் எல்லாமே இதிகாசங்களில் உள்ளவற்றை உள்வாங்கியதாக அமைந்துள்ளன. வேதத்திலிருந்து இதிகாசத்துக்கு மாறுகையில் இந்தியாவில் ரதத்தின் மதிப்பு கூடுவதாகத் தெரிகிறது.

வேத காலப் படைகளில் ரதங்களுக்கிருந்த பெருமதிப்பை அளவுகோலாகக் கொண்டால் தரவரிசை அமைப்பில் போர்யானையின் வரவு, வாகனங்களுக்கான புதிய தர வரிசையை எவ்வாறு பாதித்தது என்பதுதான் என் கேள்வி. போர்யானைக்கும் போர் ரதத்திற்கும் எவ்வகையான தொடர்பு இருந்தது?

புகழ்பெற்ற போர் வீரர்கள் எல்லாருமே ரதப் போர் வீரர்கள் என்பதை நாம் இதிகாசங்களிலிருந்து அறிகிறோம். யானை மீது அமர்ந்து போர் புரிபவர்கள் இருந்தாலும், அவர்கள் பெரும்பாலும் சாமானியர்கள். மிகவும் அரிதாக மன்னர்கள் இருக்கக்கூடும். போர்க்களத்துக்கு துரியோதனன் கம்பீரமான யானை ஒன்றுடன் வருகிறான். ஆனால், போர் தொடங்கியவுடன் அவன் ரதத்திலிருந்துதான் போர் புரிகிறான். அர்த்தசாஸ்திரத்தில் ரதமும் யானையும் சமம். படை வீரன் எதைத் தேர்ந்தெடுத்தாலும் அவன் பரிசு ஒன்றுதான். ரதத்தையோ அல்லது யானையையோ, மன்னர் எதில் அதிகத் திறன் வாய்ந்தவரோ அதைத் தேர்ந்தெடுக்க அவருக்கு ஆலோசனை வழங்கப்படும். யானைதான் மன்னரின் ஊர்தி. ஆனால், அவர் மற்ற வாகனங்களையும் பயன்படுத்துவார். ஒட்டுமொத்தமாகப் பார்த்தால், போர் ரதத்தின் பண்டைய முக்கியத்துவம் இதிகாசங்களில் ஆழ்ந்த முத்திரையைப் பதித்துள்ளது. மன்னர்களுடனும் வீரர்களுடனும் யானை இருந்தாலும் அவர்கள் சிறந்த ரதப்போர் வீரர்களுக்குச் சமமாக மாட்டார்கள். இருப்பினும் அர்த்தசாஸ்திரத்தில் ரதத்தின் முன்னிடம் மாறி ரதமும் யானையும் ஒன்றாகிவிட்டன.

ரதத்தின் மதிப்பு வெகுகாலத்துக்கு நீடித்தபோதிலும், போர்க்களத்திலும் அரச ஊர்தியாகவும் யானை சேர்க்கப்பட்டது திடீரென்று நிகழ்ந்த ஒன்றாகத் தெரிகிறது. மேலும் போர்யானையின் பயன்பாடு இந்தியாவில் பரவி, ஒரு புது வகையான, நிலைத்து நின்று செயல்படும் மன்னராட்சியை உருவாக்கியது. எடுத்துக்காட்டாக, ராமன் காட்டுக்கு வனவாசம்

மேற்கொள்ளச் சென்றதைக் கேள்வியுற்றபோது, தன்னுடன் நால்வகைப் படைகளையும் அழைத்துக்கொண்டு, ராமனைத் திரும்ப நகரத்துக்கு வரும்படி அழைக்கப் பரதன் புறப்படுகிறான். ராமன் தன் தந்தைக்கு எதிராக நடக்க மாட்டேன் என்று கூறியவுடன் பரதன் தயக்கத்துடன் ராமன் வனவாசம் முடிந்து திரும்பும்வரை நாட்டை ஆள ஒப்புக்கொள்கிறான். அதைக் குறிக்கும் வண்ணமாக ராமனின் பாதுகைகளை ஒரு யானையின் மீது வைத்துக்கொண்டு அயோத்தி திரும்புகிறான். இதில் உள்ள குறியீட்டை நாம் தெளிவாகப் புரிந்துகொள்ள வேண்டும்.

யானைமீது அமர்ந்து ஆட்சி செய்வது, அரசாட்சியுடன் போர்யானைக்குள்ள தொடர்பு இவையெல்லாம் ஒரு விலங்குக்கு அதிகார அடையாளத்தைத் தந்து அது மற்ற வாழ்க்கை முறைகளுக்கும், குறிப்பாகச் சமயத்துக்கும் பரவுகிறது. இந்திய மதங்களில் யானைகள் நிறைந்துள்ளன. புத்த மத நூலில் நன்கு அறியப்பட்ட ஒரு எடுத்துக்காட்டு, மகத மன்னன் அஜாதசத்ருவின் யானை நளகிரியைப் பற்றியது. புத்தரின் ஒன்றுவிட்ட சகோதரன் தேவதத்தன், புத்தரைக் கொல்வதற்காக யானையைத் தலைநகரின் ராஜவீதியில் அவிழ்த்துவிடச் சொல்லி அரசரைத் தூண்டுகிறான். தேவதத்தன் யானைக் காவலர்களை நளகிரி யானைக்கு மேலும் மதங்கொள்ள வைக்கக் கள்ளைக் குடிக்கவைத்து அவிழ்த்துவிடுகிறான். ஆனால், புத்தர் நளகிரியிடம் பேசியவுடன் அது அவர் மேல் அன்பைப் பொழிந்து அவர் முன் மண்டியிடுகிறது. இக்கதையிலுள்ள கருத்து போர்யானையின் கருத்தாக்கம், அதன் உயர் பண்பு, புத்தரின் உயர்ந்த தன்மையை அது தன் செயல்களின் மூலம் ஒப்புகைப்படுத்துவது ஆகியவைதான். தென்னிந்தியாவில் இன்றுள்ள இந்துக் கோயில்கள் பலவற்றில் யானை ஒன்றை வைத்துப் பராமரிக்கிறார்கள். கோவில் யானை என்றறியப்படும் இது காணிக்கைகளைப் பெறுவதற்கும் ஊர்வலங்களில் பங்குபெறுவதற்கும் பயன்படுகிறது. இலங்கையின் நிலப்பகுதியில் (இலங்கைத் தீவின் புகழ்வாய்ந்த கடைசி மன்னராட்சியில்) ஆண்டுதோறும் நடத்தப்படும் புத்தரின் பல் ஊர்வலத்திலும் யானை இடம் பெறுகிறது.

19ஆம் நூற்றாண்டில் செவ்விலக்கியப் பாணியில் எழுதிய தமிழ்ப் புலவர்கள், ஜமீன்தார்களாலும் மடங்களாலும் ஆதரிக்கப்பட்டபோது இந்த ராஜ வாகனக் கருத்து பற்றிய மற்றொரு எடுத்துக்காட்டு தமிழ்நாட்டிலிருந்து பிறக்கிறது. புதிதாக எழுதப்பட்ட கவிதை நூல் ஒன்றின் வெளியீட்டைப் பொதுவெளியில் முதல்முதலாக உரத்துப் படிப்பது மட்டு மல்லாமல், அதன் கையெழுத்துப் பிரதியை யானையின்

மீது வைத்து ஊர்வலமாகக் கோயில் வளாகத்துக்கு எடுத்துச் செல்கிறார்கள்.

இந்தியாவில் வாகனங்களின் படிநிலை பற்றிய நியர்க்கஸின் பத்திக்கு வருவோம். நியர்க்கஸைப் பற்றிய ஸ்ட்ராபோவின் மேற்கோள் மாறுபாடான ஒன்றைக் கூறுகிறது.

"யானைகளால் செலுத்தப்படும் ரதம் அரிய உடைமையாகக் கருதப்படுகிறது. ரதங்கள் ஒட்டகங்களால் இழுக்கப்படுவதுபோல் அவை செலுத்தப்படுகின்றன. ஒரு பெண் தனது காதலனிடமிருந்து யானையைப் பரிசாகப் பெற்றால் அவள் மிகவும் மதிப்புக்குரியவளாகிறாள். ஆனால் குதிரைகளும் யானைகளும் மன்னர்களிடம் மட்டுமே இருந்தன என்று கூறியவரின் கூற்றோடு இது ஒத்துப்போகவில்லை." முதல் வாக்கியம், மறைந்துபோன இந்திய வாகனங்களைப் பற்றிய நியர்க்கஸின் நூலைப் பற்றிய விவரங்களைக் கொடுக்கிறது. ரோமானியருக்கு யானைகளால் இழுக்கப்படும் ரதங்கள் மிகவும் பிடிக்கும். மிகவும் பிற்காலத்தில் வாகனம் ஒன்றின் நுகத்தடியில் பூட்டப்பட்ட யானைகள் சித்தரிக்கப்படுவதை பார்க்கிறோம். ஆனால், இது இந்தியாவில் அல்ல. இது ரோமப் பேரரசர் ஜூலியன், சசானியரை (Sassanian) வென்றதைக் குறிப்பிடும்போதுதான். சசானியர் ரோமானியருக்கு எதிராக யானைகளைப் பயன்படுத்தினர். நான்கு யானைகள் பூட்டப்பட்ட ரதம் ஒன்றில் பெண் தெய்வம் அதீனா பயணிக்கும் சுவரோவியம் ஒன்றை பாம்ப்பி (Pompei) நகரில் காணலாம்.

அந்தப் பத்தியின் இரண்டாவது வாக்கியம் ஸ்ட்ராபோவின் சொந்தக் கருத்து. அவர் இந்தியாவைப் பற்றி கிரேக்க நூலாசிரியர்கள் சொல்வதைச் சந்தேகிக்கிறார். குதிரைகளும் யானைகளும் தனியாருக்கும் அரசாங்கத்துக்கும் உடைமையாக இருப்பது தொடர்பாக, இந்தியாவைப் பற்றி கிரேக்கர் எழுதியவற்றை அவர் நன்கு அலசியிருக்கிறார். பெரும்பாலும் அதைச் சொன்னவர்கள் பொய்யர்கள் என்பதற்கான ஆதாரமாக எடுத்துக்கொள்கிறார். ஆனால், உண்மையில் பார்த்தால் இரு நிலைகளும் மாறுபாடானதாக இல்லை. ஸ்ட்ராபோ நம்பகமாகத் தெரிவிக்கும் கிரேக்கத் தரவுகளில் ஏதோ ஒரு முக்கியம் வாய்ந்ததைத் தொட்டுப்பார்க்கிறார். மெகஸ்தனிஸ், "எந்தத் தனிமனிதனுக்கும் ஒரு குதிரையையோ, அல்லது யானையையோ வைத்துக்கொள்ள அனுமதியில்லை. குதிரைகள், யானைகள் ஆகியவை மன்னர்களுக்கே உரிய உடைமைகளாகும். மேலும் அவற்றைப் பாதுகாக்க ஆட்கள் உள்ளார்கள்" என்று கூறுவதாக ஸ்ட்ராபோ தனது குறிப்பில் கூறுகிறார். நியர்க்கஸ் சொல்வது,

அலெக்ஸாண்டர் காலத்தில் சிந்து சமவெளியில் நிலவிய சூழல்; ஆனால், மெகஸ்தனிஸ் சொல்வது கிழக்கிந்தியர் பற்றியது (பிரக்யா). அதாவது கங்கை தீரத்தின் நடுப்பகுதியில் தலைநகரைக் கொண்டிருந்த மௌரியப் பேரரசைப் பற்றியது. இங்கு மெகஸ்தனிஸ், அலெக்ஸாண்டருக்குச் சில பத்தாண்டுகளுக்குப் பின் வந்த கிரேக்கர் காலத்தில் தூதுவராக அனுப்பப்பட்டார். இதிலிருந்து நாம் அறிவது என்னவென்றால் அதிகார வேட்கை மிகுந்த மௌரியர், குதிரைகள், யானைகளின் உடைமையை மிகுந்த கட்டுப்பாட்டுக்குள் வைத்து இந்தப் போர்முறையை மையப்படுத்தி வெற்றியை மனதில் கொண்டிருந்தனர் என்பதுதான். யானைகள், குதிரைகள் மீது இந்திய மன்னர்கள் கொண்டிருந்த ஈடுபாடு, அவற்றைப் பிடித்தல், வணிகம், உடைமையாக்கிக் கொள்வது இவைகளில் ஒரு வரையறையை ஏற்படுத்திக்கொள்ள உந்துகோலாய் இருந்தது. மௌரியர் காலத்தில் இந்த அம்சம் உச்ச நிலையை அடைந்தது. அரசர் மட்டுமே யானையை வைத்திருக்க முடியும் என்ற நியதி உருவானது.

வியூகம்

போர்யானையின் பணிகள் பல. அவற்றுள் அதிரடியானவை கோட்டைகளைத் தகர்த்தலும் பகைவர்களுக்குப் போர்க்களத்தில் பேரச்சத்தைத் தூண்டுவதும்தான். இவற்றைத் தவிர, படைக்குச் சாலைகள் போடுதல், ஆறுகளைக் கடப்பதற்கு உதவுதல், பணப் பெட்டிகளைச் சுமத்தல் போன்ற வேறு சில பணிகளும் உண்டு.

மேற்கண்ட பணிகள் யாவும் மொத்தப் படையையும் கணக்கில் கொண்டு செய்யப்படுபவை. போர்யானையின் இடம், மற்ற பிரிவுகளின் நிலை இவற்றுக்குத் தகுந்தாற்போல் வியூகம் நிர்ணயிக்கப்படும். படைகளின் முகாம், போருக்கு அணிவகுத்துச் செல்லுதல், போர்க்களத்தில் படைகளை நிறுத்துதல் போன்றவற்றை ஒவ்வொரு நிலையிலும் குறிப்பிட்ட முறையில் செய்ய வேண்டும். இந்த நிரல் முறை அல்லது அணிவகுப்பு, வியூகம் எனப்படும். இந்த அணிவகுப்புகளுக்குப் பெயர்கள் உண்டு.

போர்யானைப் பயன்பாடுகள் மூன்றிலும் மிகவும் நுணுக்கம் வாய்ந்தது வியூகம். மகாபாரதத்தின் போர்க்களக் காட்சிகளிலும் அர்த்தசாஸ்திரத்தின் போர் தொடர்பான பத்தாவது பகுதியிலும் பின்னர் வந்த நூல்களிலும் வியூகம் வெகுவாகப் பேசப்படுகிறது. வியூகம் எப்படிச் செயல்பட்டது என்பதை அறிந்துகொள்வது கடினம்.

அதே நேரத்தில் பழைய தரவுகளெல்லாம் வியூகத்துக்குக் கொடுத்திருக்கும் மதிப்பைக் குறைத்து எடை போடக் கூடாது. தென்கிழக்கு ஆசியாவின் போர்முறைகளில் இந்திய மன்னராட்சியின் போர்முறைகள் எவ்வாறு செல்வாக்குச் செலுத்தின என்பதைப் பற்றிய க்வாரிட்ச் வேல்ஸின் (Quaritch Wales 1952) முன்னோடி நூல் ஒன்றில் கி.பி. 1500களில் ஜாவாவிலும், 19ஆம் நூற்றாண்டில் தாய்லாந்திலும் (*மகாபாரதம்*, *அர்த்தசாஸ்திர* காலத்துக்கு ஆயிரம் ஆண்டுகளுக்குப் பின்) கிடைத்த வியூகங்களின் ஓவியங்களைக் காட்டி விளக்குகிறார். புவியியல் ரீதியாகவும் வரலாற்றுத் தொடர்ச்சியாகவும் வியூகம் இந்திய மன்னர்களிடமும் பரவி, மிகவும் சிறப்புற்றிருந்ததை அவை காட்டுகின்றன.

இந்த வரலாற்றுத் தொடர்ச்சியின் முழுப் பரிமாணத்தையும் ஒருவர் மேலும் தெரிந்துகொள்ள விரும்பலாம். இந்தியாவிலிருந்து தென்கிழக்காசிய மன்னர்கள் வியூகத்தைப் பற்றிய விவரங்களை நேரடியாக அறிந்துகொண்டதைத் தவிர, போர்ப் பயிற்சியும் ஒரு விதமான தொடர்பு சாதனமாய் இருந்துள்ளது. இதனால், படைகளின் பயிற்சி நேரடியாகப் புரிந்துகொள்ளப்பட்டு மொழிகளையும் பண்பாடுகளை தாண்டிப் பரவியது.

இந்திய வியூகத்துக்கும், பாரசீகப் போர்ப் பயிற்சி, ஹெல்லனிஸ்ட் காலத்திய போர்த் தந்திரங்களைப் பற்றிய மறைந்துபோன கிரேக்க நூல்கள் ஆகியவற்றுக்கும் தொடர்பு ஏதேனும் உள்ளதா என்ற கேள்வி எழுகிறது. வியூகங்களின் பயன்பாடு துருக்கி சுல்தானகத்திலும் முகலாய சாம்ராஜ்யத்திலும் தொடர்ந்ததா என ஒருவர் அறிய விரும்பலாம். இதற்கு விடைகளைவிட நம்மிடம் கேள்விகளே அதிகம். இருப்பினும் நமது தற்போதைய தேவைக்குச் சுருக்கமான குறிப்பே போதும்.

இரண்டு இதிகாசங்களும் *அர்த்தசாஸ்திர*மும் பிரகஸ்பதி, உசானாஸ் ஆகிய இருவரின் வியூகத்தைப் பற்றிய நூல்கள் இருந்ததைச் சுட்டிக்காட்டுகின்றன. பிரகஸ்பதியும் உசானாஸ் அல்லது சுக்கிரரும் முறையே தேவர்கள், அசுரர்களின் குருமார்கள். அவர்கள் போரில் வியூகத்தைப் பயன்படுத்தினர். மகாபாரதத்தின் ஒரு பத்தியில் ஒரு பகுதியினர் தேவர்களின் வியூகத்தைப் பயன்படுத்தியபோது எதிர்ப் பகுதியினர் சுக்கிரரின் வியூகம் மூலம் பதில் கூறினர். போர்ப்பயிற்சி, வியூகங்களைப் பற்றிய நூல்களும், பிரகஸ்பதியாலும் சுக்கிரராலும் எழுதப்பட்டதாகக் கருதப்படும் நூல்களும் அழிந்துவிட்டதாக நம்பப்படுகிறது. உசானர், பிரகஸ்பதியைப் பின்பற்றுவோரான அவுசனாஸ் (Ausanasas), பர்ஹஸ்பாத்யாஸ் (Barhaspatyas) ஆகியோரின் நூல்களும் பள்ளிகளும் இருந்ததாக *அர்த்தசாஸ்திரம்* கூறுகிறது.

வியூகத்தைப் பற்றிய அறிவு பல வியூகங்களைப் பற்றிய செயல்திறமையைப் பொறுத்து அமைவது. இதில் குறிப்பிட்ட ஒரு படையின் வலிமையையும் போதாமையையும் கணக்கில் எடுத்துக்கொண்டு எந்த வியூகம் பொருத்தமானது என்பதைக் கணிப்பதும் அடங்கும்.

வியூகங்களைப் பற்றிய அறிவிற்கு மகாபாரதம் ஒரு தனி மதிப்பைக் கொடுத்தது. அந்த அறிவு போர்க்களத்தில் முன்னெடுத்துச் செல்ல ஒரு தகுதியாக அமைந்தது: எனவே, வியூகங்களில் வல்லவரான பீஷ்மர் சொல்கிறார், "நான் கௌரவர் படைக்குத் தலைமை பொறுப்பேற்றால், பல வியூகங்களிலும் திறமை மிக்க நான் அணி வகுப்பதிலும் போர் புரிவதிலும் எதிரிகளை வளைப்பதிலும் பிரகஸ்பதி போலவே செயல்படுவேன்." மேலும் அவர், "எனக்குக் கடவுளர், கந்தர்வர், மனிதர்களின் வியூகங்கள் தெரியும். அவற்றைக் கொண்டு நான் பாண்டவர்களைத் தோல்வியுறச் செய்வேன்" என்கிறார்.

பதினெட்டு நாள் நடந்த யுத்தம் பற்றி மகாபாரதத்தில் ஒவ்வொரு நாளும் போரிடும் கௌரவர்கள் ஒரு வியூகத்தையும், பாண்டவர்கள் ஒரு எதிர் வியூகத்தையும் தேர்ந்தெடுப்பதாகவும், வியூகத்தைத் தேர்ந்தெடுப்பது படைத் தலைவனின் திறமைகளில் ஒன்று என்றும் கூறப்பட்டுள்ளது. பெரும்பாலும் வியூகங்களுக்குக் குறிப்பிட்ட பெயர்கள் உண்டு – சக்கரம், கொக்கு, கருடன், ஊசி, மகரம் என. பதின்மூன்றாம் நாள் போரில் கௌரவர்கள் வகுத்த சக்கர வியூகத்தை எதிர்கொள்ள அர்ச்சுனனின் மகன் இளமைத் துடிப்புள்ள, 16 வயதே நிரம்பிய, அபிமன்யுவின் தலைமை தேவைப்படுகிறது. ஏனெனில் அபிமன்யுவுக்கு மட்டுமே சக்கர வியூகத்தில் நுழைந்து தாக்கத் தெரியும். ஆனால், கெடுவாய்ப்பாக அவன் அந்த வியூகத்திலிருந்து வெளிவரக் கற்றுக்கொள்ளாததால் கொல்லப்படுகிறான். பல வியூகங்களுக்குப் பெயர்கள் இல்லை அல்லது தெளிவற்ற பெயர்கள் கொடுக்கப்பட்டன. "மிகப் பெரிய" "கடலைப் போன்ற" "மேகத்தைப் போன்ற" அல்லது "இதுவரை காணாதது போல்" அல்லது கடவுளரின் வியூகமென்றோ, அரக்கர்களின் வியூகமென்றோ, அல்லது பிரகஸ்பதி அல்லது சுக்கிரரின் வியூகமென்றோ குறிப்பிடப்படுகின்றன. போர்க்கள அணிவகுப்பு, இரண்டு அல்லது மூன்று அடிப்படையான அமைப்பைக் கொண்டது. இது போன்ற தரவுகளிலிருந்து நம்மால் வியூகத்தின் செயல்பாடுகளை அறிந்துகொள்வது கடினம்.

வியூகங்களின் முக்கியப் பரிமாணம் என்னவென்றால், ஒரு பிரிவினர் ஒரு குறிப்பிட்ட அணிவகுப்பைத் தேர்ந்தெடுத்துவிட்டால், எதிர் அணியினர் தமது வெற்றி வாய்ப்பை அதிகரிக்கக்கூடிய

எதிர்வியூகத்தைத் தேர்ந்தெடுக்க வேண்டும். எனவே படைத் தலைவர்கள் ஒவ்வொரு வியூகத்துக்கும் சரியான எதிர்வியூகம் எதுவென்று தெரிந்து வைத்திருக்க வேண்டும். ஆனாலும், இது எந்தப் படை பெரியது என்பது போன்ற பல அம்சங்களைப் பொருத்தது. மகாபாரதத்திலுள்ள ஒரு எடுத்துக்காட்டு இதை தெளிவாக்குகிறது ஒரு பெரிய சேனை, வட்ட அணிவகுப்பை அமைத்துக் கொண்டு, தங்களை யாரும் ஊடுருவ முடியாதபடி செய்துகொள்கின்றனர். அளவில் சிறிய எதிரணியினர் ஒரு முனையில் மட்டும் கவனம் செலுத்த வேண்டியிருப்பதால் அவர்கள் “ஊசி” வியூகத்தை மேற்கொள்கிறார்கள்.

அர்த்தசாஸ்திரத்தில் போரைப் பற்றிய பத்தாவது பகுதியில் வியூகத்தின் கோட்பாடு பற்றிய தர்க்க விளக்கம் தெளிவாக உள்ளது. “படையைச் செலுத்துகையில் முன்னாலிருந்து எதிரி தாக்கக்கூடும் என்றால் மகர வியூகத்தைத் தேர்ந்தெடுக்க வேண்டும். பின்னாலிருந்து தாக்குதல் வரக்கூடும் என்றால் சக்கர வியூகம். பக்கவாட்டில் என்றால் வஜ்ர வியூகம். எல்லாப் பக்கங்களிலிருந்தும் என்றால் சர்வதோபத்திர வியூகம். மகர வியூகம் என்பது இரண்டு முக்கோணங்களை ஒன்றன் மீது ஒன்றாய் வைப்பது (மீனின் உருவ அமைப்பு). இது முன்னாலிருந்து தாக்குபவர்களுக்குப் பரந்த பகுதியைக் கொடுக்கிறது (அல்லது தலைகீழாக்கப்பட்ட முக்கோண வடிவம்). சக்கர வியூகம் ஆப்பு வடிவம் போன்றது. பின்னாலிருந்து தாக்குபவர்களுக்குப் பரந்த பகுதியைக் காட்டுகிறது. வஜ்ர வியூகம் என்பது ஐந்து அணிகள் வஜ்ராயுதம்போல் அமைக்கப்பட்டு முன்னேறுவது. அதனால் பக்கவாட்டுத் தாக்குதலை அது தாக்குப்பிடிக்கும். சர்வதோபத்திர வியூகம் (அனைத்துப் பக்க நல்வியூகம்) என்னும் அணிவகுப்பின் பெயரே அதைப் பற்றிக் கூறுகிறது.

போர் நடத்தத் தகுந்த போர்க்களத்தைத் தேர்ந்தெடுத்த பின் மன்னர் தனது படைகளைப் பகுத்துக் கொடுக்க வேண்டும். வியூகத்தின் பகுதிகள் பக்கதளப் பிரிவு, பக்கவாட்டுப் பகுதி, மையப் பகுதி, காப்புப்படை. இந்தப் பகுதிகளெல்லாம் பல அலகுகளால் ஆனவை. இவை ரதம், யானை, அல்லது குதிரையால் செலுத்தப்படுவன. இவை ஒவ்வொன்றுக்கும் பாதுகாப்புக்குப் படைகள் உண்டு.

நாம் இப்போது இந்த அமைப்பின் ஒட்டுமொத்த வடிவத்தைப் பார்ப்போம். முக்கியமான நான்கு வியூகங்கள்: தண்டம் (Danda), பாம்பு (Bhoga), சக்கரம் (Mandala), நெருக்கமற்ற அணி (Asamhata). பக்கதளப் பிரிவு, பக்கவாட்டுப் பிரிவு, மையம் முதலியன ஒரே மாதிரி செயல்பட்டால் அது தண்டம்; ஒரே

மாதிரி செயல்படாவிட்டால் அது பாம்பு; பக்கதளப் பிரிவு, பக்கவாட்டுப் பிரிவு, மையப்பிரிவு இணைந்தால் அது சக்கரம்; இவை இணையாவிட்டால் அது நெருக்கமற்ற அணி. அந்த இடத்தில் உட்பிரிவுகளின் அதிரடியான கலங்க வைக்கும் அணிவகுப்பு தொடரும். ஒவ்வொரு நான்கு முக்கியப் பிரிவுகளுமே பல மாறுபாடுகளை உடையவை. அவை 33 வகையான பெயர்களைக் கொண்டவை. அர்த்தசாஸ்திரத்தின் பத்தாவது புத்தகத்தின் இறுதிப் பகுதியில் எதிர்வியூகத்தைத் தேர்ந்தெடுப்பது பற்றி விளக்கப்பட்டுள்ளது.

இந்த நான்கு உபவகைகள், எதிர்வகைகளிலிருந்து அர்த்தசாஸ்திரத்தின் வியூகக் கோட்பாடு முழுமையை அடைந்து விட்டது உறுதியாகிறது. ஆனால், இதை முதல் நிலை வளர்ச்சி என்று கூற முடியாது. அர்த்தசாஸ்திரத்துக்குப் பிந்தைய நூலான மனு ஏழு வியூகங்களைக் குறிப்பிடுவது வியப்பூட்டுகிறது. ஒரு வேளை இது முந்தைய வளர்ச்சி நிலைகளை அப்படியே வைத்துள்ளதோ என்ற கேள்வி எழுகிறது. முன்பே நாம் பார்த்த காரணங்களால் மகாபாரதத்தில் எத்தனை விதமான வியூகங்கள் இருந்தன என்பதை அறிவது முடியாத காரியம். எனவே இந்தக் கோட்பாட்டின் வளர்ச்சியைக் கண்டறிவது கடினம். இந்நிலையில், கிறிஸ்து பிறந்த நூற்றாண்டுகளில்தான் இந்தக் கோட்பாடு முழு வளர்ச்சி பெற்றது என்றே இப்போது நம்மால் சொல்ல முடியும். அதாவது, வடஇந்தியாவில் போர்யானைகள் போரில் ஒரு பொது அங்கமாக மாறியபோதுதான் இந்த வியூகக் கோட்பாடு போர்யானையைத் தொடர்ந்து தென்கிழக்காசிய நாடுகளுக்குப் பரவியது. ஆனால் மேற்குலகிற்கும் இது பரவியதா என்று கூற முடியவில்லை.

ஒளிப்படங்கள்

1. கர்நாடகத்திலுள்ள பேலூர் சென்னகேசவா கோவிலில் போர்யானை சிற்பம்

2. முதுமலை சரணாலயத்தில் யானைத் திரள்

3. மைசூர் தசரா விழாவில் அலங்கார ஊர்வலத்தில் யானை

4. நேபாளத்தில் 1911இல் பிரிட்டீஷ் அரசரின் புலிவேட்டையில் யானைகள்

5. பந்திப்பூர் சரணாலயத்தில் தனியாக ஒரு யானை

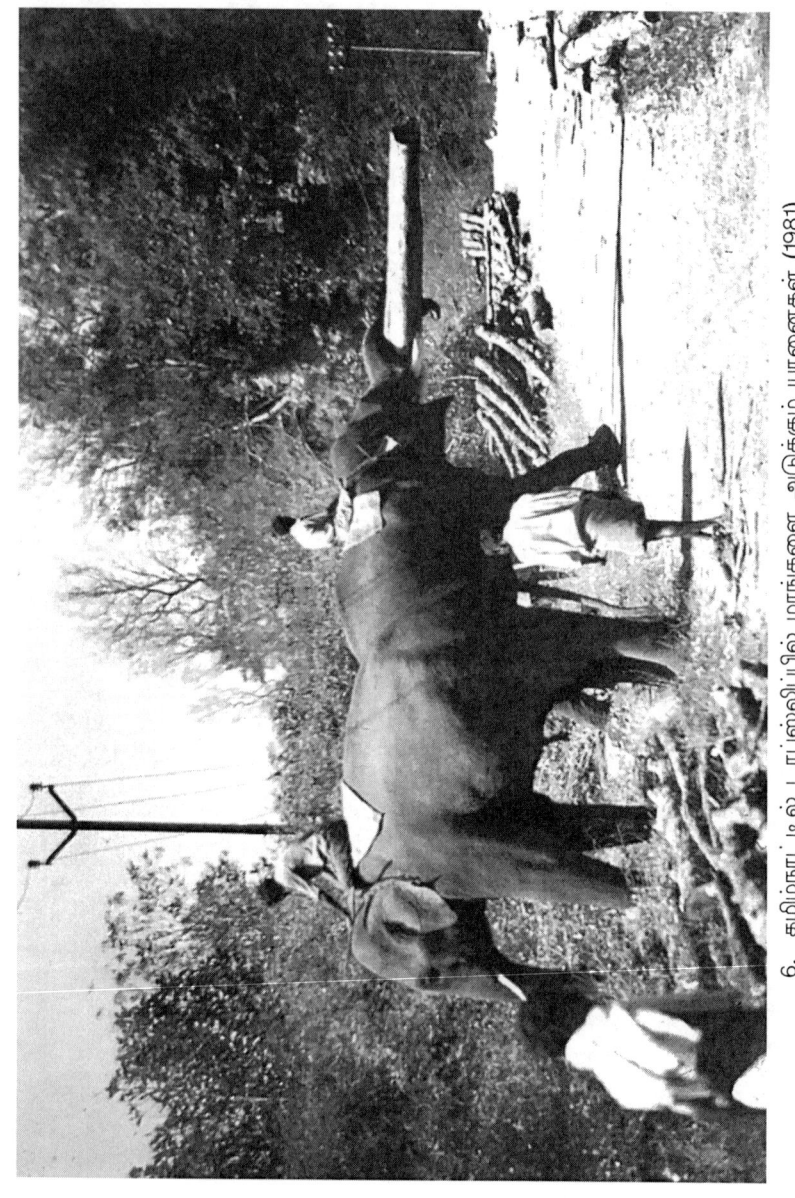

6. தமிழ்நாட்டில் டாப்ஸ்லிப்பில் மரங்களை அடுக்கும் யானைகள் (1981)

4

யானையைப் பற்றி நாம் அறிவது

யானையைப் பிடித்தல், பயிற்றுவித்தல், சவாரி செய்தல், போருக்குப் பயன்படுத்துதல், பராமரித்தல் போன்ற எல்லாச் செயல்களுக்கும் யானையைப் பற்றிய அடிப்படை விவரங்கள் தெரிந்திருக்க வேண்டும். மன்னர்கள் பராமரிக்கும் யானைப் பணியாளர்களிடம் இந்தத் தகவல்களெல்லாம் இருந்தன. போரில் யானைகளைப் பயன்படுத்த இந்த அறிவு அவசியம். யானைகள் பற்றிய தகவல் எப்படி உருவானது, ஒரு தலைமுறையிலிருந்து எவ்வாறு அது அடுத்த தலைமுறைக்கு வழங்கப் படுகிறது என்பதை நாம் அறிந்தாக வேண்டும்.

யானைகளைப் பற்றிய விவரங்களில் நமது புரிதல் முழுமையற்றது. போர்யானைகளைப் பராமரிக்கவும், அவற்றைக் கையாளவும், யானைகளை வைத்திருப்போர் அவற்றைப் பற்றிய பட்டறிவைக் கொண்டிருப்பர். இந்த அறிவை இவர்கள் எழுத்து மூலமாக இல்லாமல் பணிப்பயிற்சி மூலமாகப் பரப்பினர். பண்டைய இந்தியாவின் எழுத்து வடிவிலான நூல்கள் மேட்டுக்குடியினரின் தனியுரிமையாக இருந்தன. அவற்றின் அக்கறையும் கோணமும் முற்றிலும் மாறுபட்டவை. யானைகளைப் பற்றிய கல்விக்கு ஆதாரமான அனுபவ அறிவை அடிப்படையாக வைத்து எழுதப்பட்டவை அல்ல. யானைகளைப் பராமரிக்கும் படிப்பறிவற்றவர்களுக்கு எழுதும் திறன் இருக்கவில்லை.

இந்த இயலில் நான் மன்னர்களின் யானைப் பணியாளர்களுடைய பட்டறிவை ஆராய விரும்புகிறேன். சமஸ்கிருத நூல்களில் உள்ள யானைகளைப் பற்றிய தகவல்களுடன், யானைகள் பற்றிய எழுத்தறிவுக்கும் அனுபவ அறிவுக்கும் உள்ள தொடர்பையும் பரிசீலிக்கப்போகிறேன். சமஸ்கிருத நூல்களான *அர்த்தசாஸ்திரம்*, பாரசீக நூலான *அயினி அக்பரி* ஆகியவற்றில் அடங்கியுள்ள யானைகள் பற்றிய விவரங்களை ஆராயப்போகிறேன். இந்த இரண்டு நூல்களுக்கும் ஆயிரம் ஆண்டுகள் இடைவெளி இருந்தாலும், இவை இரண்டும் யானைகளைப் பற்றிய அனுபவ அறிவுடன் ஆழமான தொடர்புடையவை. அதன் பிறகு நாம் போர்யானை என்கிற கருத்தாக்கம் எவ்வாறு இந்தியாவுக்குள்ளும் அதற்கு அப்பாலும் பரவியது என்பதைப் பார்க்கலாம்.

அனுபவ அறிவு

யானைகளைப் பிடித்துப் பராமரிப்பதற்கு யானை பிடிப்பவர், பயிற்சியாளர், மாவுத்தன், மருத்துவர் என நிறையப் பணியாளர்கள் தேவை. மாவுத்தன் எல்லா நேரத்திலும் ஒரு உதவியாளரை வைத்திருப்பார். மாவுத்தனுக்கு அவரது வேலைகளில் உதவி செய்வதோடு அவர் விடுப்பில் செல்லும்போதெல்லாம் யானைக்குத் தீவனம் கொடுப்பதுபோன்ற வேலைகளையும் இவர் செய்வார்.

இம்மாதிரியான திறமைகளை வேலை செய்வதன் மூலம்தான் கற்றுக்கொள்ள முடியும். இதனால் ஆசிரியர், மாணவர்களிடையே உள்ள உறவுமுறை பெரும்பாலும் தந்தை, மகன் முறையாகவோ மாமன், மருமகன் முறையாகவோ இருந்தது. 3000 ஆண்டுக் காலப் போர்யானையின் வரலாற்றில் நூறு தலைமுறைகளில் இத்தகைய திறமைப் பரிமாற்றம் நடந்துவந்திருக்கிறது. இந்த அறிவு, எழுத்துப்பூர்வமான நூல்கள் உதவியுடன் பரப்பப்படவில்லை. ஒருவேளை மருத்துவத்துக்கு மட்டும் எழுத்து வடிவம் பயன்பட்டிருக்கலாம்.

இனி வரும் இயல்களில் இந்திய வேடர்களும் பயிற்சியாளர்களும் அலெக்ஸாண்டரால் கொண்டுசெல்லப் பட்டனர் என்பதற்கான ஆதாரங்களைக் காட்டப்போகிறேன். அலெக்ஸாண்டரின் வழித்தோன்றல்களும் இந்தியப் பணியாளர்களை ஆதரித்தனர். இந்திய மாவுத்தர்கள் இந்திய யானைகளுடன் சிரியா, எகிப்து என அதற்கு அப்பாலும் பயணித்தனர். வடஇந்திய மாவுத்தர்கள் யானை பற்றிய தங்கள் அறிவைத் தென்னிந்திய மக்களுக்குப் புகட்டினர்.

இந்திய மாவுத்தர்கள் இலங்கை, தென்கிழக்கு ஆசியாவில் இருந்தவர்களுக்கும் பயிற்சியளித்தனர். தென்கிழக்காசிய மாவுத்தர்கள், மிங் (Ming) வம்ச காலங்களில் இருந்த சீனப் பேரரசர் ஒருவருக்குத் தென்கிழக்காசிய மன்னர்களால் பரிசாக அளிக்கப்பட்ட யானைகளுடன் சென்றதற்கு ஆதாரம் உள்ளது. மாவுத்தர்களின் வாய்வழி வந்த யானைகள் பற்றிய பட்டறிவு போர்யானைகளைப் பயன்படுத்தும் மன்னர்களுக்கு அவசியமானதாயிருந்தது. இந்தத் திறன் இந்திய மாவுத்தர்களாலும் வேடர்களாலும் பயிற்சியாளர்களாலும் பரப்பப்பட்டது.

யானை அறிவியல்

மகாபாரதத்தில் இளவரசர்களுக்கான கல்வியில், வில் வித்தை, குதிரை சவாரி, வாள், கேடயச் சண்டை, யானைப் பயிற்சி, கொள்கை அறிவியல் ஆகியவை அடங்கும். யானைப் பயிற்சி என்பது யானைகளைப் பராமரிப்பதும் கையாள்வதும் இல்லை. அது யானையின் மேல் அமர்ந்து போர்புரிதல் பற்றியது. அதாவது குதிரைச் சவாரி போன்றது. மகாபாரதத்தில் சொல்லப்பட்டுள்ள யானை பற்றிய அறிவு, யானையின் உதவியுடன் போரிடும் போர் வீரனுக்குக்கானது. அது யானையைப் பிடித்தல், பழக்குதல், சவாரி செய்தல், மன்னர்களின் பயன்பாட்டுக்காக அவற்றை நிர்வகித்தல் போன்ற விவரங்கள் பற்றியதல்ல. ஆனால் சமஸ்கிருதத்தில் யானைகளைப் பற்றி விரிவாக எடுத்துரைக்கும் நூல் தொகுதி உள்ளது.

இத்தொகுதிகளுள் *அர்த்தசாஸ்திரம்* மிகப் பழமையானதும் சிறந்ததுமாகும். மன்னராட்சி முறை, அதன் கொள்கைகள் பற்றியது இந்த நூல். பிற்காலத்தில் வந்த சில நூல்களில் யானைகளைப் பற்றிய விவரங்கள் அமைந்தன. சோமதேவ சூரியின் (959–66) *யாசஸ்திலகா*, மூன்றாம் சோமேஸ்வரா சாளுக்கியாவின் (கி.பி. 1131) *மான சோல்லசா*, கோதவர மிஸ்ராவின் (ஒரிசாவின் கஜபதி மன்னர்களில் ஒருவரான பிரதாப ருத்ரதேவாவின் அமைச்சர்) *ஹரிஹர சதுரங்கா* (16ஆம் நூற்றாண்டு) போன்ற நூல்களைச் சுட்டிக்காட்டலாம். இந்த எல்லா நூல்களிலும் யானையைப் பற்றி ஒரு பகுதியில்தான் சொல்லப்பட்டிருக்கிறது. இந்த நூல்களை எளிதாகக் காலக்கணிப்பு செய்ய முடிகிறது.

யானை அறிவியல் தொடர்பான பிற நூல்களின் காலங்களை நாம் அறிய முடியவில்லை. அவற்றில் ஒன்றான, மொழியியலாளர் ஃப்ராங்க்லின் எட்கர்ட்டன் (Franklin Edgerton) ஆய்வுசெய்து மொழியாக்கம் செய்த *மாதங்க லீலா* என்ற நூலில் யானைகளைப் பற்றிய சிறந்த ஆய்வு நூல்கள் *அர்த்தசாஸ்திரத்துக்குப்* பின்னர் வந்தவை என்கிறார். *அர்த்தசாஸ்திரம்*, யானை அறிவியலைப்

பற்றிக் குறிப்பாகப் பேசாதது இவரது கூற்றுக்கு வலுச்சேர்க்கிறது. அந்த நாட்களில் யானைகள் பற்றி தனிப்பட்ட ஆய்வு நூல்கள் இருந்திருந்தால் அர்த்தசாஸ்திரம் அவற்றைக் குறிப்பிட்டிருக்கும்.

அச்சில் கிடைக்கும் யானை அறிவியல் தொடர்பான சமஸ்கிருத நூல்களாவன:

1. பல்காப்யாவின் *கஜ சாஸ்திரம்* (யானை அறிவியல்)
2. நாரதரின் *கஜ சிக்ஷா* (யானைப் பயிற்சி)
3. நாராயண தீட்சிதரின் *கஜகிரகஹணகிரஹாரா* (யானை பிடித்தல் பற்றிய விளக்கவுரை)
4. நீலகண்டரின் *மாதங்க லீலா* (யானைகளின் விளையாட்டு)
5. பல்காப்பியாவின் *ஹஸ்த் ஆயுர்வேத* (யானை உயிரியல்)

அஸ்ஸாமிய மொழியில் இப்பொருள் தொடர்பாக அமைந்த *ஹஸ்திவித்யாரணாவா* (யானைத் தகவல் கடல்) என்ற நூலை எழுதியவர் சுகுமார பர்கத். காலம் கி.பி. 1734. ஆங்கிலத்திலும் மொழிபெயர்க்கப்பட்டுள்ள இந்நூல் யானை அறிவியல் தொடர்பான சமஸ்கிருத நூல்களின் மரபில் வந்தது. இதில் ஏராளமான விளக்கப் படங்கள் உள்ளன.

அஸ்ஸாமிய நூலைத் தவிர எஞ்சியுள்ள இந்தத் தனிப்பட்ட நூல்களின் காலங்கள் குறிப்பிடப்படவில்லை. இவை பெரும்பாலும் மிகத் தொன்மைக் காலத்தில் தெய்வ ஆற்றலின் மூலம் பெறப்பட்ட தரவுகளாக நம்பப்படுகின்றன.

இம்முறையின் மூலம் யானைகளைப் பற்றிய பட்டறிவை, புலமைமிக்க நூலாசிரியர்கள், யானை பராமரிப்புப் பணியாளரிடமிருந்து பெற்றுக்கொண்டு, தாங்கள்தான் நிபுணர்கள் என உரிமை கொண்டாடினர். இதில் முரண்பாடு என்னவென்றால் இவர்கள் பழமை என்று கூறினாலும் அந்த நூல்களெல்லாம் மிகச் சமீபத்தியவை என்பது தெரிகிறது. எப்படியிருந்தாலும் இவை அர்த்தசாஸ்திரத்துக்குப் பிற்காலத்தவை. இந்த யானை அறிவியலை ஆராய்வது பயனுள்ளது.

கஜ சாஸ்திரம், ஹஸ்த ஆயுர்வேதம் ஆகிய நூல்களுக்குப் பெயரளவில் முனிவர் பல்காப்யா ஆசிரியர். மாதங்கலீலையின் ஆசிரியர் நீலகண்டா தனது நூலின் உள்ளடக்கத்துக்குப் பலகாப்பியர்தான் மூல காரணம் என்கிறார். கங்கைச் சமவெளியில் காட்டானைகளைப் பிடித்துப் பழக்கப்படுத்திய தருணத்தில், அங்க தேச மன்னன் ரோமபாதருக்கு யானை அறிவியலைப் பலகாப்பியர் விளக்கியுள்ளார். நான்காவது

நூலான கஜ சிக்ஷாவுக்கு மூலம் தேவர்களில் ஒருவரான நாரதர். இது நாரதருக்கும் கடவுளான இந்திரனுக்குமிடையே நடந்த உரையாடல் பாணியில் அமைந்துள்ளது. அவர்களிடையே நடந்த உரையாடல் ஓர் இலக்கிய வடிவமாகப் புராணங்களில் காணக் கிடைக்கிறது. குப்தப் பேரரசின் காலத்திலும் அதற்குப் பின்னரும், அதாவது கி.பி. 320க்குப் பிறகும் இம்மாதிரியான உரையாடல் வடிவைக் காணலாம். ஆனால், பலகாப்பியர் யானை அறிவியல் நூல்களுக்கு அப்பால் அறியப்படாத ஒருவர். வேத காலத்தின் பிற்பகுதியிலிருந்தே அங்க தேசத்தில் பழக்கப்படுத்தப்பட்ட யானைகள் இருந்தன. அந்நாட்டின் அரசன் ரோமபாதன் ராமாயணத்தில் வரும் ராமனின் நண்பன். மிகவும் அறியப்பட்ட இந்த மன்னன், அறியப்படாத ஒரு முனிவருடன் தொடர்பு கொண்டிருந்தார் என்பது பின்னர் தோற்றுவிக்கப்பட்டதாகத் தெரிகிறது. சிலர் ரோமபாதர், பலகாப்பியர் ஆகியோரது காலம் கி.மு. ஆறாம் நூற்றாண்டு எனக் கூறுவதும் நம்பும்படியாக இல்லை. மன்னரும் முனிவரும் நிஜமானவர்கள் என்று எடுத்துக்கொண்டாலும் நமக்குத் தற்போது கிடைக்கும் யானை பற்றிய அறிவியல் நூல்கள் நீண்ட காலத்துக்குப் பின்னால் எழுதப்பட்ட அர்த்தசாஸ்திரத்துக்கும் பிந்தியவை.

பலகாப்பிய முனிவர், மன்னர் ரோமபாதர் ஆகியோரின் கதை முழு யானை அறிவியலையுமே ஒரு புராணக் கதை போலாக்கிவிட்டது. இதில் முக்கிய நிகழ்வுகளான கடவுளும் பிராமண ரிஷிகளும் வரம் கொடுப்பது, சாபமிடுவது, விமோசனம் பெறுவது, ஒரு முறை சாபம் கொடுத்துவிட்டால் அதைத் திரும்பப்பெற முடியாமலிருப்பது ஆகியவையும் இடம் பெற்றுள்ளன.

கதை இதுதான். கம்பா நகரத்திலிருந்து ஆட்சி செய்யும் அங்க தேச மன்னன் ரோமபாதருக்குக் காட்டானைகள் பயிர்களை அழிக்கின்றன என்கிற விவரம் தெரியவருகிறது. முனிவர்கள் யானைகளைப் பிடிப்பதற்கான வரத்தை அவனுக்கு அருள்கிறார்கள். அவன் யானைகளைப் பிடித்து முனிவர்களுக்குக் கொடுக்கிறான். எப்போதுமே யானைகளுடன் வாழ்ந்துவந்த பலகாப்பியர் யானைகளைப் பற்றிய விவரங்களை அறிந்துகொண்டு அவற்றுக்கான மருந்திட்டு உதவுகிறார். தான் சிறிது காலம் இல்லாதபோது யானைகள் பிடிக்கபட்டதை அறிந்து வருத்தமடைந்து, அவற்றைத் தேடித் திரிகிறார். இறுதியாகக் கம்பா நகரத்துக்கு வந்து ரோமபாதரைச் சந்திக்கிறார். ரோமபாதர் அவரை வரவேற்று உபசரிக்கிறார். அதன் பின் பலகாப்பியர் யானைகளின் கதையை அவருக்குக் கூறி யானை அறிவியலையும் போதிக்கிறார்.

முன்பெல்லாம் யானைகளுக்கு இறக்கைகள் இருந்ததாகவும் அவை வானத்தில் தங்கள் விருப்பம்போல் பயணித்தன என்றும் பலகாப்பியர் கூறுகிறார். ஒருநாள் யானைகள் இமாலயத்திலுள்ள ஆலமரத்தில் உட்கார்ந்திருந்தன. அவற்றின் எடையைத் தாங்க முடியாமல் அந்தக் கிளை முறிந்து துறவி திர்கதபஸ் மேல் விழுந்தது. அவர் யானைகளின் பறக்கும் சக்தியை நீக்கி, மனிதர்களுக்கு வாகனமாக ஆகும்படி சபித்துவிடுகிறார். ஆனால், அவர் எட்டுத் திக்கு யானைகளுக்கும், இந்திரனின் ஐராவதம் யானைக்கு மட்டும் இந்தச் சாபத்திலிருந்து விலக்களித்தார். இந்த எட்டுத் திக்கு யானைகளும் தங்களது இனத்தார் பூமியில் சாபத்தில் விழுந்துவிட்ட காரணத்தால் அவற்றின் துன்பத்தைப் போக்கும்படி பிரம்மாவிடம் முறையிட்டன. யானைகளை நேசிக்கும் ஒரு துறவி தோன்றுவார் எனவும், அவற்றுக்குத் தேவையான மருந்து தொடர்பான அறிவைப் பெற்று அவற்றைக் குணப்படுத்துவார் எனவும் பிரம்மா வாக்களித்தார்.

அந்தத் துறவிதான் பலகாப்பியர். இவர் யானையாய்ப் பிறவி எடுக்கும்படி மாதங்க முனிவரால் சபிக்கப்பட்ட குணவதிக்குப் பிறந்தவர். இந்தச் சாபத்தின் கடுமையைக் குறைக்க, குணவதி, துறவி சாமகயனா மூலம் குழந்தை பெற்றுக்கொண்டால் சாப விமோசனம் கிடைக்கும் என்று மாதங்க முனிவர் சொல்கிறார். சாபம் நீங்கி குணவதி மீண்டும் மனித உருவம் பெறுகிறாள். ஆகவே, பலகாப்பியர் யானைகளுடன் வாழ்ந்து அவற்றின் மருத்துவத் தேவைகளையும் கவனித்துவந்தார். ஒரு நாளில் மூன்று முறை, அதாவது காலை, மதியம், மாலை மட்டும் தன் தந்தையைப் பார்த்துக்கொள்வதற்காக அவர் யானைகளை விட்டுப் பிரிந்துபோவது வழக்கம். இதுபோன்று அவர் ஒருமுறை தந்தையைக் காணச் சென்றபோதுதான் ரோமபாத மன்னரின் ஆட்கள் யானைகளைப் பிடித்துச் சென்றுவிடுகின்றனர்.

இந்தக் கதை மேலும் தொடர்ந்து யானைகளின் தோற்றத்தை யும் அவற்றின் பண்புகளையும் விவரிக்கிறது. பூமியிலுள்ள நான்கு வகையான யானைகளான உயர்ந்தது (Bhadra), மந்தமானது (Manda), மான் இனம் (Mrga), கலப்பினம் (Mixed) ஆகியவற்றை விளக்குகிறது. யானைகளைப் பற்றிய சமஸ்கிருத வார்த்தைகளுக்கான சொற்பிறப்பியலையும் இந்த நூல் கூறுகிறது. அதன் பிறகு யானைகளின் விசித்திரமான சில குணங்களையும் விவரிக்கிறது. அதாவது, அந்தக் குணங்கள் யானைகளின் வரம்பு கடந்த செயலால் கடவுளரின் சாபத்திலிருந்து எவ்வாறு தோன்றின எனக் கூறுகிறது. இந்த நூலின்படி, யானைகளின் உடல்கள் முன்பு முற்றிலும் வித்தியாசமாகவும் உயர்ந்த சக்தியை உடையனவாயும் இருந்து தற்போதைய நிலைக்கு வந்துள்ளன.

உள்நோக்கி அமைந்திருக்கும் அதன் நாக்கு, நிறைய இரையை உண்ணும் வகையில் வடிவமைக்கப்பட்டது. அதிக உட்புற வெப்பம், விரைப்பை இல்லாமை, மண் பூசிக்கொள்வதில், தண்ணீரில் அலைவதில் மகிழ்ச்சி, பறக்க முடியாமை, பூமியில் உழலல், வாகனங்களாய் உழைத்தல், இறைத்தன்மை தொலைத்தது, உட்புறம் வியர்த்தல் முதலிய அவற்றின் தற்போதைய நிலைகளுக்கு ஆளாக்கின. இதற்கு முன் யானைகளுக்கு வியர்த்தது. ஆனால் அசுரர்களோடு தேவர்கள் போர் புரிந்தபோது அதன் வியர்வை நாற்றம் தாங்க முடியாமல், வருண பகவான் வியர்வையை அதன் உட்புறம் சுரக்கும்படி செய்து, அது பிறகு துதிக்கை வழியாகத் திவலையாக வெளியேறும்படி செய்துவிட்டார். உண்மையில் பாலூட்டிகளிலேயே மனிதர்கள்தான் தங்கள் உடலின் பெரும்பகுதியில் வியர்வைச் சுரப்பிகள் உள்ளவர்கள்.

யானைகளைப் பற்றிய ஆதாரப்பூர்வமான விவரங்களை முதன்முதலில் பிடித்தது பிராமணர்கள்தான்; மாவுத்தர்களோ, வனவாசிகளோ அல்ல என்று யானை சார்ந்த நூல்கள் கூறுகின்றன. பயிற்சியாளர்கள், வேடர்கள், தங்கள் வாழிடங்களை யானைகளுடன் பகிர்ந்துகொண்ட வனவாசிகள் ஆகியோரை ஓரங்கட்டிவிட்டு, பிராமணர்களுக்கு அந்தப் பெருமையை இந்த நூல்கள் கொடுக்கின்றன. இருந்தபோதிலும் சமஸ்கிருத நூல்கள் தரும் யானைகள் பற்றிய அறிவு அன்றாடப் பட்டறிவுடன் வலுவான தொடர்புகொண்டுள்ளது என்று எட்கர்டன் சொல்கிறார். இது எந்த வகையிலும் கற்பனை சேர்ந்ததல்ல. இந்தப் புத்தகங்களில் அடங்கிய யானைகள் பற்றிய விவரம் மனதில் பதியத்தக்கது. எட்கர்டன் *மாதங்க லீலா*வில் உள்ள யானை பற்றிய அறிவு தொடர்பான கலைச்சொற்களின் நீண்ட பட்டியலைக் கொடுக்கிறார். இவற்றின் பொருள் தற்போதுள்ள அகராதிகளில் இல்லை. இவை யானை பராமரிப்போரிடமிருந்து பெறப்பட்டிருக்க வேண்டும்.

இதுவரை பார்த்ததில், இந்தத் தனிப்பட்ட நூல்களெல்லாம் நடைமுறை அறிவின் சாரத்தை உள்வாங்கியிருக்கின்றன என்பது தெளிவாகத் தெரிகிறது. யானைகளின் நால்வகை இனங்கள் குறித்த விளக்கம் ஒரு எடுத்துக்காட்டு. இந்த விளக்கம் வேத காலத்துக்குப் பிந்தைய சமஸ்கிருத நூல்களில் விரவியிருக்கும் நான்கு யுகங்கள் பற்றிய கருத்தாக்கத்தின் அடிப்படையிலும், சாங்கிய தத்துவத்திலுள்ள சாத்வீகம், ராஜஸம், தாமஸம் என்கிற மூன்று குணங்களின் அடிப்படையிலும் அமைந்திருக்கிறது. இவ்விரு கருத்துகளும் கல்வியறிவு சார்ந்தவை. மன்னர்களது யானைப் பணியாளர்கள் மூலம் உருவாகியிருக்க வாய்ப்பே இல்லை.

போர்யானை பற்றிய அறிவை விசாலமாக்கிக்கொள்ள நான் முன்பே கூறிய முக்கியமான நூல்களான *அர்த்தசாஸ்திரத்தையும்*, அபுல் ஃபாஸலின் *அயினி அக்பரியையும்* பரிசீலிக்கப்போகிறேன். அவை ஆயிரம் ஆண்டுகளுக்கு இடைபட்ட, இரு காலகட்டங்களில் அரசு நடைமுறையில் யானைகளின் இடத்தைக் காட்டுகின்றன. முதலாவது நூல் ஏறத்தாழ கி.மு. முதல் நூற்றாண்டிலும் இரண்டாவது நூல் கி.பி. 1590இலும் எழுதப்பட்டது. ஒன்றிலிருந்து ஒன்று வெகுவாக வேறுபட்டாலும் அவை ஒவ்வொன்றும் யானைகளை அரசின் முக்கியமான சொத்தாகக் காட்டுவதால் இரண்டும் ஒரே பார்வையுடையதாக உள்ளன. போர்யானை பற்றிய விவரங்களைப் பெறுவதில் நமக்கு உதவுகின்றன.

அர்த்தசாஸ்திரம்

ஒரு அரசு எப்படி இயங்க வேண்டும் என்பதற்கான அறிவுரைகளை *அர்த்தசாஸ்திரம்* வழங்குகிறது. ஒரு மன்னனது ஆட்சியில் ஏதேனும் குறைபாடு இருந்தால் அதனைச் சரி செய்ய வழி காட்டுகிறது. பிரச்சினைகள் ஏற்பட்டால் அவற்றிலிருந்து விடுபடவும் ஆலோசனை அளிக்கிறது. எதையும் ஒருபோதும் மிகைபடக் கூறாமல், இயங்கிவரும் ஆட்சியில் ஒவ்வொரு சூழ்நிலைக்கும் தகுந்தவாறு, எது சிறந்தது என்று கருதுகிறாரோ அதை ஆசிரியர் சொல்கிறார்.

முதலில் இந்த நூல் பயணிக்கும் வழிகளைப் பற்றி ஒரு சிறு விளக்கத்துடன் தொடங்குகிறேன். *அர்த்தசாஸ்திரம்* அதன் முதல் பகுதியில் மன்னராகிய தனிமனிதன், அவனது பாதுகாப்பு, பயிற்சி, அன்றாட அலுவல், நடத்தை முதலியவற்றுடன் ஆரம்பிக்கிறது. மீதியுள்ள நூலும் அரசு இயங்கும் எல்லா பகுதிகளிலும் நிர்வாகம் செய்வது, பொருளீட்டுதல், அரசை நல்ல நிலையில் பராமரித்தல் முதலியவற்றைப் பற்றிப் பேசுகிறது. இதன் மற்றொரு பகுதி அயல்நாட்டு உறவுகள் அதாவது ராஜதந்திரம், போர் தொடர்பானது. இந்த இரு பகுதிகளிலும் போர்யானை இடம் பெறுகிறது.

யானைக்காடு

அர்த்தசாஸ்திரத்தில் அரசாங்கம், உள்துறை நிர்வாகம் பற்றி பேசும் பகுதி இரண்டாம் புத்தகத்தில் ஆரம்பிக்கிறது. பொருளாதார மண்டலங்களாகப் பிரிக்கப்பட்ட பிரதேசத்தின் ஒரு பயணத்துடன் இது தொடங்குகிறது. அரசாங்கத்தின் நிலவரம் பற்றி இது நமக்கு விளக்குகிறது. முதலாவதாக இரு அத்தியாயங்களில் ஊர்ப்புறத்தில் விவசாய கிராமங்களின் குடியேற்றம் பற்றியும், இரண்டாவது தரிசு நிலங்களை மேய்ச்சல்

நிலங்களாகவும் பல வகையான காடுகளாகவும் தீர்வு செய்வது குறித்துப் பேசுகின்றது. இந்த அத்தியாயத்தின் பெரும்பகுதி யானைக் காடுகளைப் பற்றியது. இதைத் தொடர்ந்து, மன்னர் குடியிருக்கும் கோட்டைகள், பாதுகாப்பான நகரத்தைப் பற்றிய அத்தியாயங்கள் தொடர்கின்றன. முன்பு கூறப்பட்ட நிலப்பகுதி பார்க்கப்பட்ட கண்ணோட்டத்திலேயே இப்பகுதியும் பார்க்கப்படுகிறது. இதற்குப் பிறகு வருகின்ற அத்தியாயங்கள் நிர்வாகிகள், அவர்கள் பணிகள், பொருளாதாரக் கடமைகள் பற்றிக் கூறுகின்றன.

அர்த்தசாஸ்திரத்தின் இந்தப் பகுதி அரசின் தலையாய கடமை, விவசாயிகளுக்குக் கிராமங்களை நிர்மாணித்தல் என்பதை எவ்விதச் சந்தேகமும் இல்லாமல் கூறுகிறது. இந்த விவசாயிகள் நிலத்தை உழுது விளைபொருள்களுக்கான வரியைச் செலுத்துகிறார்கள். இந்த வரிகள்தான் அரசனுக்கும் அரசாங்கத்துக்கும் வருவாய்க்கான ஆதாரம். நிலங்களின் மற்ற பயன்கள் இதற்கு இரண்டாம் பட்சம்தான். அயல் தேசங்களிலிருந்து மக்களைக் கவர்ந்து கிராமங்களில் குடியேறச் செய்தும், நகரங்களிலுள்ள மக்களைக் கிராமங்களுக்குக் குடிப்பெயறச் செய்தும், கிராமங்களின் எண்ணிக்கையைப் பெருக்க வேண்டும். புதிய விவசாயிகளுக்கு விதைகளை வழங்கியும், கால்நடைகளைக் கொடுத்தும், குறிப்பிட்ட காலத்துக்கு வரிவிலக்கு கொடுத்தும் மன்னர் உதவ வேண்டும் என்கிறது இந்த நூல்.

தரிசு நிலங்களைத் தீர்வுசெய்வது பற்றிய அத்தியாயத்தில் விவசாய கிராமங்கள் மற்றும் பண்ணை நிலங்களுக்கு அடுத்து மேய்ச்சல் நிலங்கள் குறிக்கப்பட்டுள்ளன. ஒரு பத்தியில் மேய்ச்சல் நிலங்களெல்லாம் பண்ணை நிலங்களுக்கிடையே அமைய வேண்டுமென்று சொல்லப்பட்டுள்ளது. இதிலிருந்து மாடு மேய்ப்பவர்கள் கிராமத்தில் வாழ வேண்டும், மேய்ச்சல் நிலத்தில் அல்ல என்றும் தெரிகிறது. இந்த மேய்ச்சல் நிலங்கள் ஏற்கெனவே தொல்லை கொடுப்பவர்களால், அதாவது வழிப்பறிக் கொள்ளையராலும் காட்டு விலங்குகளாலும் நிறைந்துள்ளன.

காடுகள் சில தனிப்பட்ட வழிகளில் உதவுகின்றன. திரவியக் காடுகள் என்பன வனத்தில் பெறப்படும் பொருட்களுக்கானவை, மற்றொன்று யானைக் காடுகள். நாட்டின் எல்லைப் பகுதியில் யானைக்காடு அமைத்துக் காட்டுக்குடிகளால் அதைப் பாதுகாக்க வேண்டும். யானைக் காட்டின் மேற்பார்வையாளரும் அதன் வனக் காவலர்களும் அதைக் காக்க வேண்டும். யானையை வேட்டையாடுபவர்களைக் கொல்ல வேண்டும். ஆனால், இயற்கையாக இறந்துபோன யானையின் தந்தத்தைக்

கொண்டுவந்தால் அவர்களுக்குப் பரிசளிக்க வேண்டும். இதன் மூலம் தெளிவாகத் தெரிவது என்னவென்றால் தந்தங்களின் தேவையை இயற்கையாக இறந்த யானைகள் மூலம்தான் பூர்த்தி செய்துகொள்ள வேண்டும். யானையைக் கொல்பவர்கள் எவராயினும் கடும் தண்டனை பெற்றார்கள்.

யானைக்காட்டைக் கண்காணிக்கப் பணியாளர்கள் உண்டு. இவர்கள் யானைகளின் சிறுநீர், சாணம் இவற்றை உடலில் பூசிக்கொண்டும், மரக்கிளைகளில் ஒளிந்துகொண்டும், ஐந்து அல்லது ஏழு பெட்டை யானைகளின் துணையுடன் சென்று யானைக் கூட்டங்களின் எண்ணிக்கையைக் கண்டறிய வேண்டும். அவை தூங்குமிடங்கள், காலடித் தடங்கள், சாணம், ஆற்றின் கரைகளுக்கு நேர்ந்திருக்கும் சேதம் ஆகியவற்றைக் கொண்டு இதைக் கண்டுபிடிப்பார்கள். இந்த விவரங்களையெல்லாம் இவர்கள் எழுத்து வடிவில் பதிவு செய்ய வேண்டும். மந்தையாக வாழும் யானைகள், தனித்திருப்பவை, ஆபத்தான யானைகள், மதத்தில் உள்ளவை, குட்டி யானைகள், பிடிக்கப்பட்டவற்றிலிருந்து விடுவிக்கப்பட்டவை ஆகிய விவரங்களையும் பதிவுசெய்ய வேண்டும். பயிற்சியாளர் எது சிறந்த யானை என்று குறிப்பிடுகிறாரோ அதனை அவர்கள் பிடிக்க வேண்டும்.

நீர்நிலைப் பகுதிகளில் யானைகளைச் சுலபமாகக் காணலாம். ஆதலால் அவற்றைக் கோடைக்காலத்தில்தான் பிடிக்க வேண்டும். அக்காலத்தில் இலையுதிர் மரங்களின் இலைகள் பெரும்பாலும் உதிர்ந்துவிடும். இருபது வயது நிரம்பிய யானைகளைப் பிடிப்பது பொருத்தமானது. இளவயது யானைகள், தந்தமில்லா ஆண் யானைகள், நோயுற்றவை, கன்றுகள், பால் குடிக்கும் கன்றுகளை உடைய பெட்டை யானைகள் ஆகியவற்றைப் பிடிக்கக் கூடாது. பலம் பொருந்திய யானைகளையும் உருவத்தில் பெரிய யானைகளையும்தான் பிடிக்க வேண்டும். போர்க்களத்தில் யானையின் பயன்பாடு மன்னர்களுக்கு மிகவும் முக்கியமானது. “ஒரு அரசனின் வெற்றி யானையால் அடையக்கூடியது. பெருத்த உருவத்தால் எதிரியின் படைகளையும், போர் வியூகங்களையும், கோட்டைகளையும், போர் முகாம்களையும் அவை அழித்தொழிக்க வல்லவை.”

யானைகளும் குதிரைகளும் கிடைப்பதில் உள்ள பிரச்சினைகள்

நல்லதொரு நாட்டில் யானைக் காடு இருக்கும். போரில் பயன்படுத்தவும் சவாரி செய்யவும் அங்குள்ள காட்டானைகளைப் பிடிப்பர். ஆனால், நாம் பார்த்தபடி *அர்த்தசாஸ்திரமும்* எட்டு மண்டல யானைக் காடுகளைத் தரத்தின் அடிப்படையில் மூன்று வகைகளாகப் பிரிப்பதற்கு அடிப்படை என்கிறது.

தரத்திலும் எண்ணிக்கையிலும் யானைகள் இந்தியா முழுவதும் சீராகப் பரவியிருக்கவில்லை. இதனால் மன்னர்கள் வேறு வகைகளில் அவற்றைப் பெறப் பரிந்துரைக்கப்படுகிறார்கள். இது தொடர்பாகவே *அர்த்தசாஸ்திரம்* இமாலய வணிகப் பாதைக்கும், தெற்கேயுள்ள பாதைக்கும் உள்ள ஒப்பீட்டு அளவிலான நன்மைகளைப் பற்றிக் கூறுகிறது. முதலாவது பாதை மற்றவற்றோடு குதிரைகளையும் யானைகளையும் கொடுக்கிறது. இரண்டாவது யானைகளையும் ஏராளமான விலையுயர்ந்த பொருட்களையும் கொடுக்கிறது.

அரசர்களுக்கிடையே நடந்த பலதரப்பட்ட பரிவர்த்தனைகள் மூலமாகவும் யானைகள் பெறப்பட்டன. அர்த்தசாஸ்திரம் யானைகளைப் பெறும் முறைகளைப் பற்றி ஒன்றும் சொல்லவில்லை. ஆயினும் அந்நூல் சொல்லும் குதிரைகளைப் பெறும் ஏழு வகையான முறைகளிலிருந்து ஒரு கருத்தினைப் பெறலாம். பரிசு, விலைக்கு வாங்குதல், போரில் பிடித்தல், மந்தையில் பிறத்தல், நட்பு நாடுகளிடமிருந்து அவர்களுக்கு உதவி செய்தமைக்காகப் பெற்றுக்கொள்ளுதல், உடன்படிக்கையில் அடமானம், நட்பு நாடுகளிடமிருந்து கடனாகப் பெறுதல் – இப்படிப் பலவழிகளில் குதிரைகளைப் போலவே யானைகளும் பெறப்பட்டிருக்கக்கூடும் என்று யூகிக்கலாம்.

குதிரைகளைப் பெறும் பல வழிகளில் வணிகமும் ஒன்று. ஆனால், இங்கு மனதில் கொள்ள வேண்டியது என்னவென்றால் சிறந்த குதிரைகள் இந்தியாவுக்கு வெளியிலிருந்துதான் வந்தன. இதனால் வரலாற்றுக் காலம் முழுவதும் இந்திய மன்னர்கள் தூர தேசக் குதிரை வணிகத்தைச் சார்ந்திருந்தனர். நல்ல வகைக் குதிரைகள் வறண்ட, திறந்த வெளிகளிலிருந்தும் புல்வெளிகளின் சில பகுதிகளிலிருந்தும் பெறப்பட்டன. குறிப்பாகக் காட்டுக் குதிரைகளின் இயற்கை வாழிடமான மத்திய ஆசியா, ஈரான், ஈராக் முதலிய இடங்களிருந்தும் அரேபியாவிலுள்ள உயர்ந்த குதிரை இனப்பெருக்கக் கேந்திரங்களிலிருந்தும் தருவிக்கப்பட்டன. உயர்ரகக் குதிரைகள் காம்போஜம் (வடமேற்கு) சிந்து, பஞ்சாப், ஈரான், வடஆப்கானிஸ்தானிலுள்ள பாக்ட்ரியா முதலிய இடங்களிலிருந்து கிடைத்தன என்று *அர்த்தசாஸ்திரம்* கூறுகின்றது. மற்றவையெல்லாம் மட்ட ரகத்தைச் சார்ந்தவை.

யானைக் கொட்டில்களும் தீவனமும்

அரசாங்கத்தின் குறிப்பிடத்தக்க முயற்சியையும் செலவையும் அதன் கால்நடைகளுக்கு ஒதுக்க வேண்டும். படைகளைப் பொறுத்தமட்டில் போரில் ஈடுபடுவதற்கு யானைகளும் குதிரைகளும் தேவை. தரைவழிப் பயணத் தேவைகளுக்கு மாடுகள்,

இதர விலங்குகளான கழுதைகள், ஒட்டகங்கள் எங்கெங்கு கிடைக்கின்றனவோ அவற்றையும் பயன்படுத்திக்கொள்ள வேண்டும். இவற்றில் சிலவற்றைக் கோட்டைகளிலும் பாதுகாக்கப்பட்ட நகரங்களிலும் கொட்டில்களிலும் பராமரிக்க வேண்டும். *அர்த்தசாஸ்திரம்* கொட்டில்கள் அமைத்தல், அவற்றுக்கான பணியாளர்கள், தீவனம் கொடுத்தல் போன்றவற்றுக்கு வழிகாட்டுகிறது.

யானைக் கண்காணி பின்வரும் பணிகளுக்குப் பொறுப்பாவார்

1 யானைக் காடுகளைப் பாதுகாத்தல்.

2 யானைக் கொட்டில்கள் தொடர்பான பணிகள்.

3 யானைகளின் தீவனங்களுக்கு ஏற்பாடு செய்தல்.

4 யானைகளின் வேலைகள்.

5 யானைகளின் சேணம்.

6 யானைகளின் பணிக்குத் தேவையான மற்ற உபகரணங்கள்.

7 பணியாளர்களை மேற்பார்வையிடுவது.

அவர் கொட்டில் கட்டப்படுவதை மேற்பார்வையிட வேண்டும். போர்யானைகளையும் சவாரி யானைகளையும் கோட்டையிலுள்ள கொட்டில்களில் அடைக்க வேண்டும். பயிற்சியிலுள்ள யானைகளையும் முரட்டுத்தனமான யானைகளையும் கோட்டைக்கு வெளியேயுள்ள கொட்டில்களில் அடைக்க வேண்டும். நாள் ஒன்றுக்கு இருமுறை குளிக்கவைத்து, அதைத் தொடர்ந்து தீவனமும் கொடுக்க வேண்டும்.

கொட்டிலில் உள்ள யானைகளுக்குத் தீவனம் கொண்டு செல்ல வேண்டும். அவை வேலை செய்யும் யானைகள் என்பதால் விளைவிக்கப்படும் தீவனங்களைக் கொடுக்க வேண்டும். அந்தத் தீவனம் செறிவூட்டப்பட்டதாகவும் இருக்க வேண்டும். மனிதர்களின் உணவைப் போன்றே இது களஞ்சியத்திலிருந்து பெறப்பட்டது. இத்துடன் புல்லையும் சேர்க்க வேண்டும்.

தானியக் கிடங்கின் வழக்கப்படி நல்ல, தீட்டப்பட்ட அரிசி மனிதர்களுக்கும், தரமற்ற வகைகள் யானை உள்ளிட்ட கால்நடைகளுக்கும், நொய், தவிடு போன்றவை கீழ்நிலையில் உள்ள மனிதர்களுக்கும் கால்நடைகளுக்கும் அளிக்கப்படும்.

தானியக் கிடங்கின் மேற்பார்வையாளரும், கிடங்கிலிருந்து தானியம் பெறுவோரும் பலதரப்பட்ட கால்நடைகளுக்கான

பங்கினை அறிந்திருக்க வேண்டும். எருதுகள், குதிரைகள், யானைகளுக்கான பங்கு ஒரே மாதிரியானது. அது அமைப்பு ரீதியாக மூன்று பகுதிகளைக் கொண்டது. விளைவித்துப் பதப்படுத்தப்பட்ட உணவு; வேலைக்குப் பிறகு ஊக்க பானம் (இவை இரண்டும் கிடங்கிலிருந்து கிடைப்பவை); மூன்றாவதாக இயற்கைத் தீவனமான புல், இலைதழைகள்.

அடிப்படையான பங்கீடு, தானியங்கள் அல்லது பருப்பு வகைகள், எண்ணெய் அல்லது கொழுப்பு, உப்பு, இறைச்சி, உணவு உருண்டைகளை இளக்கத் தயிர் அல்லது சாறு வகைகள். இவற்றுள் முக்கியமானது தானியப் பங்கீடு. எருதுகளுக்குப் புண்ணாக்கு அல்லது தானிய நொய், தவிடு; குதிரைகளுக்கு அரிசி, கொள்ளு, பருப்பு வகைகள் யாவும் அரை வேக்காட்டில்; யானைகளுக்கு அரிசிக்கு அடுத்தது ஊக்க பானம். எருதுகளுக்குப் பால் அல்லது கொழுப்பு, சர்க்கரை, இஞ்சி சேர்க்கப்பட்ட மது; குதிரைகளுக்கும் யானைகளுக்கும் மதுவும் சர்க்கரையும் பதப்படுத்தப்பட்ட உணவும் அதிக சக்தியைக் கொடுப்பதற்கு; அடுத்தபடியாக எருதுகளின் மூக்குக்கு எண்ணெய், குதிரைகளின் மூக்குக்குக் கொழுப்பு; யானையின் கால்களுக்கும் தலைக்கும் எண்ணெய். இவையெல்லாவற்றையும் தானியக் கிடங்கிலிருந்து விநியோகிக்க வேண்டும். கடைசியாக, விலங்குகள் எல்லாவற்றுக்குமே இயற்கை உணவு கொடுக்க வேண்டும். எருதுகளுக்கும் குதிரைகளுக்கும் பச்சைத் தீவனங்கள்; கொட்டிலில் பணியாற்றும் புல், இலை வெட்டுவோர் யானைகளுக்குப் புல், இலை, தழைகள் கொண்டுவருவார்கள்.

முதல் பகுதி பங்கீட்டில் அதாவது தானியக் கிடங்கிலிருந்து மேற்கண்ட தாவர உண்ணிகளுக்கு அளிக்கப்படுவதில் எதிர்பாராத ஒன்று இறைச்சி. அர்த்தசாஸ்திரத்தை மொழிபெயர்த்த ஜே.ஜே. மேயர் (J.J. Mayer) இந்த முரண்பாட்டை விளக்க முயற்சி செய்து இறைச்சி என்பது உலர்ந்த பழங்களாக இருக்கலாம் என்கிறார். எனினும், மாதங்க லீலா, ஹஸ்த ஆயுர்வேதா ஆகிய இருநூல்களும் யானைகளுக்கு இறைச்சி உணவு கொடுப்பதுண்டு என்று கூறுவதை எட்கர்டன் உறுதி செய்கிறார்; அவர் இறைச்சியும் இறைச்சிச் சாறும் யானைகளுக்குக் கொடுக்கப்பட்டதாகக் கூறுகிறார். இறைச்சியும் இறைச்சிச் சாறும் சைவ உணவு உண்பவர்களுக்கு உடல் நலிவுற்ற காலங்களில் கொடுக்கப்படுவதாக ஸிம்மர்மேன் (Zimmerman) தனது ஆயுர்வேதம் (1987) நூலில் குறிப்பிடுகின்றார். இவ்வகை உணவு உடல் நலிவிலிருந்து மீளுவதற்கான ஆற்றலை அளிப்பதாக நம்பப்பட்டது. இவற்றிலிருந்து நாம் அறிவது அர்த்தசாஸ்திரத்தில் சொல்லப்பட்டுள்ள எருதுகள், குதிரைகள்,

யானைகள் முதலியவற்றுக்குள்ள பங்கீடான இறைச்சி அவை இழந்த சக்தியைப் பெறுவதற்காகக் கொடுக்கப்பட்ட இறைச்சிதான். இந்த அடிப்படையில் சமீப காலங்களில் கேரளாவிலுள்ள கோயில் யானைகளுக்குச் சோற்று உருண்டைகளில் சிறிதளவு ஆட்டிறைச்சி சேர்த்துக் கொடுப்பதாக நான் கேள்விப்பட்டேன்.

யானைப் பணியாளர்கள்

போர்யானைகளையும் சவாரி யானைகளையும் பராமரிப்பதற்கு அரசுப் பணியாளர்கள் தேவை. யானைகள் உள்ள காட்டில் பணி செய்ய ஏழு வகைப் பணியாளர்கள் குறிப்படப்படுகிறார்கள்: வனவாசிகள், காவலர், யானைகளைப் பாதுகாப்பவர், யானைகளின் கால்களில் சங்கிலி மாட்டுவோர், எல்லைப் பாதுகாவலர், வனச்சரகர், உதவியாளர்கள். யானைகளைக் கண்காணிப்பவர்களில் பதினொரு வகையான பணியாளர்கள் குறிப்பிடப்படுகின்றனர்: மருத்துவர், பயிற்றுநர், சவாரி செய்பவர், ஓட்டுநர், காவலர், ஒப்பனையாளர், சமையலாளர், தீவனம் கொடுப்பவர், சங்கிலி பொருத்துநர், கொட்டில் காவலர், இரவு உதவியாளர்.

இது சிக்கலான உழைப்புப் பங்கீடு. இதனைக் கையாளவும் ஒருங்கிணைக்கவும் அரசின் அதிகபட்ச அர்ப்பணிப்பும் உள்நிர்வாகப் பணியாளர்களும் தேவை. கொட்டில் பிரிவைப் பொறுத்தமட்டில் பணியாளர்களில் மூவர் – மருத்துவர், கொட்டில் காவலர், சமையல்காரர் – அவர்களது பங்கைப் பெறப் பிறரிடமிருந்து தனிப்படுத்தப்படுவர். இவர்களுக்கு வேக வைத்த அரிசி, கொழுப்பு, சர்க்கரை, உப்பு. மருத்துவரைத் தவிர மற்றவர்களுக்கு இறைச்சி தரப்பட்டது. மருத்துவர் சைவ உணவு உண்பவராக இருக்கலாம் என காங்லே (Kangle) கருதுகிறார். இவர்கள் மூவருக்கும் கீழே உள்ள தகுதியில் உள்ளவர்களுக்குக் கூலி கொடுக்கப்பட்டது. இவர்கள் கீழ்க்காணும் தவறுகளைச் செய்தால் குற்றஞ்சாட்டப்பட்டுக் கைதிக் கூண்டில் ஏற்றப்படுவார்கள்:

1. கொட்டிலை அசுத்தமாக வைத்திருப்பது.

2. பசுந்தீவனங்கள் கொடுக்காமலிருப்பது.

3. வெற்றுத் தரையில் யானைகளைத் தூங்கவிடுவது.

4. உடலில் முறையற்ற பகுதியில் யானையை அடிப்பது.

5. தொடர்பு இல்லாதவரை யானை மீது சவாரி செய்ய அனுமதிப்பது.

6. குறித்த நேரத்தில் அல்லாமல் யானையைப் பயணத்தில் ஈடுபடுத்துவது அல்லது அதற்குப் பொருந்தாத திடலில் பயணம் செய்ய வைப்பது.

7. தண்ணீர் அருந்தப் பொருத்தமற்ற இடத்துக்கு இட்டுச் செல்வது.

8. மரங்களடர்ந்த காட்டில் அதை விட்டுவிடுவது.

பண்ணைக் கிராமங்கள் நிர்மாணிக்கப்படுகையில் அரசாங்கத்தில் உயர்பதவி வகிப்பவர்களுக்கு நிலம் ஒதுக்கப்பட்டுள்ளது. அவர்களில் யானைப் பயிற்றுநர்கள், மருத்துவர்கள், குதிரைப் பயிற்றுநர்கள், தூதுவர்கள் ஆகியோர் அடங்குவர். இவர்கள் தாங்கள் வேலை செய்யும் காட்டிலோ அல்லது கொட்டில்களிலோ வாழாமல் கிராமங்களில் வாழ்வார்கள். இது இவர்களது நெறிசார்ந்த அடையாளத்தைக் குறிக்கிறது. இவர்கள் வனவாசிகளல்ல.

குறைவான ஊதியம் பெறுபவர்களும் கீழ்நிலைப் பதவி வகிப்பவர்களும் எங்கு வசித்தனர் என்று சொல்லப்படவில்லை. ஆனால், பணியாளர்களில் முக்கியமான அங்கமான வனவாசிகளைப் பற்றி அர்த்தசாஸ்திரம் நிறைய சொல்லியுள்ளது. பண்ணை விவசாயிகள் வசிக்கும் இடத்திலிருந்து வெகு தூரத்தில் இருந்தாலும் இவர்கள் அரசாங்கத்தின் இன்றியமையாத அங்கம். காட்டில் குடியிருக்கும் வனவாசிகளுக்கும் அரசாங்கத்துக்குமிடையே உள்ள தொடர்பின் சிக்கலான கூறுகளை அறிந்துகொள்ள அவற்றை விரிவாக ஆராய வேண்டும்.

முதலாவதாக யானைக் காடுகளின் பாதுகாவலர்களாக வனவாசிகளைப் பணிக்கு அமர்த்த வேண்டும். அதற்காக அவர்களை அந்தக் காடுகளிலேயே தங்கவைக்க வேண்டும். மேய்ச்சல் நிலத்தை வேடர்களும் பறவை பிடிப்போரும் காவல் புரிய வேண்டும். கொள்ளையர்களோ எதிரிகளோ நிலத்தை நோக்கி வருகையில் இவர்கள் சங்குகளை ஊதியோ அல்லது டமாரங்களை அடித்தோ ஒலியெழுப்பி எச்சரிக்கை விடுக்க வேண்டும். மேலும் அவர்கள் எதிரி வனவாசிகளின் நடமாட்டத்தை புறாத் தூது மூலமாகவோ, புகை மூட்டியோ தெரியப்படுத்த வேண்டும். காடு, மேய்ச்சல் நிலங்களைச் சுற்றிக் காவல் புரிய அரசன், வனவாசிகளின் சேவையைப் பெரிதும் சார்ந்திருக்க வேண்டியுள்ளது.

இரண்டாவதாக, வனவாசிகள் படையின் முக்கிய அங்க மாவார்கள். படைப் பிரிவுகள் ஆறு வகைப்படும்: பரம்பரையானவர், கூலிக்கு அமர்த்தப்படுவோர், உழைக்கும் கூட்டம், நட்பு

நாட்டார், பிற தேசத்தவர், வனப்படைப் பிரிவு. இந்தப் பட்டியல் வெவ்வேறு பணியாளர்களின் நம்பகத்தன்மையின் வரிசையில் அமைந்திருந்தது. இவற்றுள் பரம்பரையானவரை அரசு பெரிதும் நம்பியிருக்கலாம். வனப்படைப் பிரிவினரைக் குறைந்த அளவே நம்பியிருக்க முடியும். மன்னரைப் போலவே மதிப்பீடுகள் கொண்ட பரம்பரைப் படையினர் மன்னரின் நன்மதிப்பைப் பெற்றவர்கள். பிற தேசத்தவர் படை, வனப்படை பிரிவினர் இவர்களது நோக்கமெல்லாம் போரில் கிடைக்கும் வருவாய்தான்.

முன்னால் இருந்த நூலாசிரியர்கள் வனவாசிகளையும் வழிப்பறிக் கொள்ளையர்களையும் ஒப்பீடு செய்துள்ளதை மறுத்து அர்த்தசாஸ்திரத்தின் ஆசிரியர் கௌடில்யர் ஒரு பத்தியில் எழுதியுள்ளார். வழிப்பறிக் கொள்ளையர் மிகவும் மோசமானவர்கள், ஏனெனில் அவர்கள், உடம்புக்கு ஊறு விளைவித்து, பணத்தைக் கொள்ளையடித்து, தங்கள் ஆட்களைக் கலகம் செய்யத் தூண்டுவார்கள் என முன்பு எழுதியவர்கள் கூறியுள்ளனர். அதே சமயம் வனவாசிகளோ எல்லைப்புறக் காடுகளில் வெகுதூரம் இருந்துகொண்டு ஒரு பகுதியில் மட்டும் சூறையாடுவார்கள் எனவும் குறிப்பிட்டுள்ளனர். இருப்பினும் கௌடில்யர் சொல்வது என்னவெனில் வழிப்பறிக் கொள்ளையர் கவனமின்றி வருபவர்களிடம்தான் கொள்ளையடிப்பார்கள்; அவர்களின் எண்ணிக்கையும் குறைவு. மந்த புத்தியுள்ள அவர்களை எளிதில் அடையாளம் கண்டு மடக்கிவிடலாம் என்கிறார். ஆனால், வனவாசிகள் தங்கள் பகுதியிலேயே வசித்துக்கொண்டு, எண்ணிக்கையில் அதிகமாகவும், வலிமை மிகுந்தும் இருப்பதால் வெட்டவெளியில் சண்டையிட்டு, சூறையாடி, மன்னர்களைப் போல் நடந்துகொள்வார்கள் எனக் கூறுகிறார். வனவாசிகள் குழுக்களாக வசிப்பதால் அவர்கள் இருக்குமிடம் ஒரு நாட்டுக்கு ஒப்பாகிறது. மேலும் அவர்கள் பலசாலிகள்.

வனவாசிகள் முரண்டுபிடிப்பவர்கள், வனப்படைப் பிரிவினரோ பொறுப்பற்றவர்கள். ஆனால், வனப்படைப் பிரிவினர் உருவாக்கும் பிரச்சினைகளை அவர்கள் செய்யும் பணிகள் ஈடுகட்டிவிடுகின்றன. அவை:

1. காட்டில் வழிகாட்டிகளாக இருப்பது.

2. எதிரியைத் தாக்குவதில் சிறப்புத் தகுதி பெற்றிருப்பது.

3. எதிரிப் படைகள் பெரும்பாலும் வனப்படைப் பிரிவினராயிருக்கும்போது சிறியதொரு மோதலை முறியடிக்கவும் இவர்கள் துணை இன்றியமையாததாகிறது.

மன்னரின் படையில் குறையிருந்தால், உழைக்கும் கூட்டத் திலிருந்தோ கொள்ளைக் கூட்டத்திலிருந்தோ வனவாசி, காட்டுமிராண்டி இனக்குழுவிலிருந்தோ படைக்கு ஆள் சேர்க்க வேண்டும். இவர்களோடு உளவு பார்க்கும் ஒற்றர்களையும் பணியில் சேர்க்க வேண்டும். இது வனவாசிகள் நம்பத் தகுந்தவர்கள் இல்லை என்பதைத் தெளிவாக்குகிறது. ஆனால், சாதாரண நிகழ்வுகளில் கோட்பாடு என்னவென்றால் ஒரு அரசன் எதிரிப் படைகளின் வலிமையை அறிந்து அதற்குத் தகுந்தாற்போல் தனது படையை ஒருங்கிணைக்க வேண்டும். எதிரி வனப்படைப் பிரிவினரை எதிர்கொள்ளத் தனது வனப்படைப் பிரிவைத் தயார் செய்வதும் இதில் அடங்கும்.

இறுதியாக, அரசாங்க அமைப்பில் யானைகளின் இடம், அவற்றைக் கையாள்பவர்களின் இடம் பற்றி அறிந்துகொள்ளவும் அரசுப் பணியாளர்களின் ஊதியத்தைப் பற்றியும் அர்த்தசாஸ்திரம் என்ன சொல்கிறது என்று பார்க்க வேண்டும். யானை, குதிரை, ரதப்படைப் பிரிவின் படைத் தலைவர்களுக்கு 8000 வெள்ளிப் பணம் ஊதியம். இவர்கள்தான் அதிக ஊதியம் பெறுவோர். காலாட்படை, குதிரைப்படை, ரதப்படை, யானைப்படை, யானைக் காடுகளின் மேற்பார்வையாளர்களின் சம்பளம் 4000 வெள்ளிப் பணம். யானைப் பயிற்றுநர், மருத்துவர், குதிரை பயிற்றுநர் (இவர்களுக்கு நாம் முன்பே பார்த்தபடி கிராமங்களில் நிலம் கொடுக்கப்பட்டுள்ளது) ஆகியோருக்கு 2000 வெள்ளிப் பணம். கீழ்நிலை உதவியாளர்கள், மாவுத்தன் ஆகியோருக்கு 60 வெள்ளிப் பணம். யானைப் பயிற்றுநரின் திறமை மாவுத்தனின் திறமையைக் காட்டிலும் உயர்ந்ததாகக் கருதப்பட்டது. யானைகள் ஒவ்வொன்றின் தன்மைகளைப் பற்றி அறிந்துள்ள பயிற்றுநர் அவற்றைப் பிடிப்பதை முன்னின்று நடத்துவதால் அவரை அர்த்தசாஸ்திரம் தனித்து அடையாளம் காட்டுகிறது. மேல்நிலையிலுள்ள யானைப் பணியாளர்களுக்கு நல்ல ஊதியம் வழங்கப்பட்டுள்ளது.

போர்க்களத்தில் யானைகள்

போர்யானைகளை உருவாக்குவதும் அவற்றைப் பாதுகாப்பதும் அர்த்தசாஸ்திரத்தில் எளிமையாக விளக்கப் பட்டுள்ளது. ஏனெனில் அது ஒரு தனித்த நடவடிக்கை. ஆனால், போர்க்களத்தில் யானைகள் மொத்தப் படையின் ஒரு பகுதியாக இருக்கிறது. இது அவற்றின் எண்ணிக்கை, போர் நடக்கும் நிலவாகு, பருவ காலம் ஆகியவற்றால் தீர்மானிக்கப்படுகிறது. போர் வியூகங்களைப் பற்றி அர்த்தசாஸ்திரம் சொல்வதை

நான் முன்பே கூறியுள்ளேன். இங்கு மேலும் இரு கருத்துகளைக் முன்வைக்கின்றேன்.

முதலில் பருவ காலங்களைப் பற்றியும் நிலப்பரப்பு பற்றியும் பார்ப்போம். கோடைக்காலம் முடிந்து குளிர்காலம் ஆரம்பிக்கும்போது தனது படையுடன் (இதில் யானைப் பகுதிதான் மிகப் பெரியது) மன்னர் போருக்குப் புறப்படுவது நல்லது என அறிவுறுத்தப்படுகிறது. இந்த மூதுரைக்கு ஆதாரம் என்னவெனில் யானைகளுக்குக் கோடைக்காலங்களில் உள்வியர்த்தல் அபாயகரமானது என்பதுதான். யானைகளுக்கு உடலுக்குள் வியர்ப்பதால் நீர்ப் பற்றாக்குறை ஏற்பட்டு, தோலுக்கடியில் வீங்கித் தொழுநோய் போல் தோற்றம் அளிக்கும். அவற்றால் நீரில் இறங்கி முழுக முடியாததாலும் குடிப்பதற்கு நீர் கிடைக்காததாலும் அவற்றின் உடம்பிலுள்ள சுரப்பு நீரால் பார்வை மறைக்கப்படுகிறது. அதிக நீர் உள்ள பகுதிகளிலும் மழை பொழியும்போதும் ஒரு படை பயணிக்கையில் அதன் பெரும் பகுதி யானைகளாக இருக்கும். இதற்கு முற்றிலும் மாறாக, நீர் அதிகமில்லாத பகுதிகளில் பயணிக்கும்போது படையில் கழுதைகள், ஒட்டகங்கள், குதிரைகள் அதிகம் இருக்குமாறு பார்த்துக்கொள்வார்கள். எனவே யானைகளும் குதிரைகளும் இயைந்து இயங்கும் ஏற்பாடு ஒப்புக்கொள்ளப்பட்ட ஒன்றாகும். மேலும் படையின் அமைப்பைப் பருவ காலத்துக்கும் நிலப்பகுதிகளுக்கும் ஏற்றவாறு செய்வது அதன் வலிமையை மேம்படுத்தும்.

இரண்டாவதாக, யானைகள் சண்டையிடும் முறைகளை ஒழுங்குபடுத்திப் பெயரும் சூட்டலாம். *அர்த்தசாஸ்திரம்* குதிரைகளின், யானைகளின் பணிகளை ஒப்பீடு செய்கிறது. குதிரைகள்: “நேரடித் தாக்குதல், வட்ட வடிவத் தாக்குதல், பின்புறத் தாக்குதல், மோசமாகத் தாக்கிய பின் மிகவும் கவனமாக இருத்தல், இடுக்கிப்பிடி இயக்கம், வளைந்து வளைந்து தாக்குதல், சுற்றி வளைத்தல், சிதறிப்போய் தாக்குதல், பின்வாங்குவதுபோல் நடித்துத் திரும்பித் தாக்குதல், சிதறிய படைப் பிரிவை முன்னாலும் இருபுறங்களிலும் பின்புறமும் காத்தல், எதிரியின் சிதறிய படையைப் பின்தொடர்ந்து தாக்குதல்.”

யானைகளுக்கும் மேற்கண்ட சண்டையிடும் முறைகள் ஒரே மாதிரிதான். ஆனால் சிதறிப்போய் தாக்குதல் கிடையாது. “நான்கு பிரிவுகளும் ஒன்றாயிருந்தாலும் சேர்ந்திருந்தாலும் துவம்சம் செய்வதைச் சேர்த்துக்கொள்ள வேண்டும். துவம்சம் என்பது வியூகத்தின் சிறகுகள், பக்கங்கள், மத்தியப் பகுதியை உடைப்பது, எதிர்பாராத தாக்குதல், தூங்கும் படையினரைத் தாக்குதல்” ஆகியவை.

முடிவாக, *அர்த்தசாஸ்திரம்* யானைக் காடுகளின் மேலாண்மை, யானை, குதிரை கிடைப்பதில் உள்ள பிரச்சினைகள், யானைக் கொட்டில்கள், தீவனங்கள், யானைப் பணியாளர்களின் பணிகள், ஊதியமும், அவற்றை போரில் ஈடுபடுத்துதல் முதலியவை பற்றி விசாலமான பார்வையைக் கொடுக்கிறது. இது நம்பகத்தன்மை கொண்டதாகவும் யானைகளைப் பற்றி வல்லுநர்கள் மூலம் கேட்டறிந்தவை போலவும் உள்ளது. ஒரே ஒரு விதிவிலக்கு போர் வியூகங்களைப் பற்றிய நெறிமுறைகள் ஆகும். *அர்த்தசாஸ்திரத்தின்* ஆசிரியர், அவருக்கு முன் எழுதப்பட்டவற்றிலிருந்து எடுத்தாண்டிருக்கலாம். எனவே இது முன்னர் சொல்லப்பட்ட எளிய கருத்துக்களின் விரிவுபடுத்தலாயிருக்கலாம்.

அயினி அக்பரி

அயினி அக்பரி (அக்பரின் அமைப்புகள்) என்கிற நூல் அக்பரின் அரசு பற்றி முழுமையான தகவல்களை அளிக்கும் சிறந்த படைப்பாகும். இது அக்பரின் விருப்பப்படி அபுல் ஃபாஸல் (Abu'l-Fazl) தொகுத்ததாகும். இவரிடம் அரசாங்கத்தின் ஒவ்வொரு அமைப்பு சார்ந்த விதிமுறைகளையும் நடவடிக்கைகளையும் விசாரித்துச் சொல்ல ஏராளமான உதவியாளர்கள் இருந்தனர். இது பெரிய நூலான *அக்பர் நாமா* எனும் நூலின் மூன்றாவது பகுதி. இதன் முதல் இரண்டு பகுதிகளும் அக்பர் ஆட்சியின் தோற்றம், வம்சாவளி வரலாறு பற்றியவை. அயினி அக்பரி போன்று இதற்கு முன் ஒரு படைப்பு உருவானதும் இல்லை. இதற்குப் பின்னும் இதனை மிஞ்ச எதுவுமில்லை. கூடுதலாக *அக்பர் நாமாவில்* புகழ் பெற்ற ஓவியர்களின் சிற்றோவியங்கள் இடம் பெற்றிருந்தன. லண்டனிலுள்ள விக்டோரியா ஆல்பர்ட் அருட்காட்சியகத்திலுள்ள இந்த ஓவியத் தொகுப்பு, இந்த நூல் எழுதப்படும்போது தீட்டப்பட்டவற்றைக் கொண்டவை. இவை சந்தேகத்துக்கு இடமின்றி அக்பருக்காகத் தீட்டப்பட்டவை ஆகும்.

அயினி அக்பரியில் யானைகள் முதன்மையான இடத்தைப் பெற்றிருக்கின்றன. காரணம் அக்பர் யானைகளிடம் காட்டிய மிகுந்த ஆர்வம்தான். அரசருக்காக நூற்றியோரு யானைகள் ஒதுக்கப்பட்டிருந்தன. யானையின் மீது மாவுத்தன் அமர்ந்த இடத்தில்தான் அக்பர் அமர்ந்துள்ளார். அதாவது யானையின் தோள் பகுதியிலோ அல்லது நடத்துநருக்குப் பின்னுள்ள அம்பாரியிலோ இல்லாமல், அதன் கழுத்துப் பகுதியில் அமர்ந்துள்ளார். "மேன்மை தங்கிய அரசரும் அரச பாகனுமான

அக்பர் அனைத்து வகையான யானைகள் மீதும் அமர்ந்து, அந்த யானைகள் மிகுந்த பலம் வாய்ந்தவைகளாக இருந்தபோதிலும் தனது ஆணைகளுக்கு அவற்றைப் பணியவைத்துள்ளார். மேன்மை தங்கிய அரசர் யானைகள் மதத்திலிருக்கும் போதுகூடத் தனது கால்களைத் தந்தத்தின் மீது வைத்து அவற்றின் மீதேறி மிகவும் அனுபவம் வாய்ந்தவர்களைக்கூட அசர வைத்துள்ளார்." முதிர்ந்த போர்யானையொன்று மதத்திலிருக்கும்போது அதன் மீது ஏறுவதன் அபாயத்தைச் சொல்லவே வேண்டியதில்லை. அபுல் ஃபாஸல் தனது அரசனை வெகுவாகப் புகழ்வதாகவே வைத்துக்கொண்டாலும், மதங்கொண்ட யானைகள் மீது ஏறிச் சவாரி செய்வதில் அக்பருக்கு அச்சமில்லை என்பது ஏற்றுக்கொள்ளப்பட்டுள்ளது. ஓர் ஓவியத்தில் 1561ஆம் ஆண்டில் ஆக்ரா கோட்டைக்கு எதிரில் நடந்த இம்மாதிரியான ஒரு சம்பவம் வரையப்பெற்றுள்ளது. அந்த ஓவியங்கள் அக்பர் ராஜயானை ஹவாயின் கழுத்திலமர்ந்து சவாரி செய்வதைச் சித்தரிக்கின்றன. அந்த யானை ரான்பாகா என்ற யானையுடன் சண்டையில் ஈடுபட்டுள்ளது. ரான்பாகா திரும்பி யமுனை நதியின் மேலுள்ள படகுப் பாலத்தை நோக்கி ஓடுகையில், அந்தப் பாலம் யானைகளின் பாரம் தாங்காமல் உடைவது காட்டப்பட்டிருகிறது.

அரசர்களுக்கும் யானைகளுக்கும் உள்ள தொடர்பையும், அவற்றைப் பாதுகாப்பவர்களின் திறமையையும் அபுல் ஃபாஸல், வலியுறுத்துகிறார்: "மன்னர்கள் எப்போதும் இந்த விலங்குக்கு முன்னுரிமை அளித்து அதிகாரத்தைப் பயன்படுத்தி அவற்றின் எண்ணிக்கையை அதிகப்படுத்தினர். யானைக் காப்பாளர்கள் மிகவும் மதிக்கப்பட்டு அவர்களில் யாருக்கு யானைகள் சார்ந்த அறிவு சிறப்பாக இருந்ததோ அவர்களுக்குத் தனி அந்தஸ்து கொடுக்கப்பட்டது."

அர்த்தசாஸ்திரம் சித்தரிக்கும் அரசாங்கத்தில் யானைகளின் பங்கு என்னவோ அதேபோல்தான் அக்பரின் அரசாங்கத்திலும் இருந்தது. இந்தியாவில் அரசாங்க அமைப்பில் யானைகளின் கட்டமைப்புக் கூறுகள், அரசில் யானைகளின் இடம் பற்றிய விவரங்கள் நமக்கு கிடைக்கின்றன. ஆகவே *அயினி அக்பரி* யானைகளைப் பற்றிச் சொல்வதெல்லாம் *அர்த்தசாஸ்திரத்தில்* இருப்பதால் அவற்றை மீண்டும் சொல்ல வேண்டியதில்லை. எனினும் இரண்டு பொருள்கள் குறித்து *அயினி அக்பரி* என்ன சொல்கிறது என்பதைச் சுட்டிக்காட்ட வேண்டும். முதலாவது, அக்காலத்தில் இருந்த யானை அறிவியல் தொடர்பான சமஸ்கிருத நூல்கள். இரண்டாவது, யானை மேலாண்மை பற்றியது.

அத்துடன் குதிரைகளையும் யானைகளையும் பெறுவது பற்றிய முறைகளையும் விளக்குகிறேன். முகலாயத் தரவுகளிலிருந்து பெற்ற விவரங்கள் நமக்கு இங்கு உதவியாயிருக்கும்.

யானை அறிவியல்

அபுல் ஃபாஸல் யானை அறிவியல் பற்றிய நூல்களைக் குறிப்பிடுகிறார். அவர் வேறொரு பத்தியில் யானைகளின் இயல்பு, நோய்கள் குறித்து விளக்கி, இந்துக்கள் நிறைய ஆய்வுக் கட்டுரைகள் எழுதியிருப்பதாகக் கூறுகிறார். இந்த இந்து நூல்களிலிருந்து கீழ்வரும் விவரங்களை அவர் மீட்டுருவாக்கம் செய்கிறார்.

1. யானைகளின் வகைகள்: பத்ரா, மண்டா, மிர்கா, மிர்.

2. மூன்று குணங்களின் வழி வகைப்படுத்தல்.

3. கர்ப்பத்தின் நிலைகள்.

4. மதத்தின் பருவ காலமும் அறிகுறிகளும்.

5. எண்திசை யானைகள். இவை பூமியிலுள்ள அனைத்து யானைகளுக்கும் மூதாதையர்.

6. தேவர், கந்தர்வர், பிராமணர், சத்திரியர், சூத்திரர், பாம்பு, பிசாசு, ராட்சசர் என எட்டுப் பிரிவுகள்.

கி.பி. 1590இல் யானை அறிவியல் சார்ந்த தனிப்பட்ட நூல்கள் இருந்தன என்பது தெளிவாகத் தெரிவதுடன் அபுல் ஃபாஸலுக்கு இவற்றின் உள்ளடக்கம் தெரிந்துள்ளதையும் அறிய முடிகிறது. ஆனால், அயினி அக்பரியில் யானைகளைப் பற்றிய பெரும்பாலான விவரங்கள் அரசாங்கம் ஏற்படுத்தியிருந்த அமைப்புகளை ஆய்வுசெய்தும், ஓட்டுநர், பயிற்றுநர், கண்காணிப்புப் பொறியாளர் ஆகியோரின் நடைமுறை அனுபவங்களிலிருந்து பெற்ற அறிவு மூலமாகவும் தொகுக்கப்பட்டவையாகும்.

யானை மேலாண்மை

அயினி அக்பரியில் யானைகளைக் கையாளும் முறைகளைப் பற்றிய விவரங்களை அறியப் புகுந்தால் அந்த முறைகளின் முழு அமைப்பும் யானைகளுக்குக் கொடுக்கப்படும் முக்கியத் துவத்தைக் காட்டுகிறது. இதை அக்பர் உருவாக்கினார் என்பது தெரிவிக்கப்பட்டுள்ளது. இதில் யானைகளில் ஏழு வகைகள் உள்ளன. ஒவ்வொரு பிரிவும் பெரியவை, நடுத்தரம், இளமையானவை என உட்பிரிவாக்கப்பட்டுள்ளது. பெட்டை யானைகளுக்கு எளிமையான வகைப்பாடு உள்ளது.

தானியப் பங்கீட்டுக்குப் பிரிவுகளும் உட்பிரிவுகளும் உள்ளன. எடுத்துக்காட்டாக முதன்மைக் குழுவிலுள்ளவற்றின், உருவில் பெரிய, மதங்கொண்ட யானைகளின் தினப்படி தானியப் பங்கீடு 2 மணங்கு[1] 24 சேர்[2]; சிறிய யானைக்கு 8 சேர். இந்த உச்ச எல்லைகளுக்கிடையே உள்ள மற்றவையெல்லாம் சிறு அளவில் தரப்படுத்தப்படுகின்றன.

இந்த நூலில்தான் முதன்முதலாகக் கொட்டில் பணியாளர்களின் எண்ணிக்கையையும் அவர்களின் ஊதியத்தையும் வகைப்படுத்தும் திட்டம் காணப்படுகிறது. ஒரு யானைக்கு ஒதுக்கப்பட்ட பணியாளரைப் பற்றிய முழு விவரங்களும் கிடைக்கின்றன. அப்பணியாளர்கள் மூன்று வகைப்படுவர்: மாவுத்தன், மாவுத்தனுடைய உதவியாளர், தீவனம் கொடுப்பவர். மாவுத்தனைப் பற்றி நாம் முன்பே பார்த்திருக்கிறோம். இதில் புதிது என்னவென்றால் வழக்கமாக இவருக்கு ஒரு உதவியாளர் இருப்பதும், போய் (bhoi) என்று குறிக்கப்படும் அவர் வேலை யானையின் பின்பக்கத்தில் அமர்ந்து போரில் உதவிபுரிவதும், பல நேரங்களில் மாவுத்தனின் பணிகளையும் செய்வதும்தான். மாவுத்தனின் உதவியாளர் யானைப் பணி தொடர்பானவற்றில் நீண்ட காலம், அதாவது ஆரம்பத்திலிருந்தே இருந்துவருபவர் என்பது பழைய சிற்பங்களிலிருந்து தெளிவாகத் தெரிகிறது. மாவுத்தனுக்கு இவர் உதவியாளர் மட்டுமல்லாமல் மாவுத்தன் இல்லாத நேரத்தில் அவரது இடத்தில் இருக்கும் பதிலியும்கூட. தீவனம் கொடுப்பவரின் தலையாய பணி புல், தழைகளை வெட்டுவதும், சமைக்கப்பட்ட, உலர்ந்த தானியங்களைக் கொண்டுவருவதுமாகும்.

போருக்கு யானைகள் 10, 20 அல்லது 30 குழுக்களாக அமைக்கப்பட்டு பௌஜிதார் என்கிற அலுவலரின் மேற்பார்வையில் விடப்பட்டிருக்கின்றன.

படையிலுள்ள யானைகளைத் தவிர, 101 யானைகள் அடங்கிய ஒரு திரள் மன்னருக்காக ஒதுக்கப்பட்டுள்ளது. இந்த யானைகளைக் கையாளச் சிறிது மாறுபட்ட திட்டம் ஒன்று உண்டு. தீவனப் பங்கீடு மற்ற யானைகளுக்கு உள்ளது போல்தான். ஆனால், அந்த உணவில் அதிக சர்க்கரை, நெய், சோற்றோடு மிளகாய், லவங்கம், மசாலாப் பொருட்கள் சேர்க்கப்பட்டன. கரும்பும் கொடுக்கப்பட்டது. அக்பரே மாவுத்தனின் இடத்தில் இருப்பதால் பணியாளர்களில் சாதாரண மாவுத்தர்களுடன் இரண்டு அல்லது மூன்று மாவுத்தனுக்கான உதவியாளர்களும்

---

[1] மணங்கு = 11.25 கிலோ.
[2] சேர் = 320 கிராம்.

தீவனம் கொடுப்போர் ஆகிய நான்கு பேரும் இருப்பார்கள். இவர்களுக்கு அரசர் நிர்ணயித்தபடி ஊதியம் வழங்கப்படும். பேரரசர் அக்பர் மாவுத்தனின் உதவியாளர்களுக்கு ஒதுக்கப்பட்ட யானையில் ஏறும் ஒவ்வொரு முறையும் ஒரு மாத ஊதியம் அவர்களுக்கு அதிகப்படியாக வழங்கப்படும். அரசருக்குரிய இந்த யானைகள் ஜோடியாக ஒன்றுடன் ஒன்று கேளிக்கைக்காகச் சண்டையிட்டுக்கொள்ளப் பயன்படுத்தப்படும். சில சமயங்களில் மன்னரும் இதில் பங்கெடுத்துக்கொள்வார். இது போன்ற நிகழ்வுகளிலும் மாவுத்தனின் உதவியாளர்கள் கணிசமான வெகுமானம் பெறுவார்கள். மற்ற பணியாளர்களுக்கும் பரிசுகள் விவரிக்கப்பட்டுள்ளன. ஆனால், வேலையில் தவறினால் அபராதம் உண்டு. எடுத்துக்காட்டாக அரசருக்கு ஒதுக்கப்பட்ட யானை ஒன்று இறந்தால் அதன் (மாவுத்தன்) உதவியாளர்களுக்கு மூன்று மாத ஊதியம் அபராதமாக விதிக்கப்பட்டது.

படை வீரர்களை, படையில் இருக்கும் விலங்குகளை தினசரி மேற்பார்வை செய்ய நுணுக்கமான ஏற்பாடுகள் இருந்தன. யானைகளுக்குப் பொறுப்பான அலுவலர் கீழ்க்கண்ட கேள்விகளுக்கு விடையளிக்க வேண்டும்.

1. யானையின் பெயர் (5000 யானைகளுக்கு மேல் இருந்தாலும் ஒவ்வொன்றுக்கும் தனித்தனிப் பெயர் உண்டு.)

2. எவ்வாறு பெறப்பட்டது.

3. விலை.

4. தீனியின் அளவு.

5. வயது.

6. பிறந்த இடம்.

7. மதம்பிடிக்கும் பருவம், காலம்.

8. எப்போது அது அரசருக்குரியதாகியது.

9. அதன் பதவி உயர்வு.

10. எப்போது தந்தங்கள் வெட்டப்பட்டன.

11. எத்தனை முறை அரசர் அதன் மேல் ஏறியுள்ளார்.

12. எத்தனை முறை சவாரிக்கு வெளியில் அழைத்துச் செல்லப்பட்டது.

13. எப்போது கடைசியாக மேற்பார்வை செய்யப்பட்டது.

14. யானைக் காப்பாளர்களின் நிலை.

15. பொறுப்பிலுள்ள அலுவலரின் பெயர்.

யானை பிடிப்பதும் அத்தியாயத்தில் இடம் பெற்றுள்ளது. ஆனால், அது உயிருடன் பிடிக்கப்படுவதற்காக மட்டுமே; கொல்வதற்காக அல்ல. சில வகையான வேட்டைகளுக்கு யானைச் சவாரி உசிதமானது. இவ்வகை வேட்டைக்கு யானை துணை புரிகிறதே தவிர, வேட்டையின் குறி யானை அல்ல.

யானையை உயிருடன் பிடிப்பதற்கு நான்கு வழிகள் உள்ளன.

Khedah: குதிரை வீரர்களால், யானைகள் ஒரு அடைப்பிற்குள் துரத்தப்பட்டுக் கட்டப்படுதல்.

Chor khedah: பழக்கப்படுத்தப்பட்ட பெட்டை யானைகளைக் கொண்டு ஆண் யானைகளை ஈர்த்தல்.

Gad: மறைத்து வைக்கப்பட்ட குழிகளில் யானைகளை விழவைத்துப் பிடித்தல்.

Bar: பள்ளங்களால் சூழப்பட்ட வாயில் உள்ள பரப்பில் யானைகளை ஈர்த்தல்.

அக்பர் கண்டுபிடித்ததாக அபுல் ஃபாஸல் கூறும் ஐந்தாவது வழி: மூன்று பக்கங்களிலுமிருந்து விரட்டி, யானைகளை ஒரு அடைப்பில் தள்ளி, அந்த அடைப்பில் உள்ள பெட்டை யானைகள் மூலம் ஈர்த்தல்.

யானைகளைப் பிடித்து அவற்றைக் கையாள்வது தொடர்பான விவரங்கள் அடங்கிய அபுல் ஃபாஸலின் ஆவணம் மிக மதிப்பு வாய்ந்தது. அது அர்த்தசாஸ்திரத்தில் உள்ள ஆயிரம் வருடங்களுக்கு முந்தைய முறைகளுடன் முழுவதும் ஒத்துப்போகிறது. அந்த நடைமுறைகள் தொடர்ந்திருப்பது வியப்பிற்குரியது. நிச்சயமாக வரலாற்றுக் காலத்தில் உண்மையான, நிதானமான நிலைகள் இருந்ததில்லை. மேலும் அக்பரின் படை சந்திரகுப்த மௌரியரின் படையிலிருந்து முற்றிலும் மாறுபட்டது. எடுத்துக்காட்டாக ரதங்கள் இல்லாதது. முகலாய நூல்களிலும் ஓவியங்களிலும் யானைப்படை பெரியதாகக் காட்டப்பட்டிருந்ததாலும் அவை மௌரியர்களுடையதைவிடச் சிறியவையாக இருந்திருக்கக்கூடும்.

குதிரைகளும் யானைகளும்

யானை, குதிரை, ஒட்டகம், கோவேறு கழுதை, எருது ஆகியவை அதிக எண்ணிக்கையில் இருந்த முகலாயப் பேரரசின் விலங்குகளின் படை போற்றத்தக்க வகையில் செயல்பட்டது. உயர்பதவி வகிக்கும் ராணுவ அதிகாரிகள் அவற்றைப் பராமரித்தனர். இந்த விலங்குகள் அனைத்துக்கும்

தினசரி தானியப் பங்கீடு கொடுக்கப்பட்டது. இதனால் அவை போரிடுவதற்குப் பெற்ற உடல் வலிமை விவசாயத்தின் மூலமாகத்தான் கிடைத்தது. படையில் உள்ள மிருகங்களுக்காகவே பரந்த நிலங்கள் மேய்ச்சல், தீவனப் பயிர்கள் விளைவிக்கவும் வனப்பகுதியாகவும் விட்டுவைக்கப்பட்டன.

குதிரைகள் மிகவும் அவசியமானதால் அவை மேற்கு, வடக்கு நாடுகளிலிருந்து அதாவது ஈராக், துருக்கி, துருக்கிஸ்தான், படக்ஷான், ஷிர்வான், கிர்சிஸ், திபெத், காஷ்மீர், துரான் (மத்திய ஆசியா), ஈரானிலிருந்து தருவிக்கப்பட்டன. இந்தப் பன்னாட்டுக் குதிரை வணிகத்தை ஆதரித்து, வணிகம் தொடர்பான பயணத்தின்போது தங்குவதற்கும் குதிரைகளை நிறுத்தி இளைப்பாறச் செய்வதற்கும் வசதியாகப் பயணிகள் தங்கும் சத்திரத்தை அரசரே ஏற்படுத்தியிருந்தார். பெறப்பட்ட குதிரைகளுக்கு மன்னரின் பணியாட்கள் பட்டியல் தயாரித்தனர். வல்லுநர்கள் அவற்றை ஆய்வுசெய்து அவற்றின் விலையை நிர்ணயித்தனர்.

அபுல் ஃபாஸல் இந்தியாவிலுள்ள குதிரை வளர்ப்போரைப் புகழ்ந்துள்ளார். இருந்தபோதிலும் குதிரைகளைத் தரவரிசைப்படுத்தும்போது முன்மாதிரியானவை அரேபிய, பாரசீக, மத்திய ஆசியக் குதிரைகள்தான். அதாவது இந்தியாவுக்கு அப்பாலிருந்து (மேற்கு, வடமேற்கு) பெறப்பட்ட குதிரைகளே உயர்ந்தவையாக கருதப்பட்டன. தரவரிசைப் பட்டியல் இறங்குமுகமான மதிப்பில்: (1) அரேபியா (2) பாரசீகக் குதிரைகள் (3) முஜன்னாஸ் (பாரசீகம் அதிலும் பெரும்பாலும் துருக்கி அல்லது பாரசீகக் குதிரைகள் போன்ற தோற்றம் கொண்டவை) (4) துரானிலிருந்து (துருக்கி அல்லது மத்திய ஆசியா) இறக்குமதி செய்யப்பட்டவை (5) இந்தியாவில் இனப்பெருக்கம் செய்யப்பட்ட அரபுக் குதிரைகள் (துருக்கிக் குதிரைகளை மட்ட ரகக் குதிரைகளுடன் இணைத்து வந்தவை), (6, 7) ட்டாசிஸ், ஜங்க்லாஸ், தாத்தாஸ் (Taziss, Janglahs, and Tātus) முதலியன.

*அயினி அக்பரி*யிலுள்ள யானைகள் பற்றிய விவரங்கள் இரண்டு விதங்களில் நமக்கு ஆதாரங்களாக உள்ளன. முதலாவது, இது நீண்ட தொடர்ச்சியை நிறுவுகிறது. அதாவது 2000 ஆண்டு காலத் தொடர்ச்சி. யானைகள் பற்றிய, நடைமுறை விவரங்கள் ஆதாரங்களாக *அர்த்தசாஸ்திர*த்திலிருந்து பெறப்பட்டவை. அந்தக் காலத்தில் நிலவிய யானை பற்றிய அறிவியலைக் கால விவரங்களோடு இது நமக்குக் கொடுக்கிறது. இரண்டாவது, நமக்குத் தெரிந்த பல விவரங்களை, குறிப்பாக மாவுத்தனின் உதவியாளர், யானை பிடித்தலின் முறைகள்,

குதிரை, யானைகள் பெறுவது தொடர்பான பிரச்சினைகள் போன்றவற்றைத் தெளிவுபடுத்துகிறது.

யானைகளைப் போரில் ஈடுபடுத்தும் பழக்கம் பல இடங்களில் விரைவாகப் பரவிப் பழங்காலத்தில் நிலைபெற்றிருந்தது. பெரும்பாலும் யானை பற்றிய இந்தப் பட்டறிவு பயன்படுத்துவோரிடமிருந்து தொழில் பழகுவோரால் பெறப்பட்டது. வேட்டையாடிகள், பயிற்றுநர், ஓட்டுநர், மருத்துவர் இவர்களே இந்த அறிவைப் பெற்றுக்கொண்டவர்கள். அவர்கள் வாழ்நாள் முழுவதும் இருப்பதற்கு கிராமத்தில் இடம் கொடுக்கப்பட்டதும், மருத்துவர் உயர்குடிப் பிறப்பாகக் கருதப்பட்டதும், மரக்கறி உணவு உண்பவராக இருந்தது *அர்த்தசாஸ்திரத்திலிருந்து* தெளிவாகத் தெரிகின்றன.

ஒரு அமைப்பின் அடித்தளம் அனுபவ அறிவாக இருக்கும் நிலையில் இந்தியர்களில் பல பிரிவினரும் யானைகளைப் பற்றி ஓரளவு பரிச்சயம் கொண்டிருந்தனர். சமஸ்கிருத நூல்கள் இந்த அனுபவ அறிவையும் அதன் நுணுக்கங்களையும் அத்துறை சார்ந்த வழக்குகளையும் கலைச்சொற்களையும் சொல்லாடல்களையும் வளப்படுத்தின. யானைப் பணியாளர்களில் நான்கு வகையினரில் ஒருவரான மருத்துவர்கள், அத்தொழில் தொடர்பானவற்றை எழுதிவைத்துள்ளனர். இதனை *ஹஸ்த ஆயுர்வேதா* என்கிற யானைகளுக்கான மருந்துகள் பற்றிய 800 பக்க நூலின் மூலம் அறியலாம். சமஸ்கிருதத்தில் யானைகள் பற்றிய மீதமுள்ள நூல்கள் யானைப் பராமரிப்பு அமைப்பின் கீழ்நிலைப் பணியாளர்களின் அனுபவ அறிவை பயன்படுத்தி, அது கடவுளரிடமிருந்தும் பிராமண ரிஷிகளிடமிருந்தும் தொடர்ச்சியான நிகழ்வுகளால் பெறப்பட்டதாக உருவாக்கப்பட்டது. இது யானைகள் விண்ணிலிருந்து ஒளிமிக்க வடிவங்களிலிருந்து வீழ்ந்தன என்று கூறுவதற்கு இணையாக உள்ளது. இந்த அறிவுத் தொகுதியின் பெரும்பகுதி தொழில் பயில்வோரின் பயிற்சி வழியாக உருவாக்கப்பட்டுப் பரவியது என்பதை மறைக்க முடியாது.

5

வட இந்தியா, தென்னிந்தியா, இலங்கை

போர்யானை என்கிற கருத்தாக்கம், வேட்டையாடிகள், பயிற்றுநர், பாகன், மருத்துவர் முதலிய வல்லுநர்கள், அவரவர் பயிற்சியின் மூலம் பெறப்பட்ட பட்டறிவைச் சார்ந்தது. இந்த அறிவும் அனுபவங்களும் ஒரு மன்னரிடமிருந்து இன்னொரு மன்னருக்கு அவர்கள் போரிடும்போது போய்ச் சேர்கின்றன. யானையைப் போரில் பயன்படுத்தும் பழக்கம் இப்படித்தான் பரவியது. இந்தப் பரவலை முதலில் இந்தியாவுக்குள்ளும் தெற்காசியாவிலும், பின் மேற்கே கார்த்தேஜ், ரோம் வரையிலும், கடைசி யாகத் தென்கிழக்காசிய நாடுகளிலும் பார்க்கப் போகிறோம். இந்தப் பரவலின் விளக்க வரைபடம் 5.1இல் கொடுக்கப்பட்டுள்ளது.

மகத நாட்டின் தோற்றம்

வேத காலத்தின் கடைசிப் பகுதியில்தான் போர்யானை தோன்றியது. கி.மு. 500களில் புத்தம், சமணம் போன்ற வேதமறுப்பு மதங்கள் தோன்றின. இந்த இரு மதங்களையும் நிறுவிய புத்தரும் மகாவீரரும் சமகாலத்தவர்கள். இவர்கள் யானைகள் இருந்த பகுதியான மத்திய கங்கைப் பள்ளத்தாக்கில் பிறந்தவர்கள். போர்யானை, நால்வகைப் படைப்பிரிவு பற்றிய குறிப்புகள் யாவும் இவர்களது புத்த, சமண மதக் கோட்பாடுகள் அடங்கிய நூல்களில் தெளிவாக உள்ளன.

கி.மு. 500–300இன் இரு நூற்றாண்டுகளின் மிக முக்கியமான அரசியல் நிகழ்வு, அரசுகளிடையே

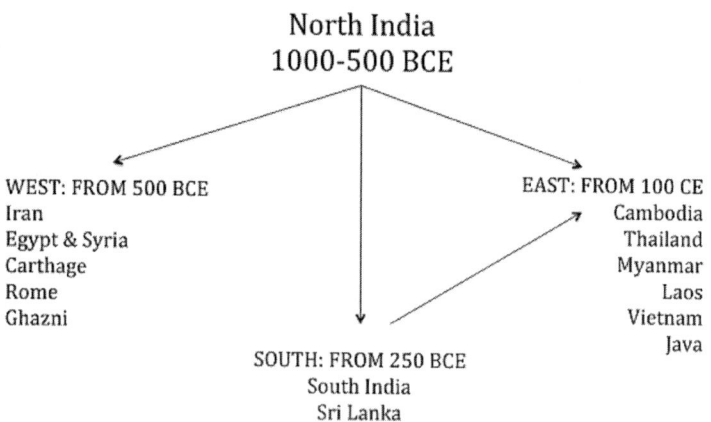

படம் 5.1. போர்யானை பரவல்

நடந்த தீவிரமான போர் ஆகும். இது நூல்களில் *மகாஜானபதங்கள்* என்று குறிப்பிடப்படுகின்றது. அண்டை நாடுகள் எல்லாம் மகத அரசுடன் ஒன்றிணைந்து, ஒரு பெரிய சாம்ராஜ்யமாகக் கிட்டத்தட்ட மொத்த இந்தியாவையும் கொண்டதாகிவிட்டது. ஒப்புநோக்கிப் பார்த்தோமானால் இந்த முன்னேற்றம் சீனாவின் முன்னேற்றம் போன்றது. அதாவது நாடுகளுக்கிடையேயான போட்டி, பகைமை நாடுகளின் காலம் என்று இது குறிப்பிடப் பட்டது. இதைத் தொடர்ந்து வலுக்கட்டாயமாக நாடுகள் ஒன்றிணைக்கப்பட்டன. முதலில் கின் (Qin) வம்சம் பின்னர் ஹன் (Han). மௌரியப் பேரரசின் தோற்றத்துக்குச் சற்றுப் பிந்தைய காலத்தில் இது நடந்தது.

இந்தியாவில் நாடுகளுக்கிடையே நடந்த போர்களே நால்வகைப் படையின் (போர்யானைகளைக் கொண்ட) சிறந்த காலம். குதிரைகளின், யானைகளின் மீதான கட்டுப்பாடு இந்தப் போர்களின் முடிவுக்கு இன்றியமையாததாக இருந்தது. வடஇந்தியாவில் மகத நாட்டின் வெற்றிக்கான முதன்மைக் காரணம் எதிரிகளைவிட அதிகமாகவும், சிறந்த முறையிலும் போர்யானைகளை வைத்திருந்ததுதான். மகாஜனபதங்களின் ஆய்வு இதை வெளிப்படுத்துகிறது.

புத்தரும் மகாவீரரும் வாழ்ந்த காலத்தில் வடஇந்திய அரசியல் வரைபடம் பதினாறு அரசுகளையும் உள்ளடக்கியிருந்தது (பார்க்க: படம் 5.2). புத்த சமய நூல்களில் இது தெளிவாகப் பதிவாகியுள்ளது. இவை ஆட்சிப் பகுதிகள் மட்டுமல்ல, இனப்

பகுதிகளும்கூட. ஏனெனில் அவற்றின் பெயர்கள் அங்குள்ள மக்கள் தொகுப்பின் பெயர்கள். எனவே இவற்றில் ஒன்றான மகத நாடு, மகதர் என்னும் மக்கள் வாழும் நாடு என வகைப்படுத்தப்பட்டுள்ளது. கீழே உள்ள பட்டியல், மக்களின் பெயர்களிலிருந்து நாட்டின் பெயர்களாக மாற்றப்பட்டு வடமொழியில் கொடுக்கப்பட்டுள்ளது.

பதினாறு மகாஜனபதங்களாவன:

- அங்கம்
- மகதம்
- காசி
- கோசலம்
- வஜ்ஜி
- மல்லம்
- சேடி
- வத்ஸம்
- குரு
- பாஞ்சாலம்
- மத்ஸ்ய
- சூரசேனம்
- அஸ்மகம்
- அவந்தி
- காந்தாரம்
- காம்போஜம்

இந்தப் பட்டியல் குறிப்பிட்ட சில முறைகளில் கட்டமைக்கப்பட்டுள்ளது. இது கிழக்கிலிருந்து மேற்காக, மத்திய கங்கைப் பள்ளத்தாக்கிலுள்ள அங்க, மகத தேசங்களில் பயணித்து சிந்து சமவெளியிலுள்ள காந்தாரம், காம்போஜ தேசங்களில் முடிவடைகிறது. அதாவது, இது வடஇந்தியாவின் கிழக்குப் பகுதியில், யானைகள் இருந்த நாட்டிலிருந்து மேற்கு, வடமேற்கிலுள்ள குதிரைகளிருந்த நாட்டை நோக்கி நகர்கிறது.

அங்க தேசம் யானைகளுடன் நெருங்கிய தொடர்பு கொண்டது. வேத நூல்களிலும், பிற்காலத்தில் வெளிவந்த

யானை தொடர்பான நூல்களின் வழியாகவும் இதை அறியலாம். மகாபாரதத்தில், கிழக்கிந்தியர்கள் யானைப் பாகர்களாகவோ, யானைப் படை வீரர்களாகவோதான் சித்தரிக்கப்படுகிறார்கள். இதிலிருந்து இருக்கும் பதினாறு மகாஜானபதங்களில் மகதம் கிழக்குப் பகுதியில் உள்ளதால் அவர்களுக்கு இயல்பாகவே யானைகளின் பரிச்சயம் இருந்தது. இதனால் மேற்குப் பகுதியிலிருந்த மீதியுள்ள பதினான்கு அரசுகளைவிட மகதத்துக்கு யானைகள் பயனுள்ளவையாக இருந்தன என்பது தெரிகிறது.

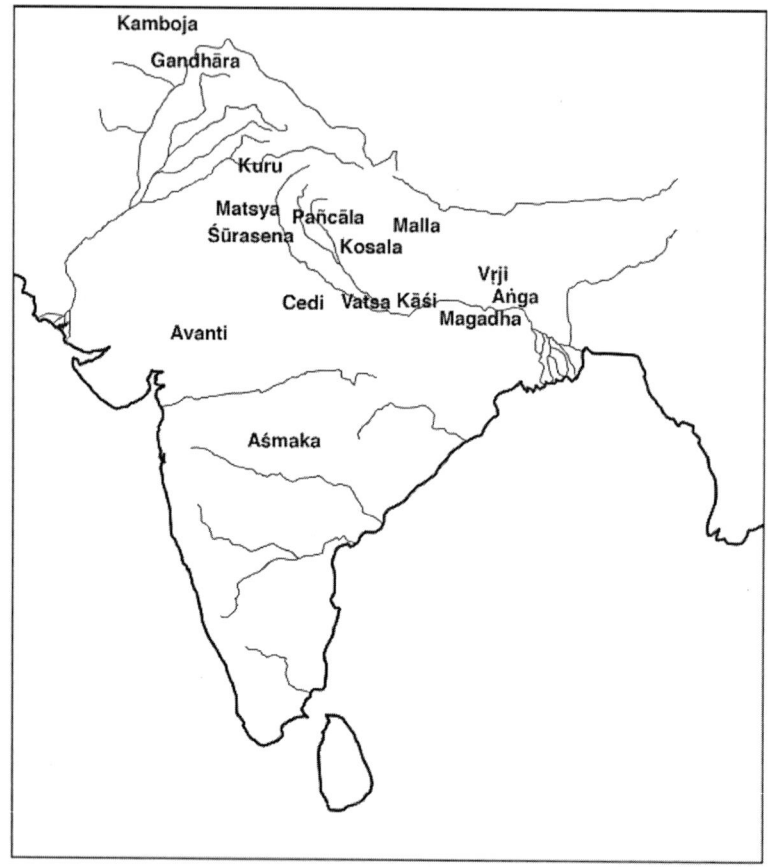

படம் 5.2 பதினாறு மகாஜனபதங்களின் வரைபடம்

பெரும்பாலான மகாஜனபத நாடுகள் மன்னராட்சி கொண்டவை. ஆனால், அதில் பழங்குடியினரின் விதேகமும் (இங்குதான் சமண மதத்தைத் தோற்றுவித்த மகாவீரர் தோன்றினார்) மல்லமும் குடியரசுகள். புத்தர் பிறந்த சாங்கியமும் குடியரசுதான். ஆனால், இது சிறியதாயிருந்ததாலோ அல்லது

சக்தி வாய்ந்த கோசலம் இதை உள்ளடக்கிக்கொண்டதாலோ பட்டியலில் இல்லை. குடியரசு நாடுகளைவிட மன்னராட்சியில் இருந்த நாடுகள் போர்யானைகளைப் பெருமளவில் வைத்திருப்பது சாத்தியமாயிருந்தது. அதனால் மகத நாடு அதனைச் சுற்றியிருந்த குடியரசு நாடுகளைவிட நல்ல நிலையிலிருந்தது. இது இரண்டாவது கருத்து.

பதினாறு மகாஜனபத நாடுகளின் பட்டியல் ஒரே மாதிரியாக இருக்கிறது என்று எண்ண இடமுண்டு. ஏனெனில் அது அக்காலத்தில் நிலவிய அரசியல் சூழலுக்குப் பொருந்தியிருக்கவில்லை. அப்போது மகத நாடு அங்க தேசத்தை இணைத்துக்கொண்டது. அதன் ஆளுநர் இளவரசன் அஜாதசத்ரு யானைகளுக்குப் பெயர் பெற்ற அங்க தேசத்தை இணைத்துக்கொண்டதால் மகதத்தின் கை ஓங்கியது எனலாம். இது மூன்றாவது கருத்து.

இறுதியாக கோசலம், வத்ஸம், அவந்தி தேசங்களுடன் சிறு மகாஜனபத நாடுகளின் பட்டியலோடு மற்ற புத்த சமய நூல்களின் பத்திகளில் மகதம் இடம் பெறுகிறது. அன்று பதினாறு நாடுகளில் இந்த நான்கு நாடுகளும் மிகவும் பரந்தவையாகவும் சக்தி மிக்கவையாகவும் விளங்கின. மேலும் யானைகளைப் பொறுத்தவரை மகத நாடு கிழக்குக் கோடியில் இருந்ததால் மிகுந்த பயன் தருகிற நிலையைப் பெற்றிருந்தது. எனவே பதினாறு மகாஜனபத நாடுகளின் பட்டியல், மகத நாடு யானைகளைப் பொறுத்தவரை தொடர்ந்து அனுகூலமான நிலையில் இருந்ததைக் காட்டுகிறது.

மகதம், அங்க தேசத்தைக் கிழக்கிலும் அதன் பின்னர் விதேக தேசத்தை வடக்கிலும் ஈர்த்துக்கொண்ட பிறகும், கி.மு. 500ஆம் காலப் பகுதியில், எஞ்சியிருந்த மகாஜனபத நாடுகளை எவ்வாறு தன்வசம் கொண்டுவந்தது என அறிய முடியவில்லை. ஆனால், அசோக மன்னனின் சாசனங்கள் பொறிக்கப்பட்ட இடங்களும் அவற்றில் விவரிக்கப்பட்டுள்ள மௌரியப் பேரரசின் மாகாணங்களும் அந்தக் காலகட்டத்தில் மகதத்தின் வெற்றி பதினாறு நாடுகளையும் உள்ளடக்கிவிட்டது என்றும், அது தற்கால ஆப்கானிஸ்தான் மற்றும் தென்னிந்தியாவிற்கும் அப்பால் பரவியிருந்தது என்றும் காட்டுகின்றன.

இந்த வரலாற்றில் குடியரசைவிட முடியரசுகள் அதிகமாக பரவியிருந்தன என்பதை இது உறுதிப்படுத்துகிறது. குடியரசுகள் போராட்ட குணம் அற்றவையல்ல; அர்த்தசாஸ்திரத்தின்படி உண்மையாகவே அவை வெல்ல முடியாத எதிரிகள். குடியரசர்கள் நிலப்பகுதிகளைக் கைப்பற்றி அடிமைகளையும் வசப்படுத்தினர்.

ஆனால், அவர்கள் நிலப்பகுதிகளை விரிவாக்குவதற்கும் வேற்று நாட்டவரை ஈர்த்துக்கொள்வதற்கும் தடங்கல்கள் இருந்தன.

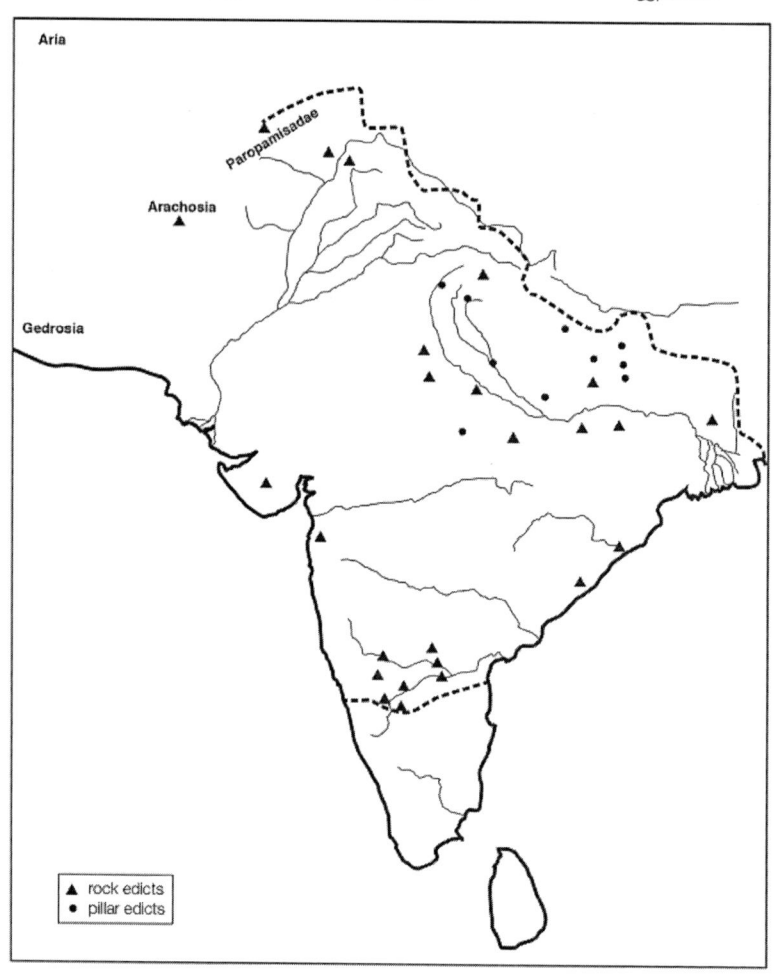

படம் 5.3 மௌரியப் பேரரசின் வரைபடம்

நால்வகைப் படைகளும் போர்யானைகளும் சேர்ந்த வடிவமைப்பு மகதர்களுக்கு நன்மை புரிந்தது. மேலும் கிழக்கு வனப்பகுதியில் தரமுள்ள யானைகள் கிடைத்தன. அதே சமயம் குதிரைகளையும் பெறக்கூடிய சாத்தியமும் இருந்தது. போர்யானையும் நால்வகைப் படைகளும் மன்னர்களுக்கு இடையேயான போர்களில் பயன்பட்டன. அது நந்தர்கள் அரசை உருவாக்குவதற்கும் மௌரியர்களைப் பலப்படுத்தவும் உதவியது. வரலாற்றாசிரியர்கள் நெடுங்காலமாகவே மகத

நாட்டின் வெற்றியை விவாதித்துவருகின்றனர். போர்யானையும், வடகிழக்கு இந்தியாவிலிருந்து காட்டானைகள் கிடைத்ததும் மகதத்துக்கு அண்டை நாடுகளைவிட பலமான நிலையைத் தந்தது.

நந்தர்களும் சமகாலத்தவர்களும்

கிழக்கு நோக்கி சிந்து சமவெளியிலிருந்து கங்கைச் சமவெளி வரை சமஸ்கிருதம் பேசும் மக்கள் பரவியிருந்தனர். வேத மதத்துக்கு எதிரான புத்தமும் சமணமும் இந்தப் பகுதியின் கிழக்கு எல்லையில் தோன்றின. அதாவது புதிய நிலப்பரப்பில், யானைகளுக்கு உகந்ததான சூழல் கொண்டதுமான வேத நிலத்தின் புறப்பரப்பில் தோன்றின. இதன் விளைவாகக் கிழக்குப் பகுதியில் வசிப்பவர்களின் வேத நூல்கள் குறித்த நோக்கு நம்பிக்கையளிக்கும் வகையில் இல்லை. எடுத்துக்காட்டாக, அதர்வண வேதத்தில் காய்ச்சலைப் போக்கும் மந்திரத்தை மகதர்கள் அறவே ஒதுக்கிவிட்டார்கள். இந்த மனப்போக்கினால் வேதவழியில் வந்த நூல்கள் மகதத்தையும், அதை ஆண்ட மன்னர்களையும், நந்த ஆட்சியாளர்களையும் நம்பவில்லை. குறிப்பாக இந்தப் பார்வை புராணங்களில் இருந்தது. இவற்றில் நந்தர்கள் கீழ்ப் பிறப்பினர், வேதப் போர் வீரர்களை அழித்தவர்கள் என வர்ணிக்கப்பட்டனர். மேலும் பெரும்பாலான மன்னர்கள் சூத்திரர்களாகவும் நேர்மையற்றவர்களாகவும் பார்க்கப்பட்டனர். இருந்தபோதிலும் புராணங்களில் நந்தர்கள் தனித்த ஆட்சியாளர் களாகக் கருதப்பட்டனர். மேலும் அம்மன்னர்கள் அனைவரையும் ஒரே ஆட்சியின்கீழ் கொண்டுவந்தவர்கள் நந்தர்கள். மற்ற தரவுகளெல்லாம் அவர்கள் அனைத்துக்கும் வரி விதித்து வியக்கத்தக்க செல்வத்தைக் குவித்ததைக் குறிப்பிடுகின்றன.

நந்தர்களைப் பற்றியும் அவர்களது ஆட்சி பற்றியும் மிகக் குறைவான தகவல்களே கிடைக்கின்றன. அவர்கள் ஆட்சிக் காலத்தில்தான் அலெக்ஸாண்டர் தன் படையை ஈரான் வழியாக இந்தியாவுக்குக் கொண்டுவந்தார். அலெக்ஸாண்டரின் வரலாற்றாசிரியர்கள் அக்காலத்தில் இந்தியாவில் இருந்த இராணுவ நிலையைப் பதிவு செய்துள்ளனர். இவை நமது ஆய்வுக்கு மிகவும் பயனுள்ள தரவுகளாகும்.

அலெக்ஸாண்டர் சிறிது காலம்தான் (கி.மு. 327–324) இந்தியாவில் இருந்தார். கிழக்கே அவரது படைகள் சிந்து சமவெளியிலுள்ள பியாஸ் நதிவரைதான் முன்னேறின. அவர் கங்கைச் சமவெளியையோ அல்லது நந்தர்களையோ அடையவில்லை. அவர் அங்குச் செல்ல நினைத்தாலும் அவரது படை பஞ்சாபின் கிழக்கு எல்லையை அடைந்த பின்னர் மேலே

செல்ல மறுத்துவிட்டது. எனவே அவர் கங்கைச் சமவெளிக்குப் போவதைக் கைவிட்டு, படைகளுடன் சிந்து சமவெளி மூலமாக பாபிலோனுக்குத் திரும்பிவிட்டார்.

வடமேற்கு இந்தியாவிலிருந்த தனது இந்திய நண்பர்களின் மூலமாக அலெக்ஸாண்டர் நந்தர்களைப் பற்றிய தகவல்களை அறிந்துகொண்டார். இதை அவரது வரலாற்றாசிரியர்கள் பதிவு செய்துள்ளனர். நந்தர்கள் கங்கைச் சமவெளியைச் சேர்ந்தவர்கள் என்றும் கிழக்கிந்தியர் எனவும் குறிக்கப்பட்டுள்ளனர். அவர்களிடம் 20,000 குதிரைகள், 200,000 காலாட்படையினர், 2000 ரதங்கள், 3000 அல்லது 4000 யானைகள் கொண்ட படை இருந்துள்ளது.

அலெக்ஸாண்டரின் வரலாற்றாசிரியர்கள் குறிப்பிடும் இந்திய மன்னன் போரஸின் படை சிறிதென்றாலும், அது சதுரங்கப் படைத் திட்டத்தில் வலிமையான படையாகும். அந்தப் படையில் 30,000 காலாட்படையினர், 4000 குதிரைகள், 300 ரதங்கள், 200 யானைகள் இருந்ததாகத் தெரிகிறது. சிந்து சமவெளியில் உள்ள ஜீலம் நதிக்கரையில் அலெக்ஸாண்டர் போரஸைத் தோற்கடித்தது பெரிய வெற்றி என்று வரலாற்றாசிரியர்கள் விவரித்துள்ளார்கள்.

வரலாற்றாசிரியர்கள் இந்திய மன்னராட்சிகளிலிருந்து குடியரசுகளைத் தெளிவாகப் பிரித்துக்காட்டியிருப்பதுதான் நமது ஆய்வுக்கு முக்கியமான தரவு. அவர்கள் குடியரசுகளை சுதந்திரமான இந்திய இனங்கள், தன்னாட்சி நகரங்கள், பிரபுக்கள் ஆட்சி அல்லது மக்களாட்சி எனப் பெயரிட்டுள்ளார்கள். இது நமக்கு மன்னராட்சியையும் குடியாட்சிகளையும் ஒப்புநோக்கி, அவர்கள் போர்யானைகளைப் பெற்று அவற்றைப் பராமரித்திருந்த ஆற்றலை அறிய உதவுகிறது.

போரஸை வெற்றிகொண்ட பிறகு அலெக்ஸாண்டரின் படைகள் கிழக்கு நோக்கிச் செல்ல மறுத்து, சிந்து சமவெளியின் கிழக்கு முகமாகத் திரும்பிச் செல்கின்றன. இந்த இடத்தில் அலெக்ஸாண்டரின் வரலாற்றாசிரியர்கள் பல குடியரசுகளைப் பற்றிக் கூறி அவர்களது படைப்பிரிவுகளின் எண்ணிக்கையையும் விளக்கியுள்ளனர். ஆனால், இவற்றில் எந்த ஒரு பிரிவிலும் யானைப் படையைப் பற்றிச் சொல்லவில்லை. அவர்கள் இந்திய மன்னர்களிடம் யானைகளோடிருந்த நெருக்கமான தொடர்பு குடியரசுகளில் அரிதாகவோ அல்லது இல்லாமலோ இருந்தது என்று காட்டுகிறார்கள்.

அலெக்ஸாண்டர் இந்தியாவை அடைய சிந்துவைக் கடக்கும் முன்னர் யானைகளோடு தொடர்புடைய குடியரசான

அஸ்ஸாகெனாய உடன் தொடர்புகொண்டார். அவர்களது படை 30,000 காலாட்படையினர், 20,000 குதிரை வீரர்கள், 30 யானைகள் கொண்டது. அலெக்ஸாண்டர் முன்னேறி வருகையில் அவர்கள் பின்வாங்கி யானைகளை விடுவித்தனர். அலெக்ஸாண்டர் இந்திய வேட்டையாடிகள் மூலம் அவற்றைத் திரும்பப் பிடிக்கவைத்தார்.

அலெக்ஸாண்டர் மன்னர்களிடமிருந்து வெகுமதி மூலமாகவும், போரில் கொள்ளையடித்தும் யானைகளைப் பெற்றார். நாட்டின் பாதுகாப்பில் யானையின் பயனை மன்னர்கள் உணர்ந்திருந்தார்கள் என்பது தெளிவாகத் தெரிகிறது.

ஸ்ட்ராபோ எழுதிய கிரேக்கத் தரவுகளின் ஒரு பத்தி வேறுபட்ட கருத்தைத் தருகிறது. பியாஸ் நதிக்குக் கிழக்கே அலெக்ஸாண்டரின் படைகள் செல்ல மறுத்தது பற்றி இரண்டு கருத்துகள் உண்டு. ஒன்றை முன்பே கூறியிருக்கிறேன். அதாவது நந்தர்களின் படைபலம். இன்னொன்று வரலாற்றாசிரியர் அரியன் குறிப்பிடும் பியாஸ் நதியின் எதிர்க்கரையில் இருந்த ஒரு குடியரசையும் அதன் யானைப் படையையும் பற்றியது. அந்த நாடு செழிப்பாகவும், மனிதர்கள் சிறந்த விவசாயிகளாகவும் தீரமிக்க போர்வீரர்களாகவும் இருந்திருக்கிறார்கள். இவர்களில் பெரும்பாலோர் பிரபுக்களின் கீழ் இருந்துள்ளனர். மற்ற இந்தியர்களைக் காட்டிலும் இவர்களிடம் யானைகள் அதிகம் இருந்தன. அந்த யானைகள் பெரிதாகவும் வலிமை மிக்கவையாகவும் இருந்துள்ளன. இரண்டு கருத்துகளுமே உண்மையாயிருக்கலாம். பழங்காலத்தில் பியாஸ் நதிக்குக் கிழக்கே யானைகளின் வாழிடம் இருந்தது என்பதும் அங்கு யானைகள் எண்ணிக்கையில் மிகுந்தும் உயர்ந்த தரமும் ஆற்றலும் கொண்டதாகவும் இருந்தன என்று நாம் தெரிந்துகொண்ட விவரத்துக்குப் பொருந்துகிறது.

ஆனால், ஸ்ட்ராபோ ஒரு பழைய தரவில் இதே மக்களைப் பற்றி, ஐந்தாயிரம் ஆலோசகர்கள் கொண்ட ஒரு இனக்குழு ஒவ்வொருவரும் ஒரு யானையைக் கொடுத்ததாகவும் அது ஒருவகையான பிரபுத்துவ ஆட்சிமுறையைக் கொண்டிருந்ததாகவும் கூறியிருக்கிறார். இந்த எண்ணிக்கை, அதாவது 5000 யானைகள் ஒரு குடியரசில் இருந்தன என்கிற விவரம் மொத்த நூல்களிலும் இந்த ஒரு பத்தியில் மட்டுமே உள்ளது. போர்யானைகளைப் பொறுத்தமட்டில் இந்திய மன்னர்கள் குடியரசுகளைவிட மேம்பட்டவர்கள் என்கிற என் கருத்துடன் இது மாறுபடுகிறது.

ஸ்ட்ராபோவே இதனை நம்பவில்லை. பியாஸ் நதிக்கு அப்பாலுள்ள இந்தியாவை மிகைப்படுத்தி வர்ணிக்க வேண்டி

கிரேக்க எழுத்தாளர்கள் தமது அறியாமையால் எழுதியவை என்று கூறுகிறார். ஸ்ட்ராபோ சரியாகத்தான் சொல்கிறார். எந்தக் குடியரசுக்கும் அக்காலத்தில் நந்தர்களுக்கு இருந்த யானைகளின் எண்ணிக்கையைவிட அதிமாக, 5000 போர்யானைகளைப் பராமரிப்பது இயலாத காரியம். மற்ற குடியரசுகளைப் பற்றி அலெக்ஸாண்டரின் வரலாற்றாசிரியர்கள் கூறுவதுடன் மேற்கண்ட கூற்று நம்பத்தகுந்ததாக இல்லை.

மௌரியரும் யானைகளும்

அரகொசியா (Arachosia) நாட்டிலிருந்த (இதன் தலைநகரம் அலெக்ஸாண்டரியா – இன்றைய காந்தகார்) மௌரியப் பேரரசர் சந்திரகுப்த மௌரியரது அரண்மனைக்கு மெகஸ்தனிஸ் தூதுவராக அனுப்பப்பட்டார். அவர் *இண்டிகா* என்ற ஒரு அறிக்கை எழுதியுள்ளார். அவரை அரகொசியாவின் சத்ரபதி ஸைபிர்ட்டயஸ் (Sibyrtius) அனுப்பினாரா செலூகஸ் (Seleucus) அனுப்பினாரா என்பதில் கருத்து வேறுபாடு உள்ளது. செலூகஸ் என்பவர் அலெக்ஸாண்டரின் தளபதி. இவர் அலெக்ஸாண்டர் இறந்த பின்னால் தன்னை சிரியாவின் மன்னராக முடிசூட்டிக்கொண்டார். பின்னர் கிழக்கில் இந்தியாவுடன் பஞ்சாப் வரையிலும் அலெக்ஸாண்டர் வெற்றிகொண்ட இடங்களை ஆண்டார். இதில் உண்மை என்னவென்றால் செலூகஸ் சந்திரகுப்தருடன் ஓர் ஒப்பந்தம் செய்துகொண்டார். அதன் மூலம் 500 யானைகளைப் பெற்றுக்கொண்டு கிழக்கிலிருந்த குட்டி ராஜ்யங்களை மௌரியருக்கு விட்டுக் கொடுத்துவிட்டார். இதை நாம் பின்னர் விரிவாகப் பார்க்கலாம்.

மெகஸ்தனிஸின் *இண்டிகா*, யானைகள் பற்றியும் மௌரியப் படைகளைப் பற்றியும் பதிவுசெய்திருந்தது. நமது ஆய்வுக்குத் தேவையான விவரங்கள் அதில் இருக்கின்றன. ஆனால், இதை ஆராய்வதற்கு முன் அதிலுள்ள குறைபாடுகளைப் பற்றிக் கூற வேண்டும். மெகஸ்தனிஸின் *இண்டிகா*வும் அவரது சமகாலத்தவர்களால் எழுதப்பட்ட அலெக்ஸாண்டரின் வரலாறும் பிற்காலத்திய நூல்களால் ஒதுக்கப்பட்டு அதிலுள்ள மிகச்சில விவரங்கள் மட்டுமே எஞ்சியுள்ளன. இந்தச் சிறு விவரங்களை மீட்டெடுக்கலாம். ஆனால், எஞ்சியிருக்கும் நூல்களிலிருந்து விவரங்கள் கிடைக்காததால் அவற்றில் இடைவெளிகள் இருக்கும். எனவே இந்த விவரங்கள் சரியான வகையில் சொல்லப்பட்டிருக்கின்றனவா என்ற சந்தேகம் எப்போதும் உள்ளது. பிற்காலத்திய நூல்களில் குறிப்பிடப்படுகையில் மூல நூலின் விவரம் மாற்றப்பட்டதா என்ற கேள்வியும் எழுகிறது.

ஆண்டுக்கு இரு போகங்கள் விளையக்கூடிய வளமிக்க இந்தியாவின் வர்ணனையோடு *இண்டிகா* தொடங்குகிறது. அதனால், லிபியாவிலுள்ள யானைகளைவிட இந்தியாவிலுள்ள யானைகள் பெரியனவாகவும் எண்ணிக்கையில் அதிகமாகவும் இருந்தன. வடஆப்பிரிக்க யானைகள் அந்தக் காலகட்டத்தில் சிறிய இன காட்டானைகள் (*Loxodonta africana cyclotis*) என்று குறிப்பிடப்பட்டன. அவை ஆசிய யானைகளைவிடப் பெரியவை அல்ல. பழைய நூலாசிரியர்கள் ஆசிய யானைகள் பெரியவை என்று தொடர்ந்து பதிவுசெய்துவந்தனர். சந்திரகுப்தர் கால இந்தியச் சமூகம் குறித்தும், அரசாங்கம் குறித்தும் மெகஸ்தனிஸ் சிறந்த ஆய்வைத் தருகிறார். சமூகம் ஏழு பிரிவுகளாகப் பிரிக்கப்பட்டிருந்தது. இவர்கள் பிரிவு மாறித் திருமண உறவில் ஈடுபட மாட்டார்கள். இது சாதிகளைப் பற்றிய விசித்திரமான விளக்கம் எனலாம். நமது ஆய்வின் தேவைகளைப் பொறுத்தவரை மெகஸ்தனிஸின் இரு முக்கியப் பிரிவுகள் விவசாயிகளும் போர்வீரர்களுமே.

விவசாயிகளைப் பற்றி மெகஸ்தனிஸின் விவரிப்பில் வியப்பூட்டும் அம்சம் என்னவென்றால் விவசாயிகள் போருக்குச் செல்வதில்லை. அவர்கள் ஆயுதம் தாங்காத உழவர் குடிமக்கள்; அவர்களுக்கும் அவர்களது நிலங்களுக்கும் படைகள் எந்தத் தொந்தரவும் தரக் கூடாது. ஆயுதங்களில்லா விவசாயிகளும் உழுத நிலத்தைப் போர்க் காலங்களில் முழுமையாகக் காப்பதும் கிரேக்கர்களுக்கும் மாஸிடோனியர்களுக்கும் வியப்புக்குரியதாகப் பட்டிருக்கும். அவர்களது நாட்டில் பயிர்களையும் தோப்புகளையும் அழிப்பதுதான் போரின் முக்கிய அம்சமாக இருந்தது.

இந்தியாவிலும்கூட இது ஒரு பெரிய விலக்காக இருந்திருக்கக் கூடும். ஏனெனில் விவசாயிகளே படை வீரர்களாகத் தேர்ந்தெடுக்கப்பட்டனர். இது விவசாயம் செய்யாத காலங்களில் கிடைத்த வேலை வாய்ப்பாக இருந்தது. வரலாற்றின் பெரும் பகுதியில், பெரிய இந்தியப் படைகள் விவசாயிகளைக் கொண்டே உருவாக்கப்பட்டன.

விவசாயிகளைப் போர் விவகாரங்களிலிருந்து விலக்கியது போலவே போர் வீரர் குழுக்களை நிலம் தொடர்பானவற்றிலிருந்து விலக்கியதாக மெகஸ்தனிஸின் விவரிப்பில் காண்கிறோம். இதுவும்கூட மௌரியரின் பழக்கமாக இருக்கக்கூடும். ஏனெனில் வேத காலப் போர் வீரர்களான சத்திரியர்கள், அவர்களது வழித்தோன்றல்கள் பற்றிய அலெக்ஸாண்டரின் வரலாற்றாசிரியர்களின் விவரங்களிலிருந்து இது வேறுபட்டுத் தெரிகிறது. இவர்கள் விவசாய நிலங்களையும் பணியாளர்களையும்

யானைகளும் அரசர்களும் 147

கையாண்டு செல்வமிக்கவராகவும் இருந்தனர். போர்க் கருவி களையும் ரதங்களையும் சொந்தமாகக் கொண்டு அவற்றைப் போருக்குப் பயன்படுத்தினர். சந்திரகுப்தரின் அரசில், படைகளுக்கு அரசு ஊதியம் வழங்கிப் பராமரித்ததாய்த் தெரிகிறது. போர் முடிந்த பின்னர் அரசுக்கு விவசாய நிலமேதும் எஞ்சியிருக்கவில்லை. போர் வீரர்கள் நிலவுடைமையாளர்கள் அல்ல. போர் நடக்காத காலங்களில் அவர்கள் தங்களது பணியாட்களைப் பராமரிப்பதற்குப் போதிய அளவு செல்வமுடையவர்களாக இருந்தனர். படைகள் மிகப் பெரியவை, அதாவது விவசாயிகளுக்கு அடுத்தபடி எண்ணிக்கையில் போர் வீரர்கள் இருந்தனர். சந்திரகுப்தரின் படையின் அளவு 4,00,000. பெரிய கருவூலமும் கெடுபிடியான வரிவசூல் முறையும் இருந்தன. இது நந்தர்களால் தொடங்கப்பட்டதாக இருக்கலாம். வளர்ந்துவந்த சந்திரகுப்தரின் பேரரசுக்கு அப்பால் இருந்த நாடுகளில் இதுபோல் எதுவும் இருந்திருக்கவில்லை. படைபலத்தை மையப்படுத்தி, தனது பேரரசை விரிவுபடுத்துவதற்கு சந்திரகுப்தருக்கு இது பெரிதும் அனுகூலமாயிருந்தது. மௌரியர் ஆட்சியைப் பற்றி மெகஸ்தனிஸ் சொல்வதில் இந்தப் படைபலத்தின் பயன் தெளிவாகத் தெரிகிறது.

நால்வகைப் படைகளின் பிரிவுகள், படைகளுக்குத் தேவையானவற்றை எடுத்துச் செல்லும் படகுகள், சுமை இழுக்கும் எருதுகள், இவற்றின் நிர்வாகம் பற்றி மெகஸ்தனிஸ் விளக்குகிறார். இந்தக் கட்டத்தில்தான் படைகள், குதிரைகள், யானைகள் குறித்த மன்னரின் தனியுரிமை விவரிக்கப்படுகிறது. இது மௌரியப் படை அமைப்பைப் படம் பிடித்துக் காட்டுகிறது. போர் விலக்கம் பெற்ற விவசாயக் குடிமக்களின் முக்கியப் பணி, படைச் செலவுக்குத் தேவையான பணத்தை வரிகள் மூலமாக செலுத்துதல், நிலங்களற்ற போர் வீரர்கள், மன்னரின் கஜானாவிலிருந்து பணம் பெறுதல், யானைகள், குதிரைகள், படைக்கலங்களின் மீது மன்னரின் ஏகபோக உரிமை போன்றவைதான் மௌரிய சாம்ராஜ்ய விரிவாக்கத்துக்கு இன்றியமையாததாக இருந்தன. இந்த முறையின் வெற்றி, மற்ற மன்னர்களையும் அதைப் பின்பற்றவைத்தது. போர்யானை, நால்வகைப் படை இவற்றின் பரவலுக்குப் இது பயன்பட்டது.

ஸ்ட்ராபோ தனது புவியியல் என்ற நூலில், இந்தியாவைப் பற்றி எழுதிய கிரேக்க வரலாற்றாசிரியர்களை, மெகஸ்தனிஸ் உட்பட, பொய்யர்கள் என்கிறார். பியாஸ் நதிக்கு அப்பாலுள்ள இந்தியாவைப் பற்றிய வர்ணனைகள் அதாவது அலெக்ஸாண்டர் சென்றடைந்த கிழக்கு எல்லை, மிகைப்படுத்தப்பட்டுள்ளது என்கிறார். அவரது இந்தக் கருத்துடன் நானும் உடன்படுகிறேன். அதாவது பியாஸ் நதிக்குக் கிழக்கில் மிக அருகிலுள்ள குடியரசிடம்

5000 யானைகள் இருந்தன என்பது மிகை. இருப்பினும் வேறொரு விஷயத்தில் ஸ்ட்ராபோ தவறு செய்துள்ளார். அவர் தன்னையறியாமல் முக்கியமான உண்மை ஒன்றைக் கண்டறிந்துள்ளார். இந்தியாவைப் பற்றிய வரலாற்றாசிரியர்களின் பிரச்சினைகளில் ஒன்று ஒருவருக்கொருவர் மாறுபடுவதுதான். மெகஸ்தனிஸ் குதிரைகள், யானைகள், மீதான அரசர்களின் ஏகபோக உரிமை பற்றிக் கூறுகிறார். ஆனால் நியர்க்கஸ் இதிலிருந்து மாறுபட்டு, இந்த விலங்குகள் தனியாருக்கும் சொந்தமானவையாக இருந்தது என்கிறார். இது தவறு. நியர்க்கஸ், அலெக்ஸாண்டரின் தோழர். எனவே அவரது கூற்று பியாஸுக்கு மேற்கிலுள்ள சிந்து சமவெளியின் இந்தியாவைப் பற்றியது. அங்கே குதிரைகள், யானைகள், இதர வாகனங்கள் தனியாருக்கும் சொந்தமானவை. மாறாக மெகஸ்தனிஸ், மௌரியப் பேரரசின் மையப்பகுதியில் நிலவிய நடைமுறையைக் குறிப்பிடுகிறார். மெகஸ்தனிஸ் கிழக்கிந்தியர்களிடமிருந்து உருவான புதுமையைச் சுட்டிக்காட்டுகிறார். அவர் நமக்கு மௌரியப் போர் இயந்திரத்தின் ஈடிணையற்ற தன்மையையும் இந்தியாவின் பெரும் பகுதியை அது கைப்பற்றியதையும் காட்டுகிறார். இந்த வெற்றிக்கு மூலகாரணம் போர்யானைகள்தான்.

போர்யானையின் முக்கியத்துவத்தையும், அலெக்ஸாண்டரை ஆதரித்தவர்கள், அவருக்குப் பின்னால் வந்தவர்கள் அனைவருக்கும் போர்யானை மீதிருந்த ஈடுபாட்டையும் மனதில் கொண்டு மெகஸ்தனிஸ் அவற்றைப் பிடிப்பது தொடர்பான விரிவான விளக்கங்களை நமக்குத் தருகிறார். போருக்குப் பயன்படும் பெரிய ஆண் யானைகளைப் பிடிப்பதற்கு, பழக்கப்படுத்தப் பட்ட பெட்டை யானைகளைப் பயன்படுத்துவது ஒரு முறை. வட்டமான குழி வெட்டப்பட்டு அதில் ஒரே ஒரு மரப்பாலம் அமைத்து அக்குழிக்குள் பெட்டை யானையை விட்டுவிடுவார்கள். காட்டானைகள் இரவில் தங்கள் போக்கில் சென்று பெட்டை யானைகளின் வாசனையில் கவரப்படும். பின்னர் அந்தக் குழியைச் சுற்றிவந்து மரப்பாலத்தின் மூலம் அதற்குள் இறங்கிவிடும். பிடிபட்டவற்றுள் மிகவும் இளவயது யானைகளும் மூப்பு மிகுந்த, நோயுற்ற யானைகளும் விடுவிக்கப்படும். முழு வளர்ச்சி பெற்ற ஆண் யானைகளுக்கு மாத்திரம் முக்கியத்துவம் அளிக்கப்பட்டதிலிருந்து அரசு வைத்திருந்த யானைகள் பற்றிய விவரங்களை நாம் யூகிக்க முடிகிறது.

புதிதாகப் பிடிக்கப்பட்ட யானைகளைப் பழக்குவது பற்றி மெகஸ்தனிஸ் விளக்குகிறார். அவற்றைச் சில நாட்களுக்குப் பசி, தாகத்துடன் இருக்கச் செய்கின்றனர். தைரியமும்

திறமையும் உள்ள வேட்டையாடிகளைக் கொண்டு அவற்றின் பாதங்களை விலங்கிட்டு, அவை கீழே சாயும்வரை பழக்கப்பட்ட யானைகளைக் கொண்டு தாக்கச் செய்தார்கள். தோல் வாரை அவற்றின் கழுத்தில் மாட்டி, கழுத்திலுள்ள தோலைக் கத்தியால் கீறிவிடுவதால் சுருக்கு இழுக்கப்படும்போது யானை வலியை உணர்ந்து அடங்கி இருக்கும்..

கிட்டத்தட்ட இந்தியத் துணைக்கண்டத்தை உள்ளடக்கி யிருந்த மௌரியப் பேரரசு, இந்தியாவின் போர்யானை என்கிற உத்தியை உலகறியச் செய்துவிட்டது. அதுவரை கண்டிராத மௌரியப் பேரரசின் மிகப் பெரிய வெற்றி, மற்ற அரசர்களுக்குப் போர்யானைகளையும் நால்வகைப் படைகளையும் போரில் ஈடுபடுத்திக்கொள்வதற்கான சக்தி வாய்ந்த விளம்பரமாகிப்போனது.

தென்னிந்தியா

தென்னிந்தியாவில் இன்றும் மழைக்காடுகள், காடுவாழ் மக்கள், காட்டானைகள் ஆகியவை அதிகமாக உள்ளன. உலகிலேயே ஆசிய யானைகள் அதிகமாக உள்ள வாழிடம் இதுவே. எனவே போர்யானைகள் தெற்கில் உள்ள அரசுகளின் ஒரு பகுதியாக இருந்ததில் வியப்பொன்றுமில்லை.

பண்டைய தென்னிந்தியாவிலிருந்த அரசுகளின் நிலைமை செவ்விலக்கியமான சங்க இலக்கியத்தில் படம்பிடித்துக் காட்டப்பட்டிருக்கிறது. சங்க இலக்கியம் என்பது தமிழ்நாட்டின் அரசர்கள், சிற்றரசர்களால் ஆதரிக்கப்பட்ட புலவர்கள் எழுதிய சிறந்த கவிதைகளால் நிறைந்தவை. இந்தக் கவிதைகள் கிறிஸ்து பிறப்பதற்குச் சில நூற்றாண்டுகளுக்கு முன், மதுரையை ஆண்ட பாண்டிய மன்னனின் அரசவைப் புலவர் குழுவால் தேர்ந்தெடுக்கப்பட்டு, தொகுக்கப்பட்டவை. குறிப்பாக, வீரத்தைப் பற்றி இந்த இலக்கியம் பேசுகிறது. இதன் கருப்பொருள்கள் மன்னர்கள், போர்வீரர்களின் செயல்பாடுகள், காதல் ஆகியவையாகும். போர்யானைகளும் நால்வகைப் படை கோட்பாடுகளும் பண்டைய தென்னிந்தியாவில் இருந்ததற்குச் சங்க இலக்கியம் முக்கியமான சான்றாகும். இந்தக் கவிதைகள் காட்டும் இலக்கிய உலகம் நமது ஆய்வுப் பொருளுக்குக் கொடுக்கும் சிறப்பு என்னவென்றால் இது நிலத்தை ஐவகைப் பிரிவுகளாக அமைத்திருப்பதுதான். இது தொல்காப்பியத்திலுள்ள கோட்பாடுகளின்படி பிரிக்கப்பட்டுள்ளது. தொல்காப்பியம் இலக்கிய, இலக்கணக் கோட்பாடுகளை வரையறுத்த நூல். ஐந்திணைகள் ஒவ்வொன்றும் அதற்கே உரிய நிலத்தின் தன்மை,

தாவரங்கள், விலங்குகள், சமூக, பொருளாதார நிறுவனங்கள் முதலியவற்றைக் கொண்டிருந்தன. மரபுப்படி இந்த ஐவகை நிலப்பரப்புகளும் அந்தந்த நிலப்பரப்புக்குரிய மலர் அல்லது மரத்தைக் கொண்டு பெயரிடப்பட்டுள்ளன.

குறிஞ்சி – மலையும் மலைசார்ந்த இடமும்.

முல்லை – காடும் காடுசார்ந்த இடமும்.

மருதம் – வயலும் வயல்சார்ந்த இடமும்.

நெய்தல் – கடலும் கடல்சார்ந்த இடமும்

பாலை – வறண்ட நிலப்பகுதி.

எனவே மலையும் மலைசார்ந்த இடங்களில் குறிஞ்சி மலர், யானை, குரங்கு, கிளி இருக்கும். சிறு தானியங்கள் பயிரிடும் மலைவாழ் மக்களும் இருப்பார்கள். முல்லை நிலம் காடுவாழ் மக்கள் கால்நடைகளை மேய்க்கும் இடம். மருத நிலத்தில் வயல்கள் நிறைந்த கிராமங்களில் நெல் பயிரிடுவார்கள். நெய்தல் கடல்சார் மக்களைக் கொண்டது. பாலை நிலத்தில் அங்கு பயணிக்கும் வணிக வண்டிகளை வழிப்பறி செய்பவர்கள் இருப்பார்கள்.

நாடோடிகள், அவர்களது சமயங்கள் பற்றிய துறை அறிஞரான குந்தர்டயஸ் சொந்திமர் (Günther-Dietz Sontheimer), கடந்த ஓரிரு நூற்றாண்டுகளுக்குக் காடுகள் அழிக்கப்படுவதற்கு முன்னால், வெவ்வேறு பொருளியல் பின்புலமுள்ளவர்கள் தனித்திருந்தனர் என்கிறார். அவர்களது எல்லைப் பகுதிகளும் ஒன்றோடு ஒன்று இணையாமல் இருந்தன என்கிறார். சங்க இலக்கியம் கூறும் ஐவகை நிலப்பரப்புக்களும் தென்னிந்தியாவையும் தக்காணத்தின் சூழலியல் மண்டலங்களையும் பொருளியல் வகைமைகளையும் நன்றாக விவரிப்பதாக இவர் நம்புகிறார். இவை ஒவ்வொன்றும் அதனதன் இனக்குழுவுக்கான மதத்தையும் தனித்த கடவுளர்களையும் உருவாக்கிக்கொண்டன. இந்தக் கடவுளர்கள் காலப்போக்கில் சமஸ்கிருத நூல்களிலுள்ள இந்துக் கடவுளர்களுடன் அடையாளப்படுத்தப்பட்டனர்.

இந்த ஐவகை நிலப்பரப்புக்களும் வெவ்வேறு கவிதை மரபைக் குறிக்கும் திணையுடன் தொடர்புபடுத்தப்பட்டன. கவிதை வகைகள் இரண்டு: அகம்; புறம். இவற்றில் அகம் காதலின் அகவய உலகத்தையும் புறம் போர், அரசு, புலவர்களுக்கு அரசர்களால் வழங்கப்படும் விருந்தோம்பலையும் குறிக்கும். காதல் கவிதைகள், காதலர் சந்திப்பு, களவுவழிக் காதல், இல்லறக் காதல், பிரிவில் காதல், களவு மணம் இவை ஒவ்வொன்றும்

மரபு ரீதியாக ஐவகை நிலப்பரப்புக்களில் ஒன்றோடு ஒன்று தொடர்புகொண்டிருக்கும். எனவே மலைப் பகுதியான குறிஞ்சி காதலர் சந்திப்பதற்கான இடமாகக் கொள்ளப்படுகிறது, குறிப்பாக முதற்காதலின்போது. பன்னிரண்டு ஆண்டுகளுக்கு ஒரு முறை மலரும் குறிஞ்சி மலர், கிட்டத்தட்டப் பன்னிரண்டு வயதில் பெண் பிள்ளைகள் பருவமடைவதைத் தொடர்புபடுத்துகிறது. காதல் கவிதை என்பது காட்டானையைப் பற்றியோ அல்லது குறிஞ்சி நிலப்பகுதியில் உள்ள மற்ற கூறுகளைப் பற்றியோ சொல்ல வேண்டும். அப்போதுதான் கேட்பவர் இந்தப் பாடலின் மையக்கரு முதற்காதல் அல்லது காதலர் சந்திப்பு என உணர்ந்துகொள்வார். இதன் வழியே அகவயப் பரப்பில் உள்ளவை, உள்மனநிலையைக் குறிக்கும் வெளிப்புற அடையாளங்கள் என ஏ.கே. ராமானுஜன் கூறுகிறார்.

குறிஞ்சி நிலத்தின் அகப்பாடல்களில் காட்டானைகள் அடிக்கடி குறிப்பிடப்படுகின்றன. வேடுவர்கள், சிறு தானியங்கள் பயிரிடுவோர் இந்த நிலத்தைச் சார்ந்தவர்கள். யானைகள் அவர்களது வயல்களில் புகுந்து சூறையாடிப் பயிர்களுக்குச் சேதம் விளைவிக்கும். இங்குள்ள ஒரு இளைஞன், யானை ஒன்றை வேட்டையாடுவதாகப் பாவனை செய்து ஒரு இளம் பெண்ணுடன் பேசுவதற்கு வாய்ப்பு ஏற்படுத்திக்கொண்டு, அவளிடம் காயமடைந்த யானையைப் பார்த்தாயா என்று கேட்பதுபோன்ற காட்சிகள் அகப்பாடல்களில் உள்ளன. குறிஞ்சி நிலப் பூர்வகுடிகள் (இவர்கள் கிட்டத்தட்ட சமஸ்கிருத நூல்களில் காணப்படும் காடுவாழ் மக்களுக்கு ஒப்பானவர்கள்) யானைகளை வேட்டையாடிக் கொன்று அவற்றின் இறைச்சியை உண்டு, தந்தங்களை விற்பார்கள். இங்கு காட்டானைகளைப் பாதுகாப்பதற்கு அரசாங்கம் உதவியதாகத் தெரியவில்லை. இந்தப் பாடல்கள் இக்காடுவாழ் மக்களைத் தொலைவிலிருந்து கவித்துவமாகப் பார்ப்பதால், இதனை நாம் நம்பத் தேவையில்லை.

அகப்பாடல்கள் அல்லது காதல் கவிதைகளில் காட்டானைகள் இடம் பெறுகின்றன. பழக்கப்படுத்திய யானைகள் புறப்பாடல்கள் அல்லது அரசர்களின், படைத் தலைவர்களின் வீர சாகசங்களைப் பாடும் பாடல்களில் இடம் பெறுகின்றன. வீரத்தைப் பேசும் பாடல்களின் கருப்பொருளான ஆநிரை கவர்தல், அணிவகுப்பு, முற்றுகை, வெற்றி, அந்தந்த நிலப்பகுதியின் மலர்கள் மற்றும் தாவரங்களுடன் நால்வகைப் படைக் கூறுகள் இப்பாடல்களில் உள்ளன. புறநானூற்றுப் பாடல் ஒன்றில் புலவர் பேரெயின் முறுவலார், மன்னன் நம்பி நெடுஞ்செழியன் என்பவனுக்கு இரங்கற்பா பாடுகையில் அந்த

மன்னன் நால்வகைப் படைகளிலும் திறமை மிக்கவன் எனக் கூறுகிறார்.

> ..... வருபடை யெதிர் தாங்கினன்
> பெயர்படை புறங்கண்டனன்
> கடும்பரிய மாக்கடவினன்
> நெடிந்தெருவிற் றேர் வழங்கினன்
> ஓங்கியல களிறூர்ந்தனன்.....

[... தாக்க வந்த படைகளை எதிர்நின்று தடுத்தான்; புறங்கண்ட படைகளை அவன் துரத்திச் செல்லவில்லை; விரைந்து செல்லும் குதிரையைத் தன் மனத்தினும் விரையச் செலுத்தினான்; நெடிய வீதியிலே தேரை இயக்கினான்; உயர் இயல்புமிக்க யானையைச் செலுத்தினான்.]

போர்க்களக் காட்சிகளின் விவரணைகள் அல்லது போர் முடிந்த பின் போரில் மாண்டவரின் விவரணைகள் படைகளின் நான்கு அங்கங்களையும் அடிக்கடி சுட்டிக்காட்டுகின்றன. குதிரைகளை வெகுதொலைவிலுள்ள நாடுகளிலிருந்து இறக்குமதி செய்ய வேண்டியிருந்ததால் இங்குக் குதிரைகளைக் காட்டிலும் யானைகள் அதிகமிருந்தன. இருந்தபோதிலும் தேர்களும் குதிரைப் படைகளும் காலாட்படையினரோடு (பெரும்பாலும் ஈட்டி எறிபவர்கள்) நேரிடையாகவோ அல்லது குறியீடுகள் மூலமாகவோ சுட்டிக்காட்டப்பட்டன. அரசர்கள் போர்க்காலங்களிலும் மற்ற காலங்களிலும் யானையில் சவாரி செய்தனர்.

சங்க இலக்கியத்தில் காட்டானைகள், பழக்கப்படுத்தப்பட்ட போர்யானைகள் இவற்றைப் பற்றித் தெளிவான குறிப்புகள் உள்ளன. காட்டானைகள் குறிஞ்சி நிலமான மலையும் மலைசார்ந்த நிலப்பரப்பில் காடுவாழ் மக்களோடு காணப்படுகின்றன. அவர்கள் தங்கள் பயிர்களைக் காக்க யானைகளுடன் மோதி, அவற்றின் இறைச்சியை உண்பதுடன் தந்தங்களையும் எடுத்துக்கொண்டனர். ஆனால், தங்கள் உபயோகத்துக்காக அவற்றைப் பிடித்துப் பழக்கவில்லை. மாறாகப் போர்யானைகள் மன்னர்களுடன் இணக்கமான தொடர்புடையன. காடுவாழ் மக்களை இம்மன்னர்கள் விலங்குகளைப் பிடிப்பதற்கும் பழக்குவதற்கும் பயன்படுத்திக்கொண்டார்கள். வடஇந்திய மன்னர்களும் யானைகள் வேண்டிக் காட்டில் வசிக்கும் பழங்குடியினரின் ஒத்துழைப்பை நாடினர். யானைகள் எவ்வாறு பிடிக்கப்பட்டன என்பது சங்க இலக்கியத்தில் அரிதாகவே சொல்லப்பட்டுள்ளது என்றாலும் சில இடங்களில் குழிபறித்துப் பிடிக்கும் முறை குறிப்பிடப்பட்டுள்ளது.

புறப்பாடல்களில் போர்க்களக் காட்சி பற்றிய பாடல்கள் தவிர மன்னர்கள் புலவர்களுக்குக் கொடுத்த கொடைக்காகப் புகழ்ந்து பாடும் பாடாண்திணைப் பாடல்களும் உள்ளன. புலவர்கள் ஒருவரையொருவர் சந்திக்கும்போது மன்னர்களின் விருந்தோம்பலைப் பற்றிப் பேசுவார்கள். நிலத்தை உழுத கலப்பையின் முனை மழுங்கிப்போவதுபோல் தனது பற்கள் தேய்ந்து போகுமாறு ஒரு மன்னன் உணவளித்ததாக ஒரு புலவர் கூறுகிறார். போரில் ஈடுபடுவதன் மறுபக்கம் கொடை. போரில் சேர்க்கப்பட்ட செல்வம் கொடையாக வழங்கப்படுகிறது. எனவே அரசர்களைப் பற்றிய தமிழ்ப் பாடல்கள் ஒரு நாணயத்தின் இரு பக்கங்களையும் காட்டுகின்றன. சில மன்னர்கள் வள்ளல் தன்மைக்குப் பெயர் பெற்றவர்கள். இவர்களைப் பாடுபொருளாக்கி வியத்தகு படிமங்களையும் உயர்வு நவிற்சியணிகளையும் பயன்படுத்தி, மன்னர்களின் வள்ளல் தன்மையைப் பாடுவார்கள்.

புலவர் முடமோசியார் தன்னுடைய கவிதை ஒன்றில் ஆய் மன்னன் அண்டிரனது உயரிய கொடைத் தன்மையைக் குறிப்பிடுகிறார். பாணர்கள் பாடிச் சென்ற பின்னர் அவனது கொடையால் அரண்மனை காலியாகியது. கட்டுத்தறிகளில் யானைகள் இல்லை. மயில்கள் மட்டும் சுற்றித் திரிந்தன. அரண்மனைப் பெண்களிடம் மற்றவர்களுக்குக் கொடுக்க முடியாத மங்கல அணிகலன்களைத் தவிர வேறு நகைகளில்லை. எண்ணெய் சிறிதளவே இருந்ததால் விளக்குகள் மங்கியிருந்தன. இருந்தபோதிலும் வெறுமையாகிப்போன ஆய் அண்டிரனின் அரண்மனைக்கு மற்ற மன்னர்களின் செல்வம் மிளிரும் அரண்மனைகள் ஒப்பாகாது என்கிறது அவருடைய பாடல். சங்க இலக்கியத்திலுள்ள புறப்பாடல்களில் போர்யானை என்பது சிறந்த பரிசு. புலவர்களுக்குப் புத்தாடைகளும் உணவும் கள்ளும் பொன்னாலான பரிசுகளும் கொடுத்து ரதத்திலோ அல்லது யானையின் மீதோ அவற்றை ஏற்றி அனுப்புவார்கள்.

போர்யானை என்கிற அமைப்பும், நால்வகைப் படை என்னும் கருதுகோளும் எவ்வாறு தென்னிந்தியாவில் வேர் கொண்டன? இக்கருதுகோள்கள் குறிப்பாக எவ்விதம் பரவின, எவ்வகையில் நடைமுறைப்படுத்தப்பட்டன என்பது நமக்குத் தெரியவில்லை. ஆனால், இக்கருதுகோள்கள் தென்னிந்திய மன்னர்களுக்கு மௌரிய பேரரசின் மூலம் கிடைத்திருக்கக்கூடும். மௌரிய மன்னர் அசோகரின் கல்வெட்டுகள் தென்னிந்தியாவில் கண்டறியப்பட்டுள்ளன. அவற்றிலிருந்து அவர் தமிழகத்தின் மூவேந்தர்களான சோழ, பாண்டிய, சேரர்களுக்கு முந்தையோரிடம் அரசு ரீதியான உறவுகள் கொண்டிருந்தது தெரியவருகிறது.

அசோக மன்னர் இவர்களைக் குறிக்கும்போது சேரனைக் கேரளபுத்ர என்று குறிப்பிடுகிறார். இவர்களெல்லாம் குறுநில மன்னர்களிடையே மாமன்னர்கள். மேலும் சங்கப் பாடல்கள் தனித்துக் கிளைத்தது தென்னிந்திய மண்ணில் என்றாலும் அவை விரிந்த கற்பனையின் எல்லைகளில் வடக்கையும் உள்ளடக்கியிருக்கின்றன. இப்பாடல்களில் ஒரு மன்னன் இமயத்திலிருந்து குமரிவரை உள்ள பகுதியை வென்றதாகவும் குறிப்பிடப்படுகின்றது. மற்றொருவர் இமயத்தின் சிகரத்தில் தனது ஆட்சிச் சின்னத்தைப் பொறித்தவர். மூன்றாமவர் பாரதப் போரில் ஈடுபட்ட வீரர்களுக்கு உணவளித்தவர். இதிலிருந்து தெள்ளத் தெளிவாகத் தெரிவது என்னவென்றால் போர்யானையும் அதன் பயன்பாடு பற்றிய சூழல் அமைப்புகளும் மன்னர்களுக்கிடையே ஒரு சில வகைகளில் ஏற்பட்ட தொடர்புகளால் தென்னிந்தியாவில் வேர்கொண்டது என்பதே. இது மௌரியப் பேரரசிலிருந்து உத்வேகம் பெற்றிருக்கக்கூடும்.

இலங்கை

இலங்கையில் போர்யானை சார்ந்த விவரங்கள் தென்னிந்திய இலக்கியத்திலிருந்து வேறுபட்ட மூலத்திலிருந்து கிடைக்கின்றன. இலங்கையின் வரலாற்று நூலான *மகாவம்சம்* மகாவிகாரத் துறவிகளால் பாலி மொழியில் எழுதப்பட்டது. அவர்கள் துறவிகள் என்பதால் அதில் போர் வர்ணனைகளை எதிர்பார்க்க முடியாது. ஆனால், அது சிங்கள மன்னர்களுக்கும் மக்களுக்கும் புத்தத் துறவிகளுடன் உள்ள தொடர்பை ஒரு மடத்தின் பார்வையிலிருந்து விளக்கும் ஒரு ஆவணம். *மகாவம்சம்* மடாலயத் தயாரிப்பாக இருந்தாலும் அதில் போர்யானையைப் பற்றியும் நால்வகைப் படைகள் பற்றியும் சில விவரங்கள் உள்ளன.

போர்யானை, அது தொடர்பான பயிற்சி நிறுவனங்கள் எவ்வாறு இலங்கையில் உருவாகின என்று இந்த நூல் விளக்கவில்லை. ஆனால், இந்திய மன்னராட்சி அமைப்பு, போர்யானை, இவை எப்படி இலங்கையை அடைந்தன என்பதில் மர்மம் ஏதுமில்லை. முதலாவதாக, சிங்கள மொழி இந்திய ஆரிய மொழிகளில் ஒன்றாகும். அதற்குப் பாலி, சமஸ்கிருதம், வட இந்தியாவின் இதர மொழிகளோடு தொடர்பு உள்ளது. சிங்கள மக்கள் அவர்களது மன்னர் விஜயனுடன் வட இந்தியாவிலிருந்து இலங்கைக்குக் குடிபெயர்ந்தனர் என்பது குறித்து *மகாவம்சத்தில்* ஒரு கதை உண்டு. இரண்டாவதாக, புத்த மதமே இந்தியாவிலிருந்து இலங்கைக்குப் பரவியதுதான். *மகாவம்சத்தின்* படி மௌரியர் ஆட்சிக் காலத்தில் இது நடந்தது.

அதாவது, அசோக மன்னரின் மகன், புத்தத் துறவி மகிந்தா, இலங்கையின் மன்னரையும் அவரைச் சார்ந்தோரையும் புத்த மதத்துக்கு மாற்றினார். அவர்கள் இந்திய மன்னராட்சி பற்றிய கருதுகோள்களையும் ஏற்றுக்கொண்டனர். மூன்றாவதாக, தென்னிந்திய மன்னர்களுடன் ஏற்பட்ட தொடர்பினால் இலங்கை மன்னர்கள் போர்யானைகளையும் தேர்களையும் நடைமுறைக்குக் கொண்டுவந்தனர்.

யானைகள், குதிரைகள் பற்றிப் பேசுகிற பத்திகளில், மதுரையின் மன்னர் தனது மகளையும் அவரது அமைச்சர்களின் மகள்களையும் முறையே மன்னர் விஜயனையும் அவனது அமைச்சர்களையும் மணப்பதற்கு அனுப்பியதாகப் பதிவு செய்யப்பட்டுள்ளது. அந்தத் திருமண ஊர்வலம் விவரிக்கப்படுகிறது: "அந்தப் பெண்களின் குடும்பங்களுக்கு இழப்பீடு கொடுத்து, பின்னர், தனது மகளுக்கு அணிகலன்களையும் அணிவித்து, பயணத்துக்குத் தேவையானவற்றையும் மன்னன் கொடுத்தனுப்பினான். பெண்களை அவர்கள் அந்தஸ்துக்கேற்பப் பிரித்து, மன்னனுக்கேற்ற யானைகள், குதிரைகளையும், தேர்களையும் கொடுத்து, கைவினைஞர்களையும் பதினெட்டுப்பட்டியிலிருந்து ஆயிரம் குடும்பங்களையும் மன்னர் விஜயனுக்கு ஒரு கடிதத்தையும் கொடுத்தனுப்பினான்."

மத அமைப்புகள் அல்லது திருவிழா தொடர்பான அரசு ஊர்வலங்கள் பற்றிய மகாவம்சத்தின் வர்ணனைகளில் பல இடங்களில் யானைகளும் நால்வகைப் படைகளும் இடம்பெற்றுள்ளன. ஊர்வலங்களின் பிரம்மாண்டத்தைப் பேசும் பத்திகளில் அவற்றின் பல வகைகள், அவற்றில் கலந்துகொள்பவர்களின் அலங்கார அணிகலன்கள் இவையெல்லாம் விவரிக்கப்படுகின்றன. இவை ஊர்வலத்துக்கு அளிக்கப்படும் உயரிய மதிப்பைக் காட்டும் அடையாளங்கள். எடுத்துக்காட்டாகத் தலைமை மடாலயத்தைப் பெருமைப்படுத்தும் மன்னரின் ஊர்வலம் ஒன்று பின்வருமாறு விவரிக்கப்படுகிறது: "நகரமும் மடாலயத்துக்குப் போகும் பாதையும் அலங்கரிக்கப்பட்டு மன்னர் முரசறைந்து கட்டளை பிறப்பிக்கிறார். அமைச்சர்களும் அந்தப்புரப் பெண்களும் பின்தொடர, மன்னர் தனது தேரில் அமர்ந்து வழிநடத்துகிறார். வண்டிகள், படை வீரர்கள், யானைகள், குதிரைகள் இவையெல்லாம் வல்லமை மிகுந்த தொடராய் உயரிய மரியாதையைச் செலுத்தும் முழுமையான காட்சி."

மகாவம்சத்தில் பல இடங்களில் போர்யானை, நால்வகைப் படை பற்றிய குறிப்புகள் உள்ளன. அவையனைத்திலும்

ஊர்வலத்தின் முழுமைத் தன்மையும் முதல் தரமான அணிகலன்களும் அளிக்கப்பட்ட உயரிய மரியாதைகளும் குறிப்பிடப்படுகின்றன.

போர்க்களத்திலுள்ள படைகளும் இதே போன்று விவரிக்கப்படுகின்றன. மன்னன் துட்டகமனுவின் படை, போதி மரத்தை வரவேற்றது போல ரதங்கள், படைவீரர், யானைகள், குதிரைகளுடன் வருவதாகக் குறிப்பிடப்பட்டுள்ளது. இதே போன்ற சொல்நடை தமிழ் மன்னன் எல்லாளனுக்கும் கையாளப்பட்டுள்ளது. மன்னன் எல்லாளன் தோற்ற பின் அவனது உடன்பிறந்தார் மகனும் துட்டகமனுவுடன் மோதுகையில் கண்டுலா என்கிற யானையின் மீதமர்ந்து போர்புரிந்தார்.

நீண்ட காலத்துக்குப் பிறகு, ரதங்கள் வழக்கொழிந்துவிட்ட பின்னும் கஜபாகுவின் (1131–53) காலம்வரை இலங்கைப் போர்க்களங்களில் நால்வகைப் படைகள் தோன்றிக் கொண்டிருந்தன.

ரதங்களைப் பற்றி இங்கு ஒரு முடிவுக்கு வருவது சிரமம். மத்திய ஆசியாவின் குதிரைப் படையை அடிப்படையாகக் கொண்ட குஷானர்களின் படை கி.பி. முதலாம் நூற்றாண்டுவாக்கில் வடஇந்தியாவில் ஒரு பகுதியை வென்றதற்குப் பின்னர் ரதங்களின் பயன்பாடு முடிந்துவிட்டது. ஆனால், தென்னிந்தியாவிலும் இலங்கையிலும் எந்தக் காலகட்டத்தில் ரதப்போர் நின்றுபோனது என்று தெரியவில்லை. மகாவம்சத்தின் ஆரம்பப் பகுதிகளில் ரதங்கள் அடிக்கடி இடம்பெற்றன. ஆரம்ப கால மன்னன் ஒருவனை "ரதங்களின் நாயகன்" என்று மகாவம்சம் குறிப்பிடுகிறது. மேலும் நால்வகைப் படை என்னும் கருத்தாக்கம் மிகவும் பிற்பட்ட காலங்களில் எடுத்தாளப்பட்டுள்ளது. பின்னர் அது குறியீடுகளால் எவ்வாறு காட்டப்பட்டது என்பதைத் தெரிந்துகொள்ள முடியவில்லை. பராக்ரமபாகு காலத்திலும் போரில் ரதங்களின் பயன்பாடு இல்லை. போர்க்களத்தில் கொள்ளையடிக்கப்பட்ட பொருட்களின் வர்ணனைகளில் யானைகள், குதிரைகள் இடம்பெறுகின்றன. இருந்தபோதிலும் "புத்தரின் புனிதப் பல்" ஊர்வலத்தின் வர்ணனைகளில் ரதங்களும் படையின் நான்கு அங்கங்களும் மீண்டும் தோன்றவில்லை. அவனது தலைநகரத்தில் யானைகளின், குதிரைகளின், ரதங்களின் ஓயாத நடமாட்டம் இருந்தது. ஆனால், போர்க்களங்களிலிருந்து ரதங்கள் மறைந்த பின்னரும் போர்யானை பயன்பாடு தொடர்ந்ததால் இலங்கையில் அது எப்போது மறைந்தது என்கிற கேள்வி நம் ஆய்வைப் பாதிக்காது.

இலங்கை மன்னர்கள் எந்த அளவுக்குக் குதிரைகளைப் பெற முடிந்தது என்பது ஒரு கேள்வி. சிந்துவிலிருந்து வந்த குதிரை என்பது ஒன்றுக்கு மேற்பட்ட இடங்களில் குறிப்பிடப்படுவதிலிருந்து அது குதிரைகளில் சிறந்தது எனத் தெரிகிறது. அவை தோன்றிய இடத்திலிருந்து வெகுதூரம் மட்டுமல்லாமல் ஈரமும் வெப்பமும் கலந்த காலநிலை அவற்றுக்கு உகந்ததாக இருந்திருக்குமா என்பதும் ஒரு கேள்வி. எப்படியிருந்தபோதிலும் இலங்கைத் தீவின் மன்னர்கள் அவற்றை இனப்பெருக்கம் செய்ய முடியாததால் வடக்குப் பகுதியிலிருந்து தொடர்ந்த குதிரை வணிகம் தேவைப்பட்டிருக்கக்கூடும். தென்னிந்தியாவிலிருந்த ஒரு குதிரை வணிகர் சோழ மன்னரிடம் இலங்கை மன்னரின் பிரச்சினை பற்றிக் கூறுவதைப் படிக்கிறோம். இலங்கையில் குதிரைகள் அரிதானதும் விலை மிக்கதாகவும் இருந்தன என்று கருதுகிறேன். அவை மன்னருக்கும் அவரது படைக்கும் மட்டுமே ஒதுக்கப்பட்டன.

இலங்கையில் யானைகள் அதிகமிருந்ததால் இந்திய மன்னர்கள் பெரிய ஆண் யானைகளை அங்கிருந்து பெற விரும்பினர். மகாவம்சத்தில் ராமண்ணதேசம் என அறியப்பட்ட மியன்மாருடன் முதலாம் பராக்கிரமபாகு அரசுமுறை உறவு கொண்டிருந்தது பதிவு செய்யப்பட்டுள்ளது. இலங்கை மன்னர்கள், ராமண்ண மன்னர்கள் இருவரும் தேரவாத பௌத்தத்தைப் பின்பற்றியதால் அவர்களுக்குள் நல்லுறவு இருந்தது. அவர்கள் ஒருவருக்கொருவர் தூதர்களையும் வெகுமதிகளையும் பரிமாறிக்கொண்டனர். ஆனால், ஒரு முறை ராமண்ண தேச மன்னன் பொய்ப்பழி கூறுவோரின் பேச்சைக் கேட்டு, பராக்ரமபாகுவின் தூதுவர்களுக்கு வழக்கமாகக் கொடுக்கப்படும் பராமரிப்பை அளிக்கவில்லை. அயல் நாட்டவரோடு நடத்தும் யானை வணிகத்துக்கு அவன் முடிவுகட்டி, அந்த வணிகம் தொடர்பாக ஏகபோகத்தை உருவாக்கி விலையையும் உயர்த்தி விட்டான். அரசாங்கப் பரிசுகளைக் கொண்டுவரும் கப்பலுக்குப் பரிசாக யானையைக் கொடுப்பதையும் நிறுத்திவிட்டான். அவன் பெயருக்கு ஒரு கடிதத்துடன் வந்த கப்பல் ஒன்றைப் கைப்பற்றி – அந்தக் கடிதம் தனது எதிரி கம்போடிய மன்னனுக்கு எழுதப்பட்டது என்று போலிக்காரணம் காட்டி – இலங்கைத் தூதுவர்களைச் சிறைப்பிடித்து மலைப்பகுதியிலுள்ள கோட்டையில் அடைத்துவிட்டான். அவர்களது பணம், யானைகள், கப்பல்கள் முதலியவற்றை எடுத்துக்கொண்டதோடு, அவர்களுக்குக் கடுமையான கடுங்காவல் தண்டனையும் விதித்தான். இலங்கை மன்னன் ஒரு பெரிய படை ஒன்றைக் கடல் வழியே அனுப்பி ராமண்ணாவின் மன்னனைக் கொன்று

தலைநகரைத் தன்வசமாக்கினான். அதன் பின்னர் நிறைய யானைகள் மரியாதை நிமித்தம் அனுப்பப்பட்டன. இங்கு நாம் தெற்காசிய இலங்கையை உள்ளடக்கிய தேரவாத நாடுகளின் பன்னாட்டு யானைச் சந்தையைக் காண்கிறோம். பல்வேறு கட்டங்களில் தனிவணிகர்கள், அரசாங்கத்தால் விலை நிர்ணயிக்கப்படுதல், கப்பமாக கொடுப்பதும் வாங்குவதும் தொடர்பானவற்றைப் பற்றி படிக்கிறோம். இந்த வணிகம் உண்மையிலேயே சுதந்திரமானதல்ல. அது எப்போதுமே யானைகள் மீது அரசாங்கத்துக்குரிய ஆர்வம் தொடர்பானது.

தெற்காசியாவுக்குள் போர்யானை பரவியதற்கு முக்கியக் காரணம் மகத ராஜ்யம். அந்த விரிவாக்கம் மற்ற எல்லாவற்றைக் காட்டிலும் போர்யானைப் பரவலுக்கும் நால்வகைப் படை என்னும் கருத்தாக்கத்துக்கும் காரணமாக இருந்தது. மௌரியர்கள் மகத மன்னர்களின் வலிமையை ஒன்றிணைக்கும் போக்கைக் கடைபிடித்து அதனை உச்சத்துக்குக் கொண்டுசென்றனர். போர் நடவடிக்கைகளிலிருந்து விவசாயிகளை விலக்கியதும் போர் வீரர்களை நிலங்களிலிருந்து பிரித்துவைத்ததும் போர் நடவடிக்கைகளை ஏகபோகமாக்கியதும் மகத மன்னர்களின் வலிமை உச்சத்துக்குச் சென்றதற்கான காரணங்கள். பின்னர் வந்த மன்னர்களால் இந்தக் கொள்கைகளை முழுவதும் கடைபிடிக்க முடியவில்லை. முடிவில் படைகளை விவசாய நிலங்களிலிருந்து பிரிப்பது கடினமாகிவிட்டது. நில வருவாயை அதிகாரவர்க்கத்திடையே நிர்ணயிப்பது எப்போதும் எளிது. ஒருமுறை நிர்ணயித்த பின்னால் அது தலைமுறை தலைமுறையாகத் தொடர்வதைத் தடுப்பது கடினம். மொத்த மக்கள்தொகையில் விவசாயிகளே கணிசமான எண்ணிக்கையில் இருந்ததால் அவர்களைப் போர் நடவடிக்கைகளிலிருந்து முழுவதுமாக ஒதுக்க முடியவில்லை. ஆனால், இந்திய அரசுகள் யானைகள், குதிரைகளை ஏகபோகமாக்குவதையும் அல்லது தங்களது உரிமைகளை அவை மீது நிலைநாட்டுவதையும் வழக்கமாகக் கொண்டிருந்தனர்.

6

அண்மைக் கிழக்கு, வடஆப்பிரிக்கா, ஐரோப்பா

போர்யானை என்கிற கருத்தாக்கம் முதன் முதலாகத் தெற்காசியாவில் ஆசியக் காட்டானைகளின் வாழிடங்கள் இருந்த நாடுகளில்தான் தோன்றியது.

இந்தியரல்லாத அரசர்கள் போர்யானைகளைப் பயன்படுத்திய வியப்பூட்டும் நிகழ்வை ஆராய இப்போது என் பார்வையை மேற்கு நாடுகள் பக்கமாகத் திருப்புகிறேன். எங்கெல்லாம் ஆசிய யானைகள் மறைந்து வெகுகாலமாகிவிட்டதோ, எங்கெல்லாம் காட்டானைகள் இல்லையோ அல்லது ஆப்பிரிக்க யானைகள் மட்டும் உள்ளனவோ அந்தப் பகுதிகளைப் பார்க்கலாம். போரில் ஈடுபடுத்தக்கூடிய ஆண் யானைகளைப் பிடிப்பதற்கும் பயிற்சி கொடுப்பதற்கும் மிகுந்த செலவு ஆகும். இந்தியாவின் மேற்குப் பகுதிகளில் இந்தச் செலவினங்கள் கடுமையாக உயர்ந்திருந்தன. அதேபோல் போர்யானையின் மதிப்பும் உயர்ந்திருந்தது. எனவே, இந்தப் பகுதியிலிருந்த பல மன்னர்களும் – பாரசீகம், கிரேக்கம், மாசிடோனியா, கார்த்தஜினியா, ரோம், துருக்கி – போர்யானைகளைப் பெற்றுவிட வேண்டும் என்று துடித்தார்கள். இதனால் அவர்களது எதிரிகளுக்குப் போர்யானை கிடைக்கும் வாய்ப்பும் தவிர்க்கப்பட்டது. யானைகளைப் பற்றிய சிறப்பு அறிவையும் கையாளும் திறனையும் பெறுவதுதான் இதிலுள்ள பிரச்சினை. யானை பிடிப்போர்,

பயிற்சியாளர், மாவுத்தர்கள், மருத்துவர்கள் ஆகியோர் இந்தத் திறமைகளைப் பெற்றிருந்தனர். இந்தத் திறமைகள் எவ்வாறு மேற்கு நோக்கிப் பயணித்தன என்பதற்கான தடயங்கள் சம்பந்தப்பட்ட ஆவணங்களில் காணப்படுகின்றன.

வரலாற்றாசிரியர் எச்.எச். ஸ்கல்லார்ட் (H.H. Scullard) இந்தப் பகுதியில் யானைகளை ஈடுபடுத்தி நடந்த சண்டைகள், முற்றுகைகள் முதலிய நிகழ்வுகளை ஒரு வரைபடத்தில் காட்டி யுள்ளார் (படம் 6.1). குறிப்பாகப் பாரசீகத்தின் சஸ்ஸேனியரிடையே (1) நடந்தவற்றையும் மத்திய ஆசியாவில் சாஸ்னவிட் இடையே நடந்தவற்றையும் (2). கி.மு. 530முதல் 1117வரையிலான காலங்களில் நடந்த 72 போர்களையும், முற்றுகைகளையும் இந்த வரைபடத்தில் சித்தரித்துள்ளார். இதற்கு நம்பத்தகுந்த ஆதாரங்கள் உள்ளன. தெற்கு, தென்கிழக்கு ஆசியாவில் போர்யானைகளைப் பயன்படுத்திப் போர்களும் முற்றுகைகளும் நடந்திருக்கக்கூடும்.

இதே நிலையில் இந்த வரைபடம் காட்டானைகள் இருந்த இடங்களைத் தாண்டி, கிட்டத்தட்ட 1600 ஆண்டுக் காலம்வரை நீள்கிறது. இந்தப் பகுதிகளில் போர்யானைகளைப் பெறுவதற்கும் அவற்றின் இருப்பைத் தக்கவைத்துக்கொள்வதற்கும் பெரும் முயற்சி தேவைப்பட்டிருக்கும்.

முதலாம் பாரசீகப் பேரரசும் அசிரியரும்

மிகப் பரந்திருந்த முதலாம் பாரசீகப் பேரரசு, (ஏறத்தாழ கி.மு. 550 – 530), நந்த, மௌரியப் பேரரசுகள் உருவாவதற்கு உத்வேகமாக இருந்திருக்கலாம். பாரசீகப் பேரரசர்களில் முதல் பேரரசர் முதலாம் டாரியஸ், கடைசிப் பேரரசரான மூன்றாம் டாரியஸ் படைகளில் இந்தியப் பிரிவுகள் இருந்துள்ளன.

பாரசீகப் பேரரசின் மீதான இந்திய நடைமுறைகளின் பாதிப்பு மிகவும் குறைவு. ஆனால். கி.மு. 415 – 398 ஆண்டுகளில் புகழ்பெற்ற பாரசீக மன்னர் இரண்டாம் அர்ட்டாசெர்க்சிஸின் (Artaxerxes) கிரேக்க மருத்துவர் டிசியாஸின் (Ctesias) ஆவணங்களில் சில நிகழ்வுகள் பதிவு செய்யப்பட்டுள்ளன. அவர் பாரசீகத்தைப் பற்றியும் இந்தியாவைப் பற்றியும் எழுதியுள்ளார்.

இந்தியப் போர்யானைகள் பற்றி எழுதிய முதல் கிரேக்கர் இவர். சொல்லப்போனால் இப்பொருள் பற்றிப் பதிவு செய்த முதல் இந்தியரல்லாதவரும் இவர்தான். அலெக்ஸாண்டர் யானைகளைப் பற்றி அறிவதற்கு முன்பே டிசியாஸின் எழுத்துகள் மூலமாகவே கிரேக்கர்கள் இந்தியப் போர்யானைகளைப் பற்றி அறிந்திருந்தனர்.

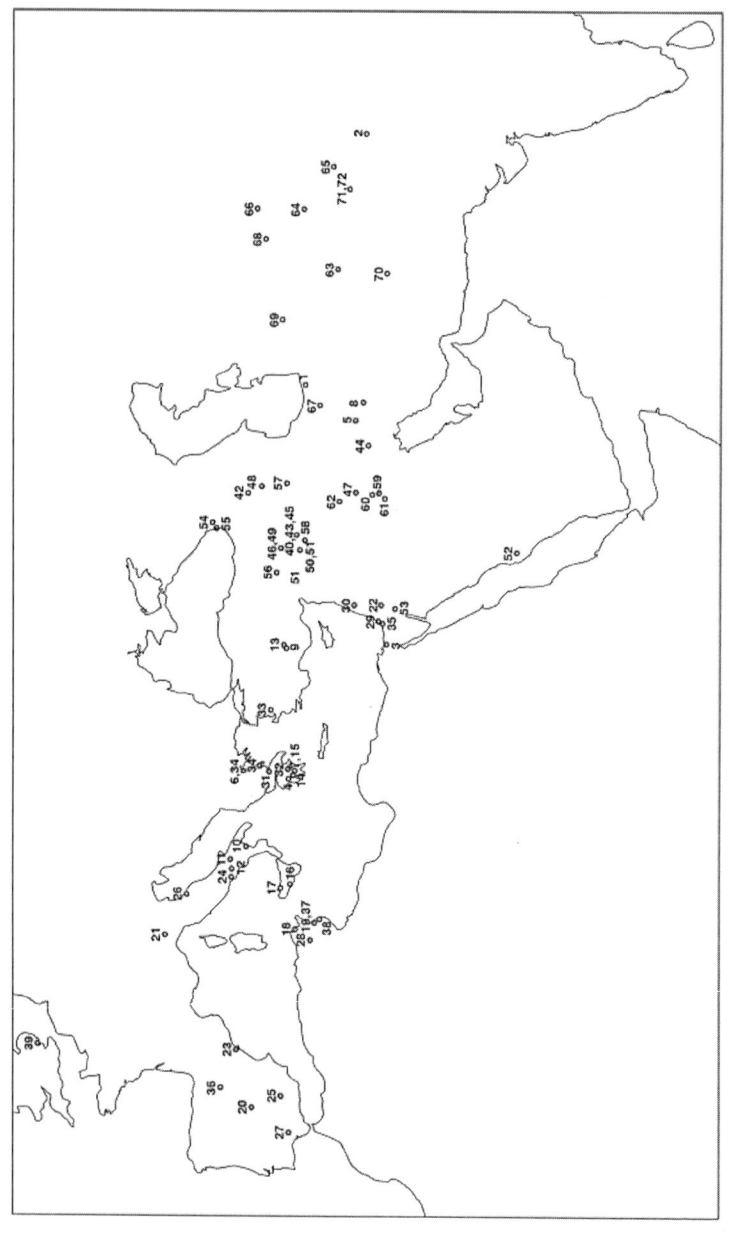

படம் 6.1 போரில் யானைகள் பயன்படுத்தப்பட்ட இடங்கள், காலவரிசைப்படி.

பாபிலோனில் ஒரு யானை அதன் மாவுத்தனின் கட்டளைப்படி பனைமரம் ஒன்றை வேரோடு சாய்த்ததை டிசியாஸ் நேரிடையாகப் பார்த்துள்ளார். யானையும் மாவுத்தனும் இந்தியாவிலிருந்து அரசுமுறை வெகுமதியாகவோ அல்லது கப்பமாகவோ பெறப்பட்டிருக்க வேண்டுமென நாம் கொள்ள வேண்டும். தாக்குதலை முன்னெடுத்துச் செல்லவும் எதிரிகளின் கோட்டைச் சுவர்களை இடித்துத் தள்ளுவதற்கும் போர்யானைகளை இந்திய மன்னர்கள் பயன்படுத்தியதாகக் கூறியுள்ளார். இதனால் இவர் இந்தியப் போர்யானையின் இரு முக்கியப் பயன்களைக் கண்டறிந்துள்ளார். மன்னரின் அரசவையிலிருந்த இந்தியப் பயணிகளைப் பார்த்துப் பேசி யானைகளையும் மற்ற இந்திய விலங்குகள் பற்றியும் விவரங்களைப் பெற்றுள்ளார். சொல்லப்போனால் இந்தியாவுக்குப் பயணம் செய்யாமலேயே தனது *இண்டிகா* (The Indika) நூலுக்குத் தேவையான செய்திகளைத் திரட்டியுள்ளார்.

இந்தப் பேரரசைத் தோற்றுவித்த சைரஸ் (Cyrus), காஸ்பியன் கடலுக்குத் தெற்கே உள்ள ஹிர்கெனியாவின் டெர்மைக்ஸ்களுடைய இந்தியப் போர்யானைகளை எதிர் கொண்டுள்ளதாக டிசியஸ் பதிவு செய்துள்ளார். டெர்மைக்குகள் பாரசீகக் காலாட்படையை மறைந்திருந்து தாக்கியுள்ளனர். சைரஸ் இந்தியப் படை வீரர்களில் ஒருவர் எறிந்த ஈட்டியால் காயமடைந்து இறந்துள்ளார். இது நடந்தது கி.மு. 530இல்.

சில நூற்றாண்டுகளுக்குப் பிறகு, அலெக்ஸாண்டர் மூன்றாம் டாரியஸை (கி.மு. 331) காகமிலா எனும் இடத்தில் தோற்கடித்தபோது, டாரியஸிடம் பதினைந்து யானைகள் கொண்ட ஒரு இந்தியப் படைப் பிரிவும் அவருடைய சொந்த யானைகளும் இருந்துள்ளன. பாரசீகப் பேரரசை சைரஸ் தோற்கடித்தபோது இந்தியர்களும் அவர்களது யானைகளும் அங்கு இருந்தன என்ற முடிவுக்கு நாம் வரலாம்.

பாரசீகப் பேரரசு நிறுவப்படுவதற்கு முன் டிசியாஸின் நூல் *பர்சிகா* (The Persica) அசிரியர்களின் வரலாற்றுடன் ஆரம்பமாகிறது. 14ஆம் நூற்றாண்டில், ஆப்பெழுத்து (Cuneiform) புரிந்துகொள்ளப்படுவதற்கு முன்பு, டிசியாஸ் கிரேக்க மொழியில் எழுதிய *அசிரிய வரலாற்றையே* நிபுணர்கள் ஆதாரமாகக் கொள்ள வேண்டியிருந்தது. ஆப்பெழுத்துப் பதிவுகளைப் படிக்க முடிந்த பிறகு டிசியாஸின் *அசிரிய வரலாறு* நூலில் பல தவறுகள் இருந்தது தெளிவாகியது. இருந்தபோதிலும் அவர் முற்றிலும் கற்பனைப் பாத்திரங்களான அசிரிய ராணி செமிராமிஸ், இந்திய மன்னன் ஸ்டாப்ரோபேட்ஸுடன் போருக்குப் போவது

பற்றி எழுதியிருப்பதில் போர்யானை பற்றிக் கூறியிருப்பது முக்கியமானது.

இந்தியர்களை வெற்றிகொள்ள செமிராமிஸ் முடிவெடுத்ததற்கு இந்தியாவின் வளமே காரணம். ஆனால், இந்தியா எண்ணிலடங்கா வீரர்களுடனும் நம்ப முடியாத அளவு யானைகளுடன் ஆளப்பட்டுவந்தது. இந்த நாடு நீர்வளமுடையதாகையால் ஆண்டுக்கு இருமுறை பயிர்கள் விளைந்து பஞ்சம் என்பதே இல்லாமலிருந்தது. இங்கிருந்த யானைகள் லிபியாவிலிருந்த யானைகளைவிடப் பன்மடங்கு வலிமை வாய்ந்தவை.

இந்தியாவில் தங்கம், வெள்ளி, இரும்பு, வெண்கலம், இவற்றுடன் பலவகைப்பட்ட மாணிக்கக் கற்களும் இருந்தன. இந்தியாவின் ஒப்பற்ற செல்வங்களில் யானைகளும் ஒரு பகுதி என்பது தெளிவாகிறது. இருந்தாலும் அவை ஒரு தடையாகவும் இருந்தன. ஏனெனில் இந்திய மன்னரின் பெரும் படையில் நிறைய போர்யானைகளும் இடம் பெற்றிருந்தன. படை வருகிறதென்று அறிந்தவுடன் செமிராமிஸ் காட்டானைகளைப் பிடித்துப் போர்ப் பயிற்சி கொடுத்தார். இந்திய யானைகளைச் சமாளிக்க செமிராமிஸ், 3,00,000 எருதுகளைக் கொன்று அவற்றின் தோலைத் தைத்து ஒட்டகங்களின் மேல் போர்த்தி யானைபோல் தோற்றமளிக்கச் செய்தார். அவற்றின் மீதமர்ந்து வீரர்கள் சண்டை செய்தனர். இந்த யானைகள் போலிகள் என்றறிந்த பின்னர் இந்தியர்கள் செமிராமிஸின் படைகளை நிர்மூலமாக்கினர். விசித்திரமான இந்தச் செய்தி இந்தியா காட்டானைகள் நிறைந்த நாடு என்பதையும், அவை போரில் பயன்படுத்தப்படுத்தப்பட்டன என்பதையும் காட்டுகிறது. அதே சமயம் பாரசீகம் இந்தியர்களின் படையை எதிர்கொள்ளப் போதிய யானைகள் இல்லாத நாடு என்பதும் தெரிகிறது. இதைப் பொறுத்தவரை செமிராமிஸ், ஸ்ட்ராபொபேட்ஸ் ஆகிய இருவரின் கற்பனை வரலாறு டிசியாஸின் காலத்தில் உண்மையாகவே நடந்ததுபோல் உள்ளது.

இது இவ்வாறிருக்க, சிந்துவுக்கு மேற்கிலிருந்த மன்னர்கள் போர்யானைகளை இந்தியாவிலிருந்து தருவித்திருக்கக்கூடும். அல்லது ஆப்பிரிக்காவிலிருந்து பிடிக்கப்பட்ட யானைகளுக்குப் பயிற்சி கொடுத்திருக்கக்கூடும். அலெக்ஸாண்டர் படையெடுப்பைத் தொடர்ந்து இது வேகமாக நடந்தேறியது.

அலெக்ஸாண்டர்

காகமிலா போரில் மாசிடோனியரின் திடீர்த் தாக்குதல் பாரசீகர்கள் தங்கள் யானைகளைச் சரியான முறையில் பயன்படுத்த

முடியாமல் செய்துவிட்டது. இது அலெக்ஸாண்டருக்கு இந்தியப் போர்யானைகளைப் பற்றிய அவற்றின் அறிமுகத்தைக் கொடுத்தது. அவர் எதிரிகளின் யானைகளை பாகன்களையும், பராமரிப்பவர்களையும் சேர்த்துக் கைப்பற்றிக்கொண்டார். அவர் போரிட்ட காலத்தில் போர்யானைகளை மாவுத்தர்களுடன் இந்திய நாட்டிலிருந்து பரிசாகவும், வீழ்த்திய நாடுகளிலிருந்து கப்பமாகவும் பெற்றார். அவற்றை அவர் போரில் ஈடுபடுத்தவில்லையாயினும், போர்யானைகளைச் சமாளிக்க வேண்டிய உத்திகளைத் தெரிந்துகொள்ளப் பயன்படுத்திக்கொண்டார். அலெக்ஸாண்டர் கிட்டத்தட்ட 200 யானைகளை இவ்வாறு திரட்டி பாபிலோனுக்குக் கொண்டு வந்தார்.

யானை பிடிப்பவர்களையும் பாகன்களையும் அலெக்ஸாண்டர் இந்தியாவிலிருந்து கொண்டுவந்தார். இவர்கள் மூலம் அவர் யானைகளைப் பிடிப்பது, பயிற்சி கொடுப்பது, போரில் ஈடுபடுத்துவது அல்லது போரில் எதிர்கொள்வது தொடர்பான அறிவையும் திறனையும் பெற முடிந்தது.

புதிதாகத் தான் அறிந்துகொண்ட போர்யானை சார்ந்த உத்திகளை ஜீலம் போரில் அலெக்ஸாண்டர் பயன்படுத்தினார். அவரது படைகளும் போரஸின் படைகளும் ஜீலம் நதியின் எதிரெதிர்க் கரைகளில் முகாமிட்டிருந்தன. அலெக்ஸாண்டர் குதிரைப் படையுடனும் காலாட்படையுடனும் இரவு நேரத்தில் சற்றுத் தொலைவில் நதியைக் கடந்து எதிர்க் கரையை அடைந்தார். போரஸ் 4000 குதிரைகள், 300 தேர்கள், 200 யானைகள், 30,000 படைவீரர்கள் அடங்கிய படையை அணி வகுத்திருந்தார். போரஸால் தேர்ந்தெடுக்கப்பட்ட இந்த வியூகம், (அதாவது முன்னால் 300 மீட்டர் இடைவெளியில் யானைகள், அதற்குப் பின்னால் பக்கவாட்டுப் பகுதிகளில் காலாட்படையும் ரதங்களும் இருந்ததை) அலெக்ஸாண்டரின் வரலாற்றாளர்கள் தண்ட வியூகமாக இருக்கலாம் என்று கருதுகின்றனர்.

முதலாவதாக, மத்தியிலிருந்த யானைகளைத் தவிர்த்து, குதிரைப் படையின் மேல் அலெக்ஸாண்டர் நம்பிக்கை வைத்து, போரஸின் போர் வியூகத்தை முறியடித்தார். தனது வலப்பக்கத்தில் குதிரைப் படையைக் குவித்தார். ஆவேசமிக்க குதிரைப் படை, எதிரியின் குதிரைப் படையைப் பின்னுக்குத் தள்ளி அவை யானைகளின் இடையேயும் காலாட்படையின் இடையேயும் புகுந்து நெரிசலையும் குழப்பத்தையும் ஏற்படுத்தின. பிறகு மாசிடோனியர்களின் காலாட்படையினர் போரஸின் யானைகளை ஈட்டிகளால் தாக்கினர். சில வீரர்கள் யானைகளைத் தாக்குவதற்காகவே பிரத்தியேகமாகச் செய்யப்பட்ட

வாள்களாலும் கோடரிகளாலும் அவற்றின் கால்களைக் காயப்படுத்தினர்.

போரஸ் படையில் நிலவிய இந்தக் குழப்பம், போரின் ஒழுங்கைக் குலைத்தது. யானை மீது வீற்றிருந்த போரஸ் பிடிபட்டார். அலெக்ஸாண்டர், போரஸிடம் அவரை எவ்வாறு நடத்த வேண்டும் என்று கேட்டதற்கு ஒரு அரசனுக்குரிய மரியாதையுடன் தான் நடத்தப்பட வேண்டும் என பதிலளித்தார். அலெக்ஸாண்டர், போரஸை அந்தப் பகுதிக்கு ஆளுநராக நியமித்தார்.

வரலாற்றின் மகத்தான இந்தத் திருப்புமுனையில், அதாவது பியாஸ் நதியில் நடந்த போரில், யானைகள் சிறப்பிடம் பெற்றன. கிழக்கே மன்னர்களின் படைகளில் அதிகப் போர்யானைகள் இருந்தன. கங்கையின் முகத்துவாரத்தைக் கண்டடையும் அலெக்ஸாண்டரின் ஆர்வத்திற்குக் குறுக்கே நின்ற இவர்கள், அவரது படைகள் முன்னேறிச் செல்வதைத் தடுத்ததனால் அவர் தனது படைகளைத் தெற்கு நோக்கி நடத்தி, சிந்து நதியின் வழியே கெட்ரோஸியா பாலைவனத்தினூடே திரும்பி பாபிலோன் வந்தடைந்து தனது 32 வயதில் அகால மரணமடைந்தார். இந்த வரலாற்றின் ஒரு பின்விளைவாக மேற்காசியா, வடஆப்பிரிக்கா, ஐரோப்பிய தேசங்களில் போர்யானைகளின் பயன்பாடு வேகமாகப் பரவியது. போர்யானைகளின் மீதான அலெக்ஸாண்டரின் ஆர்வம் அவர் இறந்த பின் பலனளித்தது. அவரது தோழர்களுக்கிடையே நிலவிய பதவிக்கான சச்சரவு ஆயுதப் போட்டியை ஏற்படுத்தியது. அதனால் ஆசியா, ஆப்பிரிக்கா அதற்கு அப்பாலுள்ள ஹெலனிய கால அரசுகளிடையே போர்யானைகளின் பயன்பாடு பரவியது.

இதன் பின்விளைவாக இந்திய யானையும் மாவுத்தனும் நடைமுறையிலும் குறியீடாகவும் முக்கியத்துவம் பெற்றனர். அலெக்ஸாண்டரின் ஈமச் சடங்கின்போது அவரது உடலைத் தாங்கிச் சென்ற சவப்பெட்டியில் குதிரைகள், யானைகளின் சித்தரிப்பு இருந்ததாக வரலாற்றாசிரியர் டயடோரஸ் (Diodorus) விவரிக்கிறார். இந்திய யானைகள் அணிவகுக்கப்பட்டு அவற்றின் மேல் இந்திய மாவுத்தர்கள் முன்னாலும் ஆயுதபாணிகளாக மாசிடோனியர்கள் பின்னாலும் இருப்பதாகக் காட்சிப்படுத்தப்பட்டிருந்தது என்கின்றார் டயடோரஸ்.

செலூகஸும் டாலமியும்

அலெக்ஸாண்டர் தனக்குப் பின் வாரிசாக யாரையும் நியமிக்காததால் அந்தப் பொறுப்பு தளபதிகள், குறுநில மன்னர்கள்

போன்றோரிடம் சேர்ந்தது. வாரிசுகள் என்று கூறிக்கொண்ட பன்னிரண்டு பேர் அதிகாரத்துக்கான போட்டியில் ஈடுபட்டனர். குழப்பம் நிலவியது.

காலப்போக்கில் இந்தப் பன்னிரண்டு பேர் மூன்றாகக் குறைந்தனர். அவர்கள் சிரியா, எகிப்து, மாசிடோனியாவின் மன்னர்கள். சிரியாவும் எகிப்தும் அலெக்ஸாண்டரின் இரு தளபதிகள் வசம் வந்தன. ஒருவர் ஜீலம் போரில் காலாட்படைக்குத் தலைமை தாங்கி, எதிர்கொண்ட செலூகஸ். மற்றவர் குதிரைப் படையின் தளபதியான டாலமி. வாரிசுகளின் போரிலும் டாலமி, செலூகஸ் இருவரின் பகைமையிலும் யானைகள் சிறப்பிடம் பெற்றன.

யானைகள் ராணுவ வரலாறு என்ற நூலில் (1843) பியர் அர்மாண்டி (Pier Armandi) கிரேக்க, ரோமர்களின் போர்க்கலையின் பல அம்சங்கள் பற்றித் தன் காலத்தில் கிடைத்த தரவுகளிலிருந்ததாக எழுதுகிறார். ஆனால், போர்யானைகளைப் பற்றிய விவரம் அவற்றில் ஒன்றுமில்லை. அலெக்ஸாண்டர் முதல் சீசர் வரை மூன்று நூற்றாண்டுகளில் நடந்த எல்லாப் போர்களிலும் யானைகள் சிறப்பிடம் பெற்றுள்ளன. போர் உத்திகள் தொடர்பான கிரேக்க ரோமர்களின் காலத்திய கையேடுகள் எல்லாம் ராணுவத்தில் யானைகளின் பயன்பாடு முடிவடைந்த பிறகு எழுதப்பட்டவை. எனவே அது தொடர்பாகச் சொல்வதற்கு ஏதுமில்லை. ஆதலால் அர்மாண்டி யானைகளைப் பயன்படுத்தி நடந்த போர்களைப் பற்றிக் கிடைத்த விவரங்களை ஆராய்ந்து மறுகட்டமைப்பு செய்துள்ளார். ஏறத்தாழ ஒரு நூற்றாண்டுக்குப் பிறகு கிரேக்கவியலாளர் ஸ்கல்லார்ட் யானைகள் தொடர்பான விவரப் பகுதியைப் புதிதாக ஆய்வு செய்துள்ளார். அவரது *The Elephants in the Greek and Roman World (1974)* தரமான நூல். மாசிடோனிய, ரோம, கார்த்தஜினியர்களின் போர்யானைகளின் பயன்பாடு பற்றிய தெளிவான புரிதலைத் தருகின்ற இந்த இரண்டு புத்தகங்களுக்கும் நாம் கடமைப்பட்டுள்ளோம்.

நாம் இழந்துவிட்ட நூல்களில் நால்வகைப் பிரிவுகளான படைகளைப் பற்றிப் பதிவு செய்யப்பட்டிருந்தது உண்மை எனத் தெரிகிறது. இது படையை நான்குகால் விலங்காக (சதுரங்கமாக) பாவிக்கும் இந்தியக் கருத்தாக்கத்தைப் பிரதிபலிக்கிறது. இந்த கிரேக்க, இந்திய ராணுவக் கருத்தியல் ஒரே மாதிரி இருப்பது கண்டுகொள்ளப்படவில்லை. இதை எவ்வாறு விளக்குவது? போர் உத்திகளைப் பற்றிய கிரேக்க நூல்கள், இந்தியப் போர்முறையான நால்வகைப் படையின் நேரடி இரவலாக இருக்க வாய்ப்பில்லை. இந்தியாவில் நிகழ்ந்ததுபோல,

காலாட்படை, குதிரைப்படை, ரதங்கள் என்கின்ற மூவகையான பிரிவுகளுடன், போர்யானையையும் சேர்த்துக்கொண்டதுதான்.

ஜீலம் போரில் போரஸ் யானைகளைக் காலாட்படைக்கு முன்னால் இடைவெளி விட்டு நிறுத்தி வியூகம் ஏற்படுத்தியதன் தாக்கம் பல போர் வர்ணனைகளில் பிரதிபலிக்கிறது. மத்தியத் தரைக்கடல் மக்களின் போர்களில் யானைகள் இவ்வாறு அடிக்கடி பயன்படுத்தப்பட்டன. காலாட்படையினரைச் சிதறடிப்பதற்கும், யானைகளின் வாடையைக்கூட அறிந்திராத குதிரைகளிடையே பீதியை உண்டுபண்ணவும், பதுங்கு குழிகள் போன்றவற்றின் வரிசையைத் தாக்கி அழிக்கவும், காப்பிடங்களைச் சின்னாபின்னப்படுத்தவும் அரண்களை உருக்குலைக்கவும் யானைகள் பயன்படுத்தப்பட்டன.

மேலும் அங்கு ஒரு குறிப்பிடத்தக்க கண்டுபிடிப்பு நிகழ்ந்தது. சிறிய கோபுர வடிவில் ஒரு அமைப்பை (அம்பாரி) யானை மீது உருவாக்கினர். போர் வீரர்கள் பாதுகாப்பாக அமர்ந்துகொண்டு ஆயுதங்களை எறிவதற்கு அது பயன்பட்டது. இது கிரேக்கக் கண்டுபிடிப்பு. ஏனெனில், இந்தியர்கள் யானைகளின் முதுகின் மீது இரண்டு பக்கங்களிலும் கால்களைத் தொங்கவிட்டவாறுதான் சவாரி செய்தனர். இந்தக் கண்டுபிடிப்பு நிகழ்ந்த காலம் கி.மு. 300-280. யானை வேகமாக ஓடும்போது போர்வீரர்கள் தடுமாறிக் கீழே விழுந்துவிடாமல் பாதுகாப்பாக இருப்பதற்காகத்தான் இந்த அமைப்பு ஏற்படுத்தப்பட்டது.

யானை முதுகில் வைக்கப்படும் அம்பாரியைக் குறிக்கும் அரபுச் சொல்லான ஹவ்டா (Howdah) இந்தியில் ஹவ்டஜ் (Haudaj) என்ற சொல்லிலிருந்து பிறந்தது. இந்த வார்த்தை இந்தியாவில் முஸ்லிம் படையெடுப்பின்போதோ அல்லது அதற்குப் பிறகோ தோன்றியதாகக் கருதலாம். இதனால் இது மிகவும் பிற்காலத்தில் தோன்றிய அமைப்பு என்பதும், இதன் பயன் கிரேக்கக் கோபுர அமைப்பிலிருந்து முற்றிலும் மாறுபட்டதெனவும் கருத இடமுள்ளது. கிரேக்கக் கோபுர அமைப்பு என்பது யானையின் மீது இருக்கை எதுவுமில்லாமல் சவாரி செய்ய இயலாத போர்வீரர்களுக்கு உறுதியான தளமாகப் பயன்பட்டது. ஆனால், அம்பாரியோ செல்வாக்குடையவர் இருக்கையாய் அமைந்தது.

மூன்று நூற்றாண்டுகளாக ஆயுதப் போட்டியைத் தீவிரமாக்கிய யானைகள் எவ்வாறு பெறப்பட்டன? யானைகளைப் பற்றிய நடைமுறை அறிவு எவ்வாறு பெறப்பட்டது?

யானைகள் எங்கிருந்து பெறப்பட்டன என்பது வெளிப்படை. பாபிலோனுக்கு அலெக்ஸாண்டர் கொண்டுவந்த

சுமார் 200 யானைகளை அவரது வாரிசுகள் போர்களில் ஈடுபடுத்தினார்கள். கி.மு. 317இல் கிரேக்க அதிகாரி யூடமஸ் நடத்திய வாரிசுப் போட்டியின்போது புதிய வரவாக 120 யானைகள் கொண்டுவரப்பட்டன. இவர் போரஸைக் கொன்று அவரது யானைகளை அபகரித்துக்கொண்டார். ஆனால், அதிக அளவில் யானைகள் சேர்ந்தது செலூகஸிடம்தான். இவர் சந்திரகுப்த மௌரியரிடமிருந்து 500 யானைகளைப் பெற்றார். இந்த யானைகள் செலூகஸை அதிர்ஷ்டசாலியாக்கின.

செலூகஸின் ஆட்சியின் கீழ் மக்களைவிட யானைகள் அதிகம் இருந்ததால் இவர் யானைகளின் அரசன் என வேடிக்கையாகக் குறிப்பிடப்பட்டார். நிறைய யானைகள் தன்வசம் இருந்த ஒரே காரணத்தால் சிரியாவிலிருந்து ஆப்கானிஸ்தான்வரை இருந்த நிலப்பரப்பையும் பெரும் திரளான மக்களையும் இவரால் ஒருங்கிணைத்து ஆள முடிந்தது.

சந்திரகுப்தர் நந்தர்களைத் தோற்கடித்து அவர்களது நாட்டைத் தனதாக்கிக்கொண்டார். அவரது சாம்ராஜ்யம் மேற்கு நோக்கிப் பரவி சிந்துவைத் தொட்டுவிட்டது. செலூகஸின் கிழக்கு நோக்கிய விரிவாக்கம் பற்றி கிரேக்க வரலாற்றாசிரியர் அப்பியன் (Appian) கூறுகிறார். அலெக்ஸாண்டர் ஆக்கிரமித்த இந்தியப் பகுதிகளைப் பிடிப்பதற்காக செலூகஸ் மௌரிய மன்னரிடம் உடன்பாட்டுக்கு வந்ததையும் தெரிவிக்கின்றார். தற்போதுள்ள ஆப்கானிஸ்தான் உள்ளிட்ட பெரும் நிலப்பரப்பையும், இன்றைய தெற்கு பாகிஸ்தானையும் காபூல், காந்தகார், ஹெராட், பலுச்சிஸ்தானிலுள்ள மக்ரான் கடற்பகுதி ஆகியவற்றை செலூகஸ் விட்டுக்கொடுத்தார்.

இருப்பினும் பேக்ட்ரியா (Bactria) மாகாணத்தை செலூகஸ் தக்கவைத்துக்கொண்டார். அவர் பின்னால் வந்தவர்கள் இந்தியாவுக்குள் நுழைய இது வழி செய்தது. 1958ஆம் ஆண்டு காந்தகாரில் கண்டெடுக்கப்பட்ட கிரேக்க–அராமிக் மொழிகளில் வடிக்கப்பட்ட அசோகரின் கல்வெட்டு இதை உறுதிப்படுத்துகிறது. மேலும் பல மாகாணங்களை விட்டுக்கொடுத்ததற்கு ஈடாக செலூகஸ் 500 யானைகளைப் பெற்றுக்கொண்டார். இது வளர்ந்துவந்த அவரது அதிகாரத்தை உறுதிப்படுத்தியது.

இந்தக் காலத்திலிருந்து கிரேக்கர்களுக்கு மௌரியர்கள் தொடர்ந்து யானைகளை வழங்கிக்கொண்டிருந்தார்கள். ஒரு நூற்றாண்டுக்குப் பிறகு கி.மு. 212–205இல் அரசன் மூன்றாம் ஆண்டியோகஸ் (Antiochus III) கிழக்கு மாகாணங்களில் தனது அதிகாரத்தை நிறுவினார். இந்தப் போரின்போது பேக்ட்ரியாவின்

டெமெட்ரியஸுடன் சமாதான ஒப்பந்தம் செய்துகொண்டு அவனிடமிருந்து யானைகளைப் பெற்றுக்கொண்டார். பின்னர் இந்தியாவுக்குள் நுழைந்து இந்திய அரசனான சுபகசேனா நட்பைப் புதிப்பித்துக்கொண்டு மொத்தம் 150 யானைகளைப் பெற்றுக்கொண்டார்.

இந்தியத் தரவுகளில் சுபகசேனா பற்றி எந்தக் குறிப்பும் இல்லையென்றாலும் அவர் இந்திய மன்னன் என்றறியும்போது மௌரியப் பேரரசனாக இருக்கக்கூடும் என்று யூகிக்கலாம். பிற்காலங்களிலும் மௌரியர்கள், கிரேக்கர்களுக்கு யானைகள் வழங்கிய தருணங்கள் உண்டு.

கி.மு. 221இல், மெடியாவின் ஆளுநருடன் மோதியபோது ஆண்டியோகஸிடம் 10 யானைகளே இருந்தன. ஆனால், கி.மு. 213இல் ராஃபியா 102 யானைகளுடன் போரில் ஈடுபட்டு ஏறக்குறைய எல்லா யானைகளையும் இழந்தார். பின்னர் ஆண்டியோகஸ் மௌரியர்களுடன் நட்பைப் புதிப்பித்துக்கொண்டதாக பாலிபியஸ் (Polybius) சுட்டிக்காட்டுகிறார். இதனால் மேற்கண்ட இரண்டு காலங்களுக்கிடையே அதிக யானைகளை அவர் பெற்றிருக்கக்கூடும். இதற்கும் முன்னால் –அதாவது கி.மு. 277இல்– ஆண்டியோகஸ், பேக்ட்ரியா ஆளுநருக்கு 20 யானைகளை அனுப்பியுள்ளார். இதிலிருந்து இவை மௌரியத்தைச் சேர்ந்தவை என அனுமானிக்கலாம். பாபிலோனியாவின் வானியல் நாட்குறிப்புகளில் குறித்துள்ளபடி 20 யானைகள் அடங்கிய மற்றுமொரு திரளைக் கி.மு. 273இல் பேக்டிரியாவின் ஆளுநர் அனுப்பியுள்ளார்.

ஆண்டிகோனசுக்கு எதிராக டாலமியும் செலூகஸும் இணைந்திருந்தனர். ஆனால், பொது எதிரி மறைந்த பின் இருவரும் ஒருவொருக்கொருவர் எதிரிகளாகிவிட்டார்கள். செலூக்கிய வம்ச கிரேக்கர்கள் நேரடியாக இந்தியாவுக்குள் வர முடிந்தது. ஆனால், எகிப்தின் டாலமிகளுக்கு அது மறுக்கப்பட்டது. டாலமி அரசப் பரம்பரையைத் தோற்றுவித்தவரின் மகனும் அவரது வாரிசுமான இரண்டாம் டாலமி பிலாடல்பாஃஸ், இந்தியாவுக்கு டயோனிஸஸ் என்கிற தூதுவரை அனுப்பினார். யானை பிடிப்பவர்களையும் பயிற்சியாளர்களையும் பெற்று ஆப்பிரிக்காவில் யானைகளைப் பிடித்துப் பயிற்சி கொடுக்கும் திட்டத்துக்காக அவர்களைப் பயன்படுத்துவதுதான் இந்தத் தூதின் நோக்கம்.

கிரேக்க நாட்டில் இந்திய யானை பிடிப்பவர், பயிற்சியாளர் ஆகியோர் இருந்ததை ஆவணங்கள் உறுதி செய்கின்றன. முக்கியமான தகவல் என்னவென்றால் கிரேக்கர்கள்

மாவுத்தனை இந்தியன் (Indos) என்றே குறிப்பிட்டிருப்பதுதான். அதாவது "இந்தியன்" என்பது யானைப்பாகனைக் குறிக்கும் சொல்லாகிவிட்டது. சமகால வரலாற்றாசிரியர்களும் மாவுத்தனை "இந்தியன்" என்றே குறிப்பிட்டனர். கிரேக்கப் போர்கள் பற்றிய குறிப்புகளில் யானையும் "இந்தியனும்" மட்டுமே கோட்டைகளைத் தகர்ப்பதற்குப் பயன்பட்ட ராணுவப் பிரிவாகச் சொல்லப்பட்டுள்ளன. ஒரு போர்யானை, இரண்டு அல்லது மூன்று வீரர்களையும் (மாசிடோனியன் அல்லது கிரேக்கன்) மேலும் "ஒரு இந்திய"னையும் உள்ளடக்கியது என்பதுதான் பல சமயங்களில் போர்முனை பற்றிய வர்ணனைகளில் நாம் அறிவது.

Indos என்ற வார்த்தைக்குக் கிரேக்க அகராதியில் "யானைகளை வழி நடத்துபவன்" என்று பொருள். இது யானைகளை டாலமியர் பிடித்துப் பயிற்சி கொடுத்ததைச் சுட்டிக்காட்டுகிறது. இக்காலத்தில் மன்னர்கள் இந்தியர்களைப் பணியமர்த்தியுள்ளனர் என்பது சந்தேகத்துக்கு இடமின்றித் தெளிவாகிறது. மாவுத்தர்கள் தொடர்பாக ஒரு அகராதி, அவர்களது இரு கருவிகளின் பெயர்களைப் பதிவு செய்துள்ளது. அவற்றில் ஒன்று இன்றும் பயன்படுத்தப்படும் அங்குசம். மற்றொன்று காந்தாரா. இது அங்குசத்தையோ அல்லது அதுபோன்றதொரு கருவியையோ குறிக்கும் மற்றொரு பெயர்.

உள்நாட்டில் உள்ளவர்கள் மாவுத்தர்களாக ஆவதற்குப் பயிற்சி கொடுக்கப்பட்டு, வெளிநாட்டு மாவுத்தர்கள் யாவரும் இந்தியர்கள் எனக் குறிப்பிடப்பட்டனர் எனக் கருதலாம். தூரதேசமான இந்தியாவிலிருந்து போதுமான அளவு இந்திய மாவுத்தர்களைப் பெறுவதும், அவர்களைத் தக்க வைத்துக்கொள்வதும் கடினமானது. இந்திய மாவுத்தர்கள் யானைகள் பற்றிய தங்கள் பட்டறிவைப் பயிற்சி பெறுபவர்களுடன் பகிர்ந்துகொண்டார்கள் என நாம் யூகிக்கலாம்.

பின்னர் இரண்டாம் டாலமி, எரித்திரியா, எத்தியோப்பியா, லிபியா போன்ற நாடுகளிலிருந்து ஆப்பிரிக்க யானைகளைப் பிடிக்கவும் பயிற்சி கொடுக்கவும் ஆரம்பித்தார். கடற்கரைப் பகுதியில் யானை பிடிக்கும் முகாம் ஒன்று அமைத்தார். யானைகளைப் படகுகளில் செங்கடல் மூலம் தலைநகருக்குக் கொண்டுசென்றனர்.

கிரேக்க வரலாற்றாசிரியர் அகதார்சைட்ஸ் (Agatharcides), இந்தக் கடற்கரையை ஒட்டிப் பலதரப்பட்ட பழங்குடியினர் வாழ்ந்தனர் என்கிறார். இவர்களை மீன் உண்பவர்கள் என அவர் குறிப்பிட்டுள்ளார். அதேபோல் கடற்கரைக்கு அப்பாலுள்ள

பகுதிகளில் யானை இறைச்சி உண்பவர்கள் உட்படப் பலரும் வாழ்ந்துள்ளனர். யானையை உண்பவர் வெவ்வேறு முறைகளில் அதைக் கொன்றனர். அவற்றில் இரண்டு முறைகள் உண்மையாக இருப்பதற்கான வாய்ப்புகள் உள்ளன. யானையின் தொடைப் பகுதியில் கோடரியைப் பாய்ச்சுவதும், விஷம் தோய்ந்த அம்புகளைச் செலுத்துவதுமே அந்த இரு முறைகள்.

இறைச்சிக்காக யானையை வேட்டையாடுவதற்கும், போர்யானையாக்குவதற்காக அதைப் பிடிப்பதற்கும் இடையே இருந்த வேறுபாட்டை அகதர்ஸைட்ஸ் துல்லியமாக எடுத்துரைக்கிறார். மன்னர் டாலமி அவற்றை உயிருடன் பிடிக்க வேண்டும் என்பதற்காக யானை மாமிசம் உண்பதைத் தவிர்க்குமாறும், அதற்குப் பதிலாக வெகுமதிகள் தருவதாக வாக்குறுதி தந்ததாகவும், ஆனால், அந்த மக்கள் எகிப்தியப் பேரரசு முழுவதையும் கொடுத்தால்கூடத் தங்கள் உணவுப் பழக்கத்தை மாற்றிக்கொள்ள மாட்டோம் எனக் கூறி மறுத்துவிட்டனர் எனவும் அகதர்ஸைட்ஸ் கூறுகிறார். யானைக் காடுகள் பற்றி அர்த்தசாஸ்திரத்தில் சொல்லியிருப்பது போன்ற ஒரு நிலப்பரப்பை உருவாக்க டாலமி முயன்றார். இந்த இடத்தில் காட்டானைகளை வேட்டையாடுவது தடுக்கப்பட்டு அவற்றை உயிருடன் பிடித்துப் போர்ப் பயிற்சி அளிக்கலாம் என அவர் நினைத்திருந்தார். உணவுக்காக யானைகளை வேட்டையாட வேண்டாமென்று காட்டுவாசிகளிடம் சொல்லியும் அந்த முயற்சி தோல்வி அடைந்ததில் உள்ள நியாயம் அர்த்தசாஸ்திரம் பரிந்துரைத்த கொள்கையுடன் ஒத்துப்போகிறது. காட்டுவாசிகள் மீது தங்கள் விருப்பங்களைத் திணிக்க முடியாமல் டாலமிகள் தோல்வி அடைந்தாலும், அந்தக் கொள்கையில் இருந்த நியாயங்கள் இந்தியா, எகிப்து போன்ற தூர தேசங்களில் தோன்றியது யானைகள் குறித்த ஓர் அம்சத்தை உறுதிப்படுத்துகிறது. அதாவது போர்யானை என்கிற அமைப்பு இறைச்சிக்காகவும் தந்தத்துக்காகவும் வேட்டையாடப்படாமல் காட்டானைகளைக் காப்பாற்றியது என்பதே அந்த அம்சம்.

இதுபோன்று ஒத்துழைப்பு கிடைக்காதபோதிலும்கூட, காட்டானைகளைப் பிடித்துப் போருக்குப் பழக்குவது தொடர்ந்து நடந்துகொண்டுதானிருந்தது. நைல் நதிக்கரையில், மெரோ அரசின் நிலப்பகுதியில் காட்டானைகள் இருந்தன. அவற்றைப் பிடித்து, இந்திய மாவுத்தர்களைக் கொண்டு பயிற்சி கொடுக்கப்பட்டது. மெரோ மன்னர் ஒருவர் இருக்கை ஏதுமின்றி யானை மீது சவாரி செய்யும் படம் (படம் 6.2) ஒன்று உள்ளது. யானைப் பயன்பாடு தொடர்பான மெரோவியர்களின் பண்பாடு, டாலமிகளின் பண்பாட்டை மிக நன்றாகப் பிரதிபலிக்கிறது.

மேலும் யானைகளையும் மாவுத்தர்களையும் டாலமியர்கள் கொடுத்திருக்கலாமெனவும் எண்ண வைக்கிறது.

டாலமிகள் செலூக்கியர்களுடனான போர்களில் ஆப்பிரிக்க யானைகளையும் ஆசிய யானைகளையும் நேருக்கு நேர் கொண்டு வந்தவுடனேயே அவற்றுக்கிடையே உள்ள வேறுபாடுகள் தெரிய ஆரம்பித்தன. கிரேக்கத் தரவுகள் ஆசிய யானைகள், ஆப்பிரிக்க யானைகளைவிட உருவத்தில் பெரியதாகவும் வலிமை மிகுந்ததாகவும் இருப்பதாகப் பதிவு செய்தன. கி.பி. 217இல் ஐந்தாம் டாலமிக்கும் மூன்றாம் ஆண்டியோகஸுக்கும் நடந்த ராபியா சண்டையில், டாலமி 73 யானைகளையும் ஆண்டியோகஸ் 102 யானைகளையும் கொண்டுவந்ததாக பாலிபியஸ் சொல்கிறார்: யானைகள் தந்தங்களைப் பிணைத்துக்கொண்டு, ஒன்றையொன்று தள்ளி எதிரி யானையைப் பணிய இடங்கொடுக்கச் செய்து, அதனைத் திருப்பி தந்தங்களால் குத்திக் கிழிக்கும். குறிப்பாக இந்தப் போரின்போது டாலமியின் பெரும்பாலான ஆப்பிரிக்க யானைகள் இந்திய யானைகளின் வலிமையையும் கண்டு அஞ்சிப் போரில் ஈடுபடாமல் ஓடிவிட்டன என்று அறிகிறோம்.

ஆசிய யானைகள், ஆப்பிரிக்க யானைகளைவிடப் பெரியவை என்கிற கருத்து பழங்காலம்முதல் நவீனகாலம்வரை நிலவி வந்தது. 19ஆம் நூற்றாண்டின் இறுதியில் ஐரோப்பியர்கள் தெற்கு சஹாராவின் சவானா புல்வெளிப் பகுதியிலிருந்த, உருவில் பெரிய யானைகளைக் கண்டுகொண்ட பின்னர்தான் இந்தக் கருத்து தவறானதென்று தெரியவந்தது. ஆனால், கோவர்ஸ் (W. Gowers 1947-1948) இரண்டு அருமையான கட்டுரைகளில் காட்டில் வாழும் யானைகள், சவானா புல்வெளிப்பகுதி யானைகள் என ஆப்பிரிக்க யானைகளில் இரண்டு வகைகள் உண்டென்று கூறுகிறார். இவற்றில் காட்டில் வாழ்பவை ஆசிய யானையைவிடச் சிறியவைதான் என்றாலும் புல்வெளிப் பகுதிகளில் வாழும் யானையோ நிச்சயமாகப் பெரிது என்று கூறுகிறார். எரித்திரியா, எத்தியோப்பியா, சூடான் நாடுகளில் உள்ள யானைகள் காட்டில் வாழும் யானை வகையைச் சேர்ந்தவை. அதேபோல் எகிப்தில், அட்லஸ் மலைகளின் அடிவாரத்தில் கார்த்தஜினியர் பிடித்துப் பழக்கிய யானைகளும் இந்த வகை யானைகளே.

கார்த்தஜினியர்கள்

கார்த்தேஜ் நகரம் இன்றைய டியூனிஸ் நகருக்கு அருகில் இருந்தது. வடஆப்பிரிக்கா, ஸ்பெயின், கார்சிகா, சிசிலி ஆகிய பகுதிகளை உள்ளடக்கிய பேரரசை கார்தேஜ் தன்

கட்டுப்பாட்டுக்குள் வைத்திருந்தது. வளர்ந்துவந்த இந்த அதிகார மையங்களுக்கிடையே உரசல் ஏற்பட வாய்ப்பிருந்தது. ஒரு நூற்றாண்டுக்கு மேல் நீடித்த வலுவான மோதலுக்குப் பின்னர், அதாவது 264–146 கி.மு.வின் மூன்றாவது பியூனிக் போருக்குப் பிறகு, ரோம் வெற்றியடைந்து தனது எதிரியை ஒழித்துக் கட்டியது. இந்த மோதல் ஆரம்பிப்பதற்கு முன்பே போர்களில் யானைகளை கார்த்தேஜ் பயன்படுத்தியது. அட்லஸ் மலைகளின் அடிவாரத்திலிருந்து யானைகளைப் பெற்று கார்த்தேஜ் அவற்றைப் பழக்கிவந்தது.

கார்த்தஜினியர் காட்டானைகளைப் பிடித்துப் பழக்குவதில் தேர்ச்சி பெற்றிருந்தது பற்றி நம்மிடம் போதிய ஆதாரங்கள் இல்லாவிடினும் அவர்கள் டாலமிகளின் முறையைப் பின்பற்றியிருக்கக்கூடும். எகிப்திலிருந்தும் சில இந்திய மாவுத்தர்களின் உதவியையும் அவர்கள் பெற்றிருக்கலாம். சில சமயங்களில் அவர்களிடம் 50முதல் 300வரை யானைகள் இருந்தன. அவர்கள் யானைகளைக் கடல் மார்க்கமாக சிசிலியிலிருந்து ஸ்பெயினுக்கு அனுப்பினார்கள். இது அவர்களது கடற்படைக்கும் யானையைக் கையாண்டதற்கும் ஒரு நற்சான்று. இதன் விளைவாக கார்த்தஜினியர்கள் ஸ்பெயினுக்கும் இத்தாலிக்கும் யானைகளைக் கொண்டுவந்து ரோமர்களுக்கு எதிராகப் போரில் ஈடுபடுத்த முடிந்தது.

இரண்டாவது பியூனிக் போரில் கார்த்தஜினிய தளபதி ஹன்னிபால் (Hannibal) யானைகளைப் போரில் பயன்படுத்தியது வரலாற்றில் நன்கு அறியப்பட்ட நிகழ்வு. அவர் ஸ்பெயினிலிருந்து ஆல்ப்ஸ் மலை வழியாக, ரோன் நதியைக் கடந்து, 37 யானைகளுடன் தன் படையை இத்தாலிக்கு நடத்திவந்தார். தெப்பங்கள் செய்து ரோன் நதியைக் கடந்தார். சில யானைகள் கலவரமடைந்து ஆற்றில் விழுந்துவிட்டன. ஆனாலும் யானைகள் நன்றாக நீந்துமாதலால் அவை சமாளித்துவிட்டன. எப்படியோ ஹன்னிபால் 37 யானைகளையும் காலாட்படைகளையும் குதிரைப் படையுடன் கொண்டுவந்துவிட்டார். வரலாற்றாசிரியர் அப்பியன் (Appian) விவரிக்கும் போர் நிகழ்வு ஒன்றில் ஹன்னிபால், ரோமச் சிப்பாய்கள் தூங்கிக்கொண்டிருந்தபோது அவர்களது முகாமை யானைகளை மட்டும் வைத்துத் தாக்கியதைப் பதிவு செய்கிறார்.

ரெபியாவில் ஹன்னிபாலின் வெற்றிக்கு யானைகள்தான் முக்கியக் காரணம். ஆனால், பல யானைகள் கொல்லப்பட்டன. மற்றவை குளிரால் இறந்துவிட்டன. கடைசியாக ஒன்று மட்டும் மிஞ்சியது. அதை ஹன்னிபாலே ஓட்டினார். ரோமானியர்

நேர் மோதலைத் தவிர்த்துப் பதுங்கியிருந்து தாக்கினார்கள். ஹன்னிபாலும் அவரது படைகளும் இத்தாலியில் 16 ஆண்டுகளுக்கு (கி.மு. 221–204) மேல் இருந்தனர். வேறெந்தக் கூடுதல் தகவலும் கிடைக்கவில்லை. ஹன்னிபால் கிராமப்புறங்களை நாசப்படுத்தினாலும் நகரங்களைக் கைப்பற்ற முடியவில்லை. இறுதியாக ரோமானியர்கள் அவரை இத்தாலியிலிருந்து விரட்ட, கார்த்தேஜ் நகரத்தைத் தாக்கினர். அவர்களது தலைநகருக்கு அருகிலிருந்த சாம (Zama) எனும் இடத்தில் நடந்த போரில் கார்த்தஜினியரை ரோமானியப் படைகள் தோற்கடித்தன. கார்த்தஜினியர்கள் வேறு வழியின்றி ரோமானியர் நிபந்தனைகளை ஏற்க வேண்டியதாயிற்று. ஒரு நிபந்தனை அவர்களிடமிருந்த யானைகளைக் கொடுத்துவிடுவது. இரண்டாவது அவற்றைப் பிடிப்பதையும் பழக்குவதையும் நிறுத்த வேண்டும். அடுத்து நிகழ்ந்த மூன்றாவது பியூனிக் போரில் யானைகளே இல்லை. அந்தப் போரில் ரோமானியர் கார்த்தேஜ் நகரத்தை அழித்தனர்.

யானைகளைப் பிடித்தது, அவற்றுக்குப் பயிற்சி அளித்த முறை, அவற்றைக் கடல் வழியாகக் கொண்டுவருவது போன்ற இதுவரை யாரும் மேற்கொள்ளாத முறைகளைச் செயல்படுத்தியது, யானைகளைப் போரில் பயன்படுத்தியது எல்லாமே கார்த்தஜினியர்களின் சாகச முயற்சியையும் திறனையும் வெளிப்படுத்துகின்றன.

கிரேக்கர்களும் ரோமானியர்களும்

அலெக்ஸாண்டரின் உறவினரும் எபிரஸின் மன்னனுமான பிர்ரஸ் (Pyrrhus) (கி.மு. 318–272) பண்டைய காலத்தின் சிறந்த தளபதியாகக் கருதப்படுகிறார். அவர்தான் புகழ்பெற்ற 'பிர்ரிக் வெற்றி' என்ற சொலவடையின் நாயகன். அத்தகைய வெற்றி மிகவும் விலைகொடுத்துப் பெறும் ஒன்று. அதனைத் தோல்வியிலிருந்து வேறுபடுத்திப் பார்ப்பது கடினம்.

தெற்கு இத்தாலியில் ரோமின் கூட்டரசில் எபிரஸ் (Epirus) என்ற குறுநாடு (City State) இருந்தது. கி.மு. 281இல் கிரேக்க நகரங்களில் ஒன்றான டேரண்டம், ரோமுக்கு எதிரான தங்கள் சண்டையை முன்னின்று நடத்தும்படி பிர்ரஸ்ஸை வேண்டிக்கொண்டது. இதற்காக பிர்ரஸ் உருவாக்கிய படையில் 20 யானைகள் இருந்தன. அவற்றை அவர் ரோமானியருக்கு எதிராக மிகத் திறமையுடன் பயன்படுத்தினார். ஹெர்குலேனியம் (கி.மு. 280), ஆங்குலம் (கி.மு. 279) ஆகிய போர்க்களங்களில் இவர் வெற்றி பெற்றார். சிசிலியில் இருந்த கிரேக்கத்தின் சிறு நாடுகள் தங்களை கார்த்தேஜிடமிருந்து விடுவிக்கும்படி இவரிடம் கேட்டுக்கொண்டன. இந்தக் கோரிக்கையை இவரும்

ஏற்றுக்கொண்டார். ஆனால், சண்டை ஓயாமல் நீடித்து அவருக்கு மிகுந்த செலவை ஏற்படுத்தியது. சில கிரேக்க நகரங்கள் கார்த்தஜினியர் வசம் சென்றன. பிர்ரஸ் ராணுவ சர்வாதிகாரத்தை நடைமுறைப்படுத்தியபோது, அது அவருக்கு அவப்பெயர் வாங்கிக்கொடுத்தது. ரோமர்களின் விரிவாக்கத்தை எதிர்த்து அவர் இத்தாலி மீது படையெடுத்தார். ஆனால், பின்வாங்கி கிரீஸுக்குத் திரும்பும்படி ஆகிவிட்டது. ஆர்கோஸ் மீதான படையெடுப்பின்போது அவரது யானைகள் கலவரமடைந்து ஆர்கோஸ் நகரின் குறுகிய தெருக்களை மறித்துக்கொண்டன. மாடியிலிருந்து ஒரு பெண் எறிந்த ஓடு ஒன்று பிர்ரஸின் தலையில் விழுந்து அவர் உயிரிழந்தார்.

பிர்ரஸ்தான் முதல்முறையாக ரோமானியருக்குப் போர்யானையை அறிமுகப்படுத்தியவர். தொடர்ந்து வந்த பியூனிக் போர்களில் யானைகளை எதிர்கொள்ள அவர்களை இது தயார்ப்படுத்தியது. ஹெர்குலேனியத் தோல்விக்குப் பிறகு ரோமானியர் யானைகளுடன் மோதப் பலவகையான கருவிகள் பொருத்தப்பட்ட வாகனங்களை உருவாக்கினர். அவ்வாகனங்களில் செங்குத்தான உத்திரத்தில் குறுக்குக் கட்டை ஒன்றை அமைத்து அதன் ஒரு முனையில் சூலங்கள், ஆணிகள் அல்லது அரிவாளைப் பொருத்தித் தொலைவிலிருந்து யானைகளைத் தாக்க ஏற்பாடு செய்தனர். ஆனால், அவை எதிர்பார்த்த பலனைத் தராததால் ரோமானியர் வேறு விதமான உத்திகளைக் கையாண்டனர். அடுத்தடுத்த தாக்குதல்கள் அவர்கள் யானைமீது கொண்டிருந்த கொஞ்சநஞ்ச அச்சத்தையும் போக்கின.

பியூனிக் போர்களின்போது பிடித்துவைக்கப்பட்ட யானைகளை ரோமானியர் பெற்றனர். இரண்டாவது போரின் முடிவில் எல்லா யானைகளையும் ஓரிடத்தில் ஒளித்துவைத்து கார்த்தேஜுக்குக் கொடுக்க மறுத்துவிட்டனர். ஆனால், மூன்றாவது பியூனிக் போர் முடியும்வரை அவர்களுக்குப் புதிதாகப் பிடிக்கப்பட்ட யானைகள் கிடைக்கவில்லை. அதற்குப் பிறகு நுமிடியாவிலிருந்தும் மௌரிடேனியாவிலிருந்தும் ஆப்பிரிக்க யானைகளை ரோமானியர் பெற்றனர். இதற்குப் பிறகுதான் ரோமானியர் தங்களது விரிவாக்கத்தைக் கிரேக்க நாடுகள் வழியாக மேற்கொண்டு யானைகளைப் பயன்படுத்தும் மற்ற அரசுகளுக்கு எதிராக அவற்றைப் போரில் பயன்படுத்தி வெற்றி பெற்றனர். தங்களது நேசநாடான நுமிடியாவிலிருந்து சில யானைகளைப் பெற்று, அவற்றை இதற்கு முன் யானையைக் கண்டிராத சில நாடுகளுக்கு எதிராகப் பயன்படுத்தி நல்ல பலன் கண்டனர். இதில் ஸ்பெயினின் ஸெல்டிக் மொழி பேசும்

பழங்குடியினரின் நாடும் ரோம மாகாணமாக உருப்பெற்ற தெற்கு பிரான்சும் அடங்கும். ஜூலியஸ் சீசர், கிளாடியஸ் இருவரும் பிரிட்டனின் குடிமக்களைக் கவர யானைகளை அரச இருக்கையாகப் (ராஜ வாகனம்) பயன்படுத்தியதாகக் கூறப்படுகிறது. இக்கூற்று உண்மையாக இருக்குமானால் இந்திய முடியாட்சியின் தாக்கம் தூரதேசங்களுக்குக் பரவியிருந்தை இது காட்டுகிறது,.

நமக்குத் தெரிந்தவரை கடைசியாக யானைகளை ரோமானியர் போருக்குப் பயன்படுத்தியது கி.மு. 46இல் ஜூலியஸ் சீசர் பாம்பேயிக்கு எதிராக தாபஸ் என்ற இடத்தில் நடத்திய போரில்தான். சீசர் வடஆப்பிரிக்காவைத் தனது ஆளுகையின் கீழ் கொண்டுவந்து ரோமர்களுக்கு எதிராக யானைகளைப் பயன்படுத்தி, கிரேக்க அரசர், டாலமியர்களின் ஆட்சியை அஸ்தமிக்கச்செய்தார். கிழக்கே மத்திய ஆசியாவிலிருந்து வந்த நாடோடிகளான பார்த்தியன்கள், போர்யானைகளைச் சட்டைசெய்யாமல், குதிரைகள் அடங்கிய படையை வைத்திருந்தனர். இவர்கள் வளர்ந்துவந்த ரோமானியப் பேரரசுக்கு எதிராகத் தங்கள் பேரரசை நிறுவினர். இந்தியாவுக்கும் மத்திய தரைக்கடல் பகுதிக்கும் இடையே ஒரு தடையை ஏற்படுத்தி, இந்தியாவிலிருந்து யானைகளை இறக்குமதி செய்வதற்குப் பார்த்தியன்கள் முற்றுப்புள்ளி வைத்தனர். ரோமானியர் போர்யானைகளைப் பயன்படுத்துவதை நிறுத்தியதுடன் மறுபடியும் அவற்றை எக்காலத்திலும் நாடவில்லை.

ரோமர்கள் ஆப்பிரிக்க யானைகளை எப்படிப் பெறுவது என்பதை அறிந்துகொண்டு அது தொடர்பான சாதனங்களையும் கைப்பற்றிய பின்னர் அவர்கள் ஏற்கெனவே கட்டமைத்திருந்த அமைப்பைத் தொடர வாய்ப்பிருந்தது. ஆனால் அவர்கள் அதைத் தொடராமல் விட்டுவிட்டனர். ரோமானியர் வடஆப்பிரிக்கப் போர்யானைகளைப் பயன்படுத்தும் முறையை நன்கு அறிந்துகொண்டு, அவற்றைப் போர்களில் ஈடுபடுத்தியும்கூட ஏன் அவர்கள் அதைக் கைவிட்டார்கள் என்பது ஆய்வுக்குரிய கேள்வி.

ரோமானியர் போர்யானைகளைப் பற்றி ஆர்வமுடன் இருந்தனர். போர்யானை என்பது இரு பக்கமும் கூரான வாள் என்பது கிரேக்கர், ரோமானியருக்கு, ஏன் இந்தியருக்கும்கூட நன்கு தெரிந்த உண்மைதான். தன்னைச் சேர்ந்த படையினருக்குகூட அழிவைத் தரக்கூடியது யானைப் படை. இந்தப் பலவீனத்தை மற்றவர்களைவிட ரோமானியர் நன்கு அறிந்திருந்ததால் அவர்கள் தயக்கத்துடன்தான் யானையைப் பயன்படுத்தினார்கள்.

இந்த நோக்கு ரோமப் பேரரசிலிருந்து வடஆப்பிரிக்காவுக்கும் மத்தியக் கிழக்கு நாடுகளுக்கும் பரவியது. கிரேக்க அரசுகளை அழித்த பிறகு போர்த் தந்திரங்கள் பற்றிய கையேடுகளில் போர்யானைகள் பற்றிய குறிப்பு எதுவும் இல்லாதது இந்த உண்மையை உணர்த்துகிறது. அதோடு புதிய கையேடுகளும் போர்யானைப் பிரிவு வழக்கொழிந்துவிட்டதைச் சொல்கின்றனவே தவிரப் பழைய கையேடுகளிலுள்ள போர்த் தந்திரங்களை விவரிக்கவில்லை.

ரோமானியர் போர்யானையை நிராகரித்ததற்குக் காரணம் அவர்கள் போர்க்களத்தில் அதன் திறமையைக் குறைவாக எடைபோட்டதுதான் என்று எண்ணுகிறேன். மேலும் நவீன கால அறிஞர்களும் ரோமர்களின் இந்த மதிப்பீட்டை உள்வாங்கிக்கொண்டார்கள். ரோமப் பேரரசு காலத்திலிருந்த போர்த் தந்திரங்கள் குறித்த கையேடுகளில் யானைப் போர் பற்றிய குறிப்பு எதுவும் இல்லை. நவீன கால அறிஞர்கள் அதைப் பற்றிய ரோமானியரின் நிலைப்பாட்டையும் ஏற்றுக்கொண்டனர். கடந்த இரு நூற்றாண்டுகளில் அரிமாண்டியும் ஸ்கல்லார்ட்டும் மட்டுமே யானைப் போர் குறித்து எழுதியுள்ளது இதைக் காட்டுகிறது.

நாம் இன்று பார்த்து மகிழும் சர்க்கஸ் எனும் நிகழ்கலை ரோமர் காலத்தில் யானைகள் பங்கேற்ற ரோமன் *சர்க்கஸ் மேக்ஸிமஸ்* என்கிற பொழுதுபோக்கு நிகழ்விலிருந்து பெற்ற பெயராகும். ரோமானியர்கள் தங்கள் யானைகளைப் போருக்குப் பயன்படுத்தாமல் அதற்கான இடத்தை இந்த நிகழ்வில்தான் தந்துள்ளார்கள்.

சசானியர்

ஈரானில் யானைப் பயன்பாட்டின் வரலாறு நீண்டது என்றாலும், தொடர்ச்சியான ஒன்றல்ல. பாரசீகப் பேரரசு இந்தியாவுடன் அரசு வழி உறவுகள் மூலம் யானை உள்பட வேறு பல விலங்குகளையும் பெற்றது என்பதை டிசியஸ்ஸின் ஆவணங்களிலிருந்து அறிய முடிகிறது. இந்தச் செயல்பாட்டில் போர்யானை பற்றி மிகக் குறைவான ஆதாரங்கள்தான் உள்ளன. பின்னர் அலெக்ஸாண்டரின் படையெடுப்புக்குப் பின் போர்யானைகளை அதிகமாகப் பயன்படுத்திய செலுக்கியர்கள் வந்தனர். இவர்கள் ஆசிய யானைகளை ஈரான் வழியாகப் பெற்றனர். பின்னர் போர்யானை குறித்து ஆர்வமில்லாத நாடோடிகளான பார்த்தியன்கள் வந்தனர். இறுதியாக சசானியர் வந்தனர். இவர்கள் போர்யானைகளைப் பயன்படுத்தியது

மட்டுமல்லாமல் இந்திய மன்னர்களுடன் நல்ல நட்புறவு கொண்டிருந்தனர் என்பதற்கும் ஆதாரங்கள் உள்ளன.

நீடித்திருந்த அர்ஸாஸிட் (பார்த்திய) பேரரசு (கி.மு. 247–224) இந்தியாவிலிருந்து மத்திய கிழக்கு நாடுகளுக்குப் போர்யானைகள் அனுப்பப்படுவதைத் தடுத்து நிறுத்தியது. இது செலூஸிட்களுக்கு இந்திய யானைகளை அனுப்புவதற்கு ஏற்படுத்தப்பட்ட தடையிலிருந்து தொடங்கியது.

இத்தடை குறித்து நமது ஆய்வு சொல்வது, அவர்கள் போர்யானை என்கிற அமைப்பையே மறுத்ததுதான். பார்த்தீனியருக்குப் போர்யானைகள் பற்றி நன்கு தெரியும். அவற்றை அவர்களால் பராமரிக்கவும் முடியும். ஆனால் அவர்கள் அதிலிருந்து விலகி இருக்க முடிவுசெய்தார்கள்.

பார்த்தீனிய மன்னர்கள் சில சமயம் யானைச் சவாரி மேற்கொண்டு, அவர்களது நாணயங்களில் யானை உருவத்தையும் பொறித்தனர். இருந்தபோதிலும் அவர்கள் யானையைப் போரில் பயன்படுத்தவில்லை. மத்திய ஆசியாவில் முன்பு புழக்கத்தில் இருந்தபடி குதிரைப் படையை முதன்மையாகக் கொண்ட போர்முறையினையே அவர்கள் பின்பற்றினார்கள். இது இன்றளவும் உள்ள அவர்களது மரபொன்றில் உருவகப்படுத்தப்பட்டுள்ளது. குதிரை மேலிருக்கும் வில்லாளிகள் பின்வாங்கும்போது உடலைத் திருப்பி, பின் தொடரும் எதிரியை நோக்கி அம்பு எய்வார்கள். இந்த உத்தியை 'பார்த்தியன் எய்தல்' (Parthian shot) என்று கூறுவர். இதுவே ஆங்கிலத்தில் நாளடைவில் parting shot என மருவியது.

ஆர்மீனியர், ரோமானியர், அரபு முஸ்லிம்கள் ஆகியோருக்கு எதிராக சசானியர்கள் இரானில் போர்யானைகளை மறுபடியும் பயன்படுத்தினார்கள். கடைசியில் அரபு முஸ்லிம்கள் வென்றனர். சசானிய மன்னர்கள் வேட்டைக்கும் யானைகளைப் பயன்படுத்தினார்கள். இந்த யானைகள் இந்தியாவிலிருந்துதான் வந்திருக்க வேண்டும். ஈரானுக்கும் இந்தியாவுக்கும் அரசு முறை உறவு இருந்த இந்தச் சமயத்தில் போர்யானைகள் ஈரானில் பயன்படுத்தப்பட்டன. அது மட்டுமல்ல; சதுரங்க விளையாட்டு, பஞ்சதந்திரக் கதைகள், பூஜ்யம் இவையும் இந்தியாலிருந்து வந்தவைதான். வரலாற்றாசிரியர்கள் பிலிப் ரான்ஸ் (Philip Rance 2003), மைக்கேல் சார்லஸ் (Michael Charles 2007) ஆகியோர் ஈரானில் போர்யானை பயன்பாடு பற்றிப் பதிவு செய்திருக்கிறார்கள்.

சசானியப் பேரரசின் முதல் அரசர் முதலாம் ஆர்தர்ஷிர் பற்றியும் ஆர்மீனியருக்கெதிரான அவரது போர்கள் பற்றியுமான

ஆவணங்கள் ஆர்மீனிய வரலாற்றேடுகளில் கிடைக்கின்றன. பாரசீகப் படை நிறைய போர்யானைகளைக் கொண்டது எனக் குறிப்புகள் பொதுவாகச் சொல்வதால் இதனை நம்புவதற்கில்லை. ஆர்தர்ஷிர் (3ஆம் நூற்றாண்டு) கால ஆர்மீனியரின் போர் விவரங்கள் கற்பனையாக எழுதப்பட்டிருக்கலாம் என்கிறார் ரான்ஸ். நான்குமுதல் ஏழாம் நூற்றாண்டுவரை ஆர்மீனியருக்கெதிராக சசானியர்கள் பல போர்முனைகளில் போர்யானைகளைப் பயன்படுத்தியுள்ளனர். ஆசியாவில் அவர்களின் இருப்பிடத்துக்கு வடக்கே வெகுதூரம்வரை போர்யானைப் பயன்பாட்டை அவர்கள் மேற்கொண்டனர். ஆர்மீனியர்களுக்கோ சசானியர்களைப் போல் இயங்க வாய்ப்பில்லை. பாரசீகர் யானைகளைக் காடுகளிலிருந்து பிடித்துக் களத்தில் இறக்குவதற்கு எடுத்த முயற்சிகளின் பயனாக அவற்றைத் தங்கள் எதிரிகளுக்கு எதிராகப் பயன்படுத்தி வெற்றிகளைப் பெற்றனர்.

சசானிய மன்னர்கள் தங்கள் ஆட்சியின் ஆரம்ப கட்டத்திலேயே யானைகளைப் போரில் ஈடுபடுத்தினர் என்பது தெளிவாகத் தெரிகிறது. வேட்டைகளிலும் அரசர்கள் அவற்றைப் பயன்படுத்தினர். இதை நாம் Taq-e Bustan என்ற இடத்திலுள்ள அலங்கார வளைவிலுள்ள புடைப்புச் சிற்பங்களில் காணலாம். நுணுக்கமாகச் சித்தரிக்கப்பட்ட இந்த வேட்டைக் காட்சியில் 22 யானைகள் பிரதானமாகத் தெரிகின்றன. வலதுபுறத்தில் 12 யானைகள் அரசரை நோக்கிக் காட்டுப் பன்றிகளை விரட்டுவது காட்டப்பட்டுள்ளது. ஏரியிலுள்ள ஒரு படகில் இருந்தவாறு அரசர் அவற்றை அம்புகளால் தாக்குகிறார். ஒவ்வொரு யானையிலும் ஒரு மாவுத்தரும் அவரின் உதவியாளரும் அமர்ந்திருக்கிறார்கள். வழக்கமாக இத்தகைய வேட்டை ஒரு சதுர வடிவிலான இடத்தில் நடைபெறும். இந்த இடம் சுற்றிலும் ஒரு கூடாரம் போன்று சித்திரங்கள் நிறைந்த படுதாக்கள், கம்பங்களால் தூக்கப்பட்டு, கயிறுகளால் பிணைக்கப்பட்டிருக்கும். இங்கு வேலைக்காரர்கள் மட்டுமே இருப்பார்கள். சசானியர் ஆட்சி நடத்தைமுறையைக் காட்டும் முதல் தரமான சித்தரிப்பு இது. இதில் கவனிக்க வேண்டியது அவர்கள் இந்தியாவிலிருந்து யானைகளையும் அதைப் பராமரிப்பவர்களையும் அதிக விலை கொடுத்துப் பெற்றனர் என்பதுதான்.

சசானியரின் சித்தரிப்புக்களிலும் ரோமரின் சித்தரிப்புக் களிலும் யானைகள் இடம் பெற்றன. பிஷப்பூர் நகரிலுள்ள சசானியரின் புடைப்புச் சிற்பத்தில் ரோமர்களும் குஷானர்களும் தங்களது பரிசுகளுடன் பாரசீக மன்னர் முன் தோன்றுகின்றனர். குஷானரின் பரிசுகளில் கழுத்தில் கயிறு கட்டப்பட்ட இரண்டு

காட்டுப் பூனைகளும் (இவை வேங்கைகளாகவும் இருக்கலாம்) ஒரு யானையும் அடங்கும். இந்த சசானிய சித்தரிப்பில் யானை இந்தியாவின் அடையாளம். ஆனால் ரோமர் சித்தரிப்பில் யானை நிச்சயமாக இந்தியாவைச் சேர்ந்தது என்றாலும் இங்கு பாரசீகத்தின் சின்னமாக அது விளங்குகிறது. மற்றொரு சிற்பத்தில் சசானியர் பரிசுகளைக் கொண்டுசெல்வது சித்தரிக்கப்பட்டுள்ளது. இந்தப் பரிசுகள் (1) மாவுத்தர்களுடன் மூன்று யானைகள் (2) பெரிய உருவம் கொண்ட பூனையின விலங்கு. மற்றொரு சித்தரிப்பின் மையக் காட்சி வெற்றிமாலை சூடிய சக்கரவர்த்தி ஜஸ்டினியனைக் கொண்டாடும் விதமாக உள்ளது. இதிலும் பரிசுகளைக் கொண்டு செல்லும் பாரசீகத்தார் இடம் பெற்றுள்ளனர். இந்தப் பரிசுகளில் ஒரு யானை, ஒரு பெரிய தந்தம், புலி போன்ற ஒரு விலங்கு ஆகியவை இடம்பெற்றுள்ளன. அப்படியே இந்தியாவிலிருந்து வந்திருந்தாலும், இவை பாரசீகத்தின் அடையாளமாகப் பயன்படுத்தப்பட்டு ரோமருக்கு அளிக்கப் பட்டுள்ளன.

சசானியர் தங்களது ஆட்சிக் காலம் முடியும் வரையிலும், அதாவது கி.பி. 635முதல் கி.பி. 637வரை, இஸ்லாமிய காலிபாக்களுடன் நடந்த யுத்தங்கள்வரை போர்யானைகளைப் பயன்படுத்தினர். ஈரானிய வரலாற்றாசிரியர் தபரி (Tabari), தன் பதிவுகளில் சசானிய யானைகளைக் குறிப்பிடுகிறார். அந்தப் போர்களில் காலிபாக்களின் அரபியர் சசானியப் பேரரசை அழித்தனர். ஈரானில் இந்தியப் போர்யானைகளின் பயன்பாடு முடிவுக்கு வந்ததுதான் இஸ்லாமிய வெற்றியின் உடனடி விளைவு. போர்யானைகளைப் பயன்படுத்திய முதல் இஸ்லாமிய அரசு துருக்கியின் ஒரு வம்சமான கசாணவிகள்தான்.

கசாணவிகள் அல்லது கஜினியர்

மத்திய ஆசியாவில் வாழ்ந்த மக்கள் அவ்வப்போது ஆப்கானிஸ்தானத்திலும் இந்தியாவிலும் பார்த்தியர்களது போன்ற சில நாடுகளை வென்றனர். அதேபோல் கி.பி. முதலாம் நூற்றாண்டில் குஷானர்களையும் கி.பி. 6ஆம் நூற்றாண்டில் ஹூணர்களையும் வென்றனர். ஆனால், துருக்கி அரசர்களான கஜினியர்களே (கி.பி. 962–1186) ஆப்கானிஸ்தானிலுள்ள கஜ்னாவில் நிலைகொண்டனர். இவர்கள் இந்தியப் போர்களின் மூலம் பெற்ற செல்வத்தையும் போர்யானைகளையும், மத்திய ஆசியாவிலுள்ள தமது விரோதிகளுக்கு எதிராகப் பயன்படுத்தினார்கள். யானையையே பார்த்திராத போர்க்களத்தில் அவர்களுக்கெதிராக இந்தியப் போர்யானைகள் பயன்படுத்தப்பட்டன. இவர்களுக்கு முன்னால் இப்படிச் செய்தவர்கள் ரோமரும் சசானியரும்.

முதன்முதலில் போர்களில் யானைகளைப் பயன்படுத்தி அவற்றுக்குப் போர் உத்திகளில் நிலையானதொரு இடத்தைக் கொடுத்த முதல் முஸ்லிம் மன்னர்கள் கஜினியர்தான்.

கஜினியர் இந்தியாவிலிருந்து யானைகளைப் பரிசாகவோ அல்லது வெற்றிக்குக் கிடைத்த கப்பமாகவோ பெற்றுக்கொண்டனர். போர் மூலமாக நூற்றுக்கணக்கான யானைகளைப் பெற்றுக்கொண்டதற்கு வரலாற்றாசிரியர் சி.இ. போஸ்வர்த் (C.E. Bosworth) ஆவணங்களிலிருந்து ஆதாரங்களை காட்டுகிறார். எனவே கஜினியரின் படையில் யானைகள் இருந்திருக்கலாம். சுல்தான் மஹ்மூத் ஒரு முறை 1,300 யானைகள், மற்றொரு முறை 1,679 யானைகள் உள்ள அணிவகுப்பைப் பார்வையிட்டார். தலைநகரமான கஜ்னாவில் உள்ள யானைக் கொட்டடியில் 1,000 யானைகளுக்கு இடமிருந்ததாகவும் அங்கே மேற்பார்வையாளர் ஒருவரின் கீழ் இந்தியப் பணியாளர்களும் இருந்ததாகவும் போஸ்வர்த் கூறுகின்றார்.

நீண்ட காலத்துக்கு முன் மௌரியரைப் போலவும் பல இந்திய மன்னர்களைப் போலவும் கஜினியருக்கும் அந்நாளைய மன்னர்களுக்கும் யானைகள் அரச ஏகபோகமாக இருக்க வேண்டுமென்ற எண்ணமிருந்தது. மன்னரின் அனுமதியின்றி யானையைப் பயன்படுத்துவது "அரசுக்கு எதிரான புரட்சி"யாகக் கருதப்பட்டது. இந்திய மன்னர்களிடமிருந்து போரின் வெற்றியில் பெற்ற பொருட்களைப் பெறுகையில் சுல்தானின் பங்கு ஐந்தில் ஒரு பங்கு யானைகள் என நிர்ணயிக்கப்பட்டது.

கஜினாவின் சுல்தான்கள் அனைவருமே வடக்கே மிக தொலைவில், காஸ்பியன் கடல் பிராந்தியங்களில் யானைகளைப் போருக்குப் பயன்படுத்தினர் (படம் 6.1). இந்தியாவிலும் ஆப்கானிஸ்தானத்தின் மலைப்பகுதிகளிலும் பெருங்கற்கள் கிடைத்ததால் கோட்டைகள் கட்டப்பட்டிருந்தன. ஆகவே இந்த இடங்களில் உச்சக்கட்டப் போரைவிடப் பாதுகாக்கப்பட்ட நகரையோ, கோட்டை கொத்தளங்களைத் தகர்ப்பதோதான் முக்கிய நோக்கமாயிருந்தது என்று போஸ்வர்த் கூறுகிறார். அத்தருணத்தில் யானை மிகவும் பயனுள்ளதாக இருந்தது.

கஜினிய அரசு துருக்கிய எதிரியான குரிட்களால் பிடிக்கப்பட்டது. அவர்களது தளபதிகள் இந்தியாவில் தில்லி சுல்தானகம் என்கிற அரசை உருவாக்கினர். துருக்கிய சுல்தானியர் கஜினியரைப் போல் மத்திய ஆசிய மரபு வழித்தோன்றல்கள். ஆனால், இவர்கள் காட்டானைகள் வாழும் இந்தியாவின் ஒரு பகுதியை ஆண்டனர். குதிரைப் படையை அடிப்படையாகக் கொண்ட தங்கள் ராணுவத்தில்

படம் 6.2 புடைப்புச் சிற்பம். மன்னன் மெரா யானை சவாரி

யானைகளைச் சேர்த்தனர். இந்த இந்திய பாணி ராணுவத்தை மேற்கொண்டு அதன் உபயோகத்தை அவர்களுக்குப் பின் ஆண்ட முகலாயர்களுக்கு அறிமுகப்படுத்தினர். அந்த சுல்தானகம் வடஇந்தியாவில் கி.பி. 1208 முதல் மூன்று நூற்றாண்டுகளுக்குக் கோலோச்சியது. பின்னர் முகலாயர் அவர்களை வென்று நாட்டைக் கைப்பற்றினர்.

இதுதான் நிகழ்முறை: யானைகளைப் பெறுவது, பராமரிப்பது, அவற்றைப் போருக்குப் பயன்படுத்துவது போன்ற செயல்பாடுகளில் உள்ள இடர்ப்பாடுகளைப் பண்டைக்கால தளபதிகள் செலூகஸ், ஹன்னிபால், பிர்ரஸ் போன்றவர்கள் உறுதியுடன் எதிர்கொண்டனர். மாறாக ரோமருக்குப் போர்யானை மீது ஈடுபாடில்லை. யானைகளைப் பயன்படுத்திய அவர்களது எதிரிகளான ஹெல்லனிஸ்ட், கார்த்தஜினியர், கிரேக்கர் ஆகியோரை வெற்றிகொள்ளும்வரை அவற்றுக்கு எதிரான நிலைப்பாட்டையே கொண்டிருந்தனர். அதற்குப் பின்னர் யானைகளைப் பயன்படுத்த வேண்டாம் என்று எண்ணிய பார்த்தியப் பேரரசை ஆதரித்தனர். போர்த் தந்திரங்கள் தொடர்பான அவர்களது கையேடுகளிலிருந்து யானைப் படை நீக்கப்பட்டது. பாரசீகத்தை எதிர்த்து வென்ற ரோமானிய

வெற்றிக் கொண்டாட்டங்களில் யானைகள் இடம் பெற்றன. ஆனால் ரோமானியப் படையில் அவை இல்லை.

தீவனம் கிடைப்பதில் இருந்த சிரமம், அதிக உழைப்பு, நிறைய செலவு, இவற்றையெல்லாம் கருதாமல் பல பகுதிகளில் யானைகள் பயன்படுத்தப்பட்டன என ஸ்கல்லார்ட் கூறுகிறார். செலூகஸ் போன்ற பிடிவாத குணமுடைய தளபதிகள் ஒரு பெரிய யானைப் படை வைத்திருப்பது என்பது வடமேற்கு இந்தியாவைக் கட்டுப்படுத்துவதைவிட மதிப்பு மிக்கது எனக் கருதினார். ஆனால் முன்னணி ரோமானியர் வேறு விதமான பார்வையைக் கொண்டிருந்தனர். யானைகள் வெகுண்டால் அவை சார்ந்திருக்கும் படைக்கே ஆபத்தை உருவாக்கக்கூடியது என்பதுதான் அவர்கள் வாதம். இந்தப் பார்வைதான் ரோமானியரைப் பொறுத்தவரை முதன்மையாக இருந்திருக்க வேண்டும்.

இதுவே நவீன கால வரலாற்றாசிரியர்களின் கருத்தாகவும் இருந்திருக்கக்கூடும். அர்மாண்டி அவர்களது பதிவுகளில் உள்ள விடுபடலை நிரப்ப முயன்றார். ஆனால், ஒரு நூற்றாண்டுக்குப் பிறகு ஒரு ஆய்வில் கண்ட உண்மை என்னவென்றால் அலெக்ஸாண்டர் முதல் ஜூலியஸ் சீசர் வரை பெரும்பாலான போர்களில் யானைகள் இருந்ததும், அவர்களது சில சிறந்த தளபதிகள் படைகளிலும் அவை இடம் பெற்றிருந்ததும்தான். யானைகள் கிடைக்குமிடத்திலிருந்து வெகுதூரத்தில் இருந்தாலும், மீண்டும் சசானிய, கஜினியப் போர்களில் அவை படையில் இடம் பெற்றிருந்தன. ஒருவேளை ரோமானியர் யானைகளை விரும்பாததும் அதற்காகும் செலவும் அது தரும் பயனை அவர்கள் குறைவாக மதிப்பிட்டதும்தான் வரலாற்றாசிரியர்கள் இந்தப் பொருளை ஆய்வு செய்யாமல் விட்டதற்குக் காரணமாயிருக்கலாம். நீண்ட காலம் இருந்த ஒரு வரலாற்று நிகழ்வு, தற்கால வரலாற்று அறிவுப் புலத்தில் கவனிப்பாரற்றுப் போய்விட்டது.

7

தென்கிழக்காசியா

காட்டானைகளே இல்லாத மேற்கு நாடுகளுக்கு இந்தியாவிலிருந்து உருவான போர்யானை பரவியதைப் பார்த்தோம். இதற்காகப் பயிற்றுவிக்கப்பட்ட யானைகளை இந்தியாவிலிருந்து இந்த நாடுகள் இறக்குமதி செய்ய வேண்டியிருந்தது. அல்லது இந்திய உத்திகளைப் பயன்படுத்தி வடஆப்பிரிக்காவில் பிடிக்கப்பட்ட யானைகளைப் பயிற்றுவிக்க வேண்டியிருந்தது. இதைப் பற்றித்தான் வரலாற்றாசிரியர்கள் (எச்.ஒய். ஸ்குலார்டு, பி.டி. அர்மாண்டி) எழுதியுள்ளார்கள்.

ஆனால், இந்தியாவுக்கு வெளியே போர்யானைக்கு இன்னொரு வரலாறும் உண்டு. பிரெஞ்சு, ஆங்கிலேய, டச்சுக் காலனியாளர்கள் தென்கிழக்கு ஆசியாவில் காலூன்றிய பிறகுதான் இந்த வரலாறு வெளிவர ஆரம்பித்தது. இந்தப் போர்யானை கருத்தாக்கத்தின் கிழக்கு எல்லை சீனாதான் எனலாம்.

அங்கே காட்டானைகள் வாழ்ந்திருந்தாலும், போர்யானைகள் இந்தியாவில் பயன்படுத்தப்பட்டுப் பல ஆண்டுகள் கழித்தே தென்கிழக்காசிய நாடுகள் போரில் யானைகளை ஈடுபடுத்தின. அதற்கு முன்பே இந்தியாவுக்கு மேற்கே இருந்த நாடுகள் இந்தப் பழக்கத்தைப் போர்க்களத்துக்குக் கொண்டுவந்துவிட்டனர் என்பதை மனதில் கொள்ள வேண்டும். தென்கிழக்காசியாவில் மன்னராட்சிகள் உருவான பின்தான் போர்யானைகள் தோன்றின.

மன்னாராட்சிக்கும் போர்யானைகளுக்கும் நெருங்கிய தொடர்பு உண்டு என்பதே என் நிலைப்பாடு.

அதிலும் இந்தியாவிலிருந்த மன்னாராட்சிகள்போலத் தங்களது நாட்டிலும் மன்னராட்சி அமைத்துக்கொண்ட நாடுகள், போர்யானைகளைப் பயன்படுத்தினார்கள் என்று தெரிகிறது. போர்களில் யானைகளை ஈடுபடுத்தும் உத்தியைத் தென்கிழக்காசிய நாடுகள் இந்திய நாடுகளிலிருந்துதான் பெற்றன என்பதை இதிலிருந்து நாம் புரிந்துகொள்ளலாம்.

ஆகவே, இந்தியாவின் தாக்கத்தை அதிகம் பெற்ற நாடுகளை நாம் கவனிக்க வேண்டும். இந்தத் தளத்தில் வாதப் பிரதிவாதங்கள் மிகுந்திருந்தாலும், போர்யானை உருவானது இந்தியாவிலிருந்துதான் என்பதை நிறுவ நாம் இந்தத் தளத்தில் புக வேண்டியுள்ளது.

கீழை நாடுகளும் இந்தியமயமாக்கலும்

பிரெஞ்சு வரலாற்றாசிரியர் ஜார்ஜ் கோதஸ் (George Coedes) இந்தியமயமாக்கப்பட்ட நாடுகள் பற்றிய தனது *The Indianized States of Southeast Asia* 1968 என்று தலைப்பிட்ட நூலில் எழுதியுள்ளார். அவருக்குப் பின் வந்த மைக்கேல் விக்கரி (Michael Vickery 2003) இது இந்து மத பாதிப்பு என்று சுட்டிக்காட்டினார்.

கம்போடிய நாட்டில் கிடைத்த சமஸ்கிருதக் கல்வெட்டுகளைப் படித்து, ஆராய்ந்து, தென்கிழக்கு ஆசிய நாடுகளின் வரலாற்றை ஜார்ஜ் கோதஸ் கால வரிசையில் வம்சாவளி அரசுகளைப் பற்றிப் பதிவு செய்துள்ளார். உலகின் இந்தப் பகுதியின் வரலாற்றை எழுதுவதில் இவர் பங்களிப்பு ஈடற்றது.

இந்தியமயமாக்கப்பட்டுள்ள நாடுகளைப் பற்றிப் பேசும்போது மன்னராட்சிகளைப் பற்றித்தான் பேசுகிறோம். இதில் சில பொதுவான அம்சங்கள் உண்டு. மன்னர்களின் பெயர்கள் சமஸ்கிருத மூலம் கொண்டவை. அவர்கள் இந்திய மதங்களை – பௌத்தம் அல்லது இந்து – ஆதரிப்பவர்கள். கற்கள், செங்கல் ஆகியவற்றைக் கொண்டு எழுப்பப்பட்ட இந்தியப் பாணி ஆலயங்கள். கல்வெட்டுகள், இந்திய பிராமி அல்லது சமஸ்கிருத எழுத்துகளைக் கொண்டிருக்கும். காவ்யா என்றறியப்பட்ட அலங்கார எழுத்துகளில், இந்து ஆலயங்களிலும் புத்த மடங்களிலும் அரசரின் நற்செயல்களைப் பற்றியும் கோயில்களுக்கும் மடங்களுக்கும் நிலங்களைக் கொடையாக அளித்ததைப் பற்றியும் கல்லில் சாசனங்கள் பொறிக்கப்பட்டன.

இந்திய பிராமி எழுத்து மரபின் மூலமாகத்தான் தென்கிழக்காசிய நாடுகள் வெவ்வேறு மொழிகளைப் பெற்றன. இந்த நாடுகளில் இந்திய இலக்கியப் பாரம்பரியத்தின் மூலம், சிறப்பாக மகாபாரதம், ராமாயணம் வழியாக, அவர்களது நடனம், சிற்பம் முதலிய கலைகளின் வெளிப்பாடு தோன்றியது. இந்தப் பாதிப்பை இன்றும் தென்கிழக்காசிய நாடுகளில் காணலாம். அத்துடன் இந்திய கவிதைக் கொள்கை மரபு, சமஸ்கிருதத்திலும் புதிய தென்கிழக்காசிய மொழிகளிலும் பிரதிபலித்தது. மன்னராட்சியின் முறையான நிர்வாகத்தைப் பற்றிய விவரங்கள் அர்த்தசாஸ்திரத்தின் மூலமும் அல்லது அதற்குப் பின் வந்த காமந்தகனின் நீதி சாஸ்திரத்தின் மூலமும் தரப்பட்டன. எல்லாவற்றுக்கும் மேலாகப் போர்யானை, நால்வகைப் படை, போர் அணிவகுப்பு, அத்துடன் அரசனுக்கு வாகனமான யானை ஆகியற்றை இந்திய முடியாட்சியின் சிறப்பு அம்சங்களாகக் காண்கிறோம்.

இதைத்தான் இந்தியமயமாக்கப்பட்ட நாடு என்கிறோம். இதைப் புரிந்துகொள்ள இதன் சமஸ்திருத மொழியுடனான அறிமுகம், அது சார்ந்த வரலாற்று அலசல் இவற்றைக் காண வேண்டும். இதன் மூலம்தான் நமக்கு இந்தத் தென்கிழக்காசிய நாடுகளைப் பற்றிய கால வரிசைக் கிரம விவரங்கள் கிடைக்கின்றன. ஆனால் இந்தப் புரிதல், பிரெஞ்சு, டச்சு, ஆங்கிலேயக் காலனி ஆட்சிக் காலத்தில்தான் ஏற்பட்டது.

இதனால் நமக்குக் கிடைத்த நன்மை வரலாறு சார்ந்த ஒரு புரிதல் ஏற்பட்டதுதான். இந்தியத் தாக்கம் கொண்ட நாடுகள் என்ற கருத்தாக்கத்தின் மூலம் நமக்குக் கால வரிசை, வம்சாவளி அவற்றுடன் கட்டடக் கலை பற்றிய அறிவும் கிடைத்துள்ளது. ஆனால், இரண்டாம் உலகப் போர் முடிந்த பின், காலனி ஆதிக்கத்திலிருந்து தென்கிழக்காசிய நாடுகள் விடுதலை பெற்ற பின் இந்த நாடுகள் பற்றிய நம் பார்வை மாற ஆரம்பித்தது. பழைய வரலாறு பற்றிய புதிய விளக்கம் தேவைப்பட்டது. இந்திய பாதிப்பு தோன்றுவதற்கு முன் இந்த நாடுகளில் இருந்த பண்பாடு, வாழ்வு முறை, வரலாறு பற்றி அறிய வேண்டியிருந்தது. காலனி ஆதிக்கத்துக்குப் பின்னர், இந்த நாடுகளின் மண்சார்ந்த வரலாறு பற்றிய புதிய ஆர்வம் ஏற்பட்டது. இதன் பின்னர் வந்த வரலாற்று நூல்களில் இந்திய பாதிப்பு எனும் கருத்துகோள் மறைய ஆரம்பித்து அது மேற்பூச்சாக மட்டுமே தோன்ற ஆரம்பித்தது.

இதைப் பற்றி வரலாற்றாசிரியர் விக்டர் லீபெர்மான் (V.A. Lieberman) விரிவாக எழுதியுள்ளார். தென்கிழக்காசியாவின்

வரலாற்றுப் பாரம்பரியத்தில் இந்திய பாதிப்பும் சேர்ந்ததுதான் இந்த நாடுகளின் சமூகம் என்கிறார். இதை இன்னும் சிறிது விளக்கமாகக் கூறலாம். இந்த நாடுகள் எல்லாமே முடியாட்சியிலிருந்து உருவானவை. இவை இந்திய பாதிப்புக்குள்ளான முடியாட்சிகள். மன்னராட்சியாக இருந்ததால்தான் இந்திய பாதிப்புக்கு உள்ளாக முடிந்தது என்கிறார். இதற்குக் காரணம் தெற்கிழக்காசிய மன்னர்கள்தாமே அன்றி மதத்தையோ மன்னராட்சியையோ எந்த இந்திய முகவர்களும் பரப்ப முயலவில்லை.

முடியாட்சிகளையும் யானைகளையும் இந்தியமயமாக்கல்

இந்திய பாதிப்புடைய தென்கிழக்காசிய நாடுகளைப் பற்றிய தொன்மையான விவரங்கள் நமக்குச் சீனாவிடமிருந்தே கிடைக்கின்றன; இந்தியாவிலிருந்தல்ல. இந்து மதம், பௌத்த மதம் போன்ற சமயங்களும், மன்னராட்சி மரபுகளும் இந்தியாவிலிருந்து இந்த நாடுகளுக்கு வந்திருந்தாலும் சீனாவுடன்தான் இவர்களுக்குத் தொடர்ந்து நல்லுறவு இருந்துவந்தது. இந்த நாடுகளிலுள்ள கல்வெட்டுகளில் இந்தியாவைப் பற்றிய பல குறிப்புகளைக் காண முடிகிறது. கம்போடியாவிலுள்ள ஒரு கல்வெட்டு அந்நாட்டின் புகழ் காஞ்சிபுரம்வரை பரவியிருந்தது என்கிறது. இன்னொன்று அந்நாட்டரசன் சிந்து சமவெளிவரை இருந்த நாடுகளை வென்றான் என்கிறது. இந்தியத் தரவுகள் தென்கிழக்காசிய நாடுகளைத் தங்க நாடுகள் என்று வர்ணிக்கின்றன. ஆனால், தனிப்பட்ட நாடு அல்லது அரசர் பற்றி எந்தக் குறிப்பும் இல்லை. அத்தகைய தகவல்கள் சீனத் தரவுகளிலிருந்தும், அந்த நாடுகளிலுள்ள சமஸ்கிருதம், உள்ளூர் மொழி கல்வெட்டுகளிலிருந்தும்தான் கிடைக்கின்றன.

இந்தியாவின் பாதிப்பைப் பெற்ற நாடுகளில் மிகத் தொன்மையானது ஃபுனான். இது இன்றைய தென்கம்போடியா, வியட்நாம் நாடுகளில், மீகாங் நதிப் படுகையில் பரவியிருந்தது. இந்த நாடுகளில் இந்திய பாதிப்பு வெகுகாலம் (ஏறக்குறைய 1500 ஆண்டுகள்) நீடித்தது. அதன் அடையாளங்களை இன்றும் காணலாம்.

இந்தியாவிலுள்ள முடியாட்சி எந்த முறையில் தென்கிழக்காசிய நாடுகளில் எடுத்தாளப்பட்டது என்று தெரியவில்லை. ஆனால், அங்கு முடியாட்சி தோன்றியது பற்றிய விவரங்கள் கிடைக்கின்றன. செப்பு, வெண்கலப் பொருட்கள் உற்பத்தி தொடங்கியதும் நெல் விளைச்சலும் மன்னராட்சிக்கு அடிகோலியது எனலாம். இந்தப் பகுதியில் உலோகப் பொருட்கள் கி.மு. 2500இலும் நெல் சாகுபடி கி.மு. 1500இலும் தோன்றியதாகக் கொள்ளலாம்.

தென்கிழக்காசிய நாடுகளில் செப்புக் கைவினைப் பொருட்கள் செய்யும் வேலை முன்னமே ஆரம்பித்துவிட்டது. உலோகத்தை உருக்கி வார்க்கும் உத்திகள் சீனாவிடமிருந்து பெறப்பட்டிருக்கலாம். அங்கே செப்பு அதிகமாகப் பயன்படுத்தப்பட்டது. உரல் போன்ற முரசுகள், சேகண்டிகள் ஆகியவற்றைச் செய்யத் தென்கிழக்காசியாவில் செப்பு பயன்படுத்தப்பட்டது. தரமும் உயர்ந்ததாக இருந்தது. வியட்நாமில் டாங் சோன் என்ற இடத்தில் அகழ்வாய்வில் கிடைத்ததால் இவை டாங்சோனியன் என்று குறிப்பிடப்பட்டன. இவை கி.மு. 600முதல் கி.பி. 100வரை உள்ள காலத்தில் செய்யப்பட்டிருக்கலாம். களிமண்ணால் முதலில் செய்யப்பட்டு பின்னர் தேன்மெழுகு (Lost Wax) முறையில் இவை வார்க்கப்பட்டன. (இதே முறையில்தான் தமிழ்நாட்டிலும் சங்க காலத்தில் வெண்கலத்தினாலான கோயில் மணிகள் உருவாக்கப்பட்டன என்பதைக் குறுந்தொகைப் (155) பாடலொன்று விவரிக்கிறது.) இவற்றின் மேற்புறத்தில் போர்க் காட்சிகளும் அன்றாட வாழ்க்கைமுறைக் காட்சிகளும் சித்தரிக்கப்பட்டுள்ளன. இந்தப் புடைப்புச் சித்திரங்களை ஆய்வு செய்தபோது இந்தப் பகுதியில் போர்யானைகள் உருவானது பற்றிய பல தடயங்கள் எனக்குக் கிடைக்கின்றன.

ஹெகர் (F. Heger) போன்ற கலை வரலாற்றாசிரியர்கள் இந்த வெண்கல முரசுகளைப் பற்றி எழுதியிருக்கின்றனர். இதுவரை நமக்கு 188 முரசுகள் கிடைத்திருக்கின்றன. இவற்றிலுள்ள சித்திரங்களைக் கவனித்தால் பல விலங்குகள், பறவைகள், மீன்கள் ஆகியவற்றை இனங்காண முடிகிறது. ஆனால், ஒரே ஒரு யானையைத்தான் காண முடிகிறது. இது மற்ற காட்டு விலங்குகளுடன் சித்தரிக்கப்பட்டிருப்பதால் காட்டானை என்பது தெளிவாகத் தெரிகிறது. மக்களின் அன்றாட வாழ்வும் போர்க்களக் காட்சிகளும் காட்டப்பட்டிருக்கின்றன. ஆனால், யானை, குதிரை எதுவும் போர்க்களத்திலிருப்பதுபோல் காட்டப்படவில்லை. தென்கிழக்காசியாவில் செய்யப்பட்ட இந்த முரசு, முன்பு கூறிய டாங்சோனியன் பாணியில் இருக்கிறது. இந்தோனேசியாவுக்கு வணிகவழி மூலம் வந்திருக்கலாம். முந்தைய முரசுகளில் யானை சித்தரிக்கப்படவில்லையாதலால் இந்த முரசு மற்ற முரசுகளைவிடப் பிந்தியது என யூகிக்க முடிகிறது.

நுணுக்கமான வேலைப்பாடுகள் அமைந்த பல செப்பு முரசுகள் இந்தோனேசியாவில் கிடைத்துள்ளன. அந்த முரசுகளை வைத்திருந்தோர் இவற்றுக்குப் பெயர்களை இட்டுள்ளனர். அப்படியொரு முரசுதான் சாங்கியன் தீவிலிருந்து கிடைத்த, இப்போது இந்தோனேசிய தேசிய அருங்காட்சியகத்தில் உள்ள

மகலமா எனும் முரசு. இது யானைகள் அங்கு இருந்ததற்கான ஆதாரங்களைக் கொண்டிருக்கிறது. இந்த முரசின் கீழ்ப்பகுதியைச் சுற்றி இருக்கும் இருபது சித்திரங்கள் பதினொரு யானைகளைக் காட்டுகின்றன. ஒரு சித்திரத்தில் யானைமீது ஒரு மனிதன் சவாரி செய்கிறான். இன்னொன்றில் யானையின் காதைப் பிடித்துத் தும்பிக்கையில் காலை வைத்து ஏறுகிறான். யானை மேல் இம்மாதிரி ஏறும் முறை இந்தியாவில் இன்றும் பழக்கத்தில் உள்ளது. பழக்கப்பட்ட யானை மீதுதான் இப்படி ஏற முடியும். குதிரைச் சித்திரங்களையும் இந்த முரசில் காண முடிகிறது. சேணம் கட்டிய குதிரை ஒன்றை வீரன் ஒருவன் பிடித்து வருவது, குதிரை மேல் ஒரு வீரன், இன்னொன்று லாயத்தில் தீனி தின்னும் குதிரை. இந்த முரசின் தயாரிப்புப் பாணி, அதன் அலங்கரிப்பு ஆகியவற்றைக் கொண்டு இது டாங்சோனியன் பாணி எனலாம்.

செப்புக் கைவினைப் பொருட்கள் போலவே நெல் சாகுபடியும் மன்னராட்சி உதயமாவதற்கு ஒரு அடையாளமாக இருந்துள்ளது. தென்சீனாவில் யாங்க்ட்சி நதியில் கிழக்குப்புறம் நெல் சாகுபடி தோன்றியது. பின்னர் தென்திசையில், கடலோரமாகப் பரவியது. நெல் விளைச்சல் இப்பகுதியின் வாழ்க்கைமுறையை வெகுவாகப் பாதித்தது. தென்கிழக்காசியாவில் அப்போது கால்நடைகளைப் பேணும் இடையர்களே அதிகம் இருந்தனர். நெல் சாகுபடி தோன்றிய பின் நதிப்படுகைகளில் மக்கள் குடியேற ஆரம்பித்தனர். இதனால் ஓரிடத்தில் தங்கி வாழும் மக்கள் எண்ணிக்கை மிகுந்து, பின்னர் அவர்களுக்குள் ஒரு தலைவன் உருவாக ஆரம்பித்தான்.

இந்த நிலையில், ஏறக்குறைய கி.பி. முதலாம் நூற்றாண்டில், இந்தியாவுக்கும் ரோமுக்கும் இடையே உண்டான வணிக உறவின் பாதை நீண்டு, இன்றைய கம்போடியா, வியட்நாம் வழியாகச் சீனாவரை சென்றது. இது ஆடம்பரப் பொருட்களைச் சார்ந்த வர்த்தகம் என்பதால்தான் இவ்வளவு தொலைதூரப் போக்குவரத்தை ஏற்க முடிந்தது. அரசர்கள் ஆடம்பரப் பொருட்களை விரும்பியது மட்டுமல்ல, உயர்ந்த படிநிலையில் தங்கள் இடத்தைக் அறிவிக்க இம்மாதிரியான பொருட்களை விரும்பினர். தென்கிழக்காசிய, சிறப்பாக மீகாங் நதிப்படுகைப் பகுதி, இந்த வர்த்தகத்திலிருந்து பயனடைந்தது. மன்னராட்சி உருவாகத் தேவையான ஆடம்பரப் பொருட்கள் வாங்கப்பட்டன. இது தமிழ்நாட்டின் வரலாற்றில் நடந்ததை நினைவூட்டுகிறது. கிரேக்க மது, பவளம், தங்க நாணயங்கள் முதலியவை இங்கு சேர, சோழ, பாண்டிய மன்னராட்சியைக் கட்டமைக்கப் பயன்பட்டன.

தென்கிழக்காசியாவில் இந்தியக் காப்பியங்கள்

முடியாட்சி பற்றி இந்தியாவிலிருந்து தோன்றிய கருத்தாக்கங்கள், மகாபாரதம், இராமாயணம் போன்ற காப்பியங்கள் மூலம் தென்கிழக்காசியாவில் பரவின. இங்கு இந்தக் காப்பியங்கள் மக்களிடையே நாடகங்கள், இசை போன்ற நிகழ்த்துகலைகள் மூலம் புகழ்பெற்று நிலைத்திருக்கின்றன.

கம்போடியாவில் உள்ள சமஸ்கிருதக் கல்வெட்டுகள் இந்தியக் காப்பிய நிகழ்வுகளைப் பற்றிப் பேசுகின்றன. அவற்றில் பெரும்பாலானவை இந்து அல்லது பௌத்த வழிபாட்டிடங்களுக்குக் கொடுக்கப்பட்ட நல்கைகளைப் பதிவு செய்கின்றன. அந்தப் பதிவுகளில் கடவுளரைப் போற்றுதலும் அரசர்களைப் புகழ்வதும் அடக்கம். அரசர்களைப் புராண நாயகர்களுடனும் தேவர்களுடனும் ஒப்பிட்டுப் பேசுகின்றன. கி.பி. 952-6]ஐச் சார்ந்த ஒரு கல்வெட்டு அரசன் ராஜேந்திரவர்மன் போர்க்களத்தில் "அர்ஜுனைப் போல் செயல்படுகிறான்" என்கிறது. அது மட்டுமல்ல "தனது வீரர்களுடன், யானைகள், குதிரைகள் சூழ, தேவலோகப் படைபோல இந்த அரசன் தனது எதிரியை நோக்கி விரைகிறார்" என்று ஒரு குறிப்பு சொல்கிறது. இன்னொரு கல்வெட்டு எதிரி கம்பா எனும் அரசனை ராவணனுக்கு ஒப்பிடுகிறது.

இந்தப் பதிவுகளில் கோயிலுக்குக் கொடுக்கும் கொடைகளில் ஒன்றாக யானைகள் குறிப்பிடப்படுகின்றன. மன்னன் இந்திரவர்மன் (கி.பி. 881) கல்வெட்டு ஒன்று பாகன்களுடன் யானைகள் கோயிலுக்குப் பரிசளிக்கப்பட்டன என்கிறது. அரசன் ஐந்தாம் ஜெயவர்மனுடைய (கி.பி. 676) ஒரு கல்வெட்டில் யானை ஒன்று பரிசளிக்கப்பட்டது பற்றியும் மன்னர் மூன்றாம் ஜெயவர்மன் யானை பிடிகக் காட்டுக்குச் சென்றது பற்றியும் குறிப்பிடுகிறது. மகாபாரதக் காலம் போலவே யானைகள் சிறப்பாகப் போரில் ஈடுபடுத்தப்பட்டதுடன் அவை அரிய பரிசாகவும் இந்தக் காலகட்டத்தில் பார்க்கப்பட்டன.

குறிப்பிட்ட இடங்களில் மட்டும் கல்வெட்டுகள் தனிப்பட்ட பதிவாகப் பொறிக்கப்பட்டிருக்கின்றன. சமஸ்கிருதத்தில் இருப்பதால் அம்மொழி தெரிந்தவர்கள் மட்டுமே, அதாவது வெகு சிலரே அதைப் படிக்க முடியும். ஆலயங்களில் காப்பியங்கள் ஓதப்பட்டன. கல்வியறிவு மிக்க சிலர் அவற்றைப் படித்தார்கள். ஆனால், அவை சாமானிய மக்களைச் சென்றடையவில்லை. ஆனால், தென்கிழக்காசிய மொழிகள் இந்தியக் காப்பியங்களால் பாதிக்கப்பட்டன. சமஸ்கிருதக் கல்வெட்டுகளும் இந்தியக் காப்பியங்களும் எழுதப்பட்ட பிராமி எழுத்துரு, தென்கிழக்காசிய

மொழிகள் உருவாக வழி வகுத்தது. அது மட்டுமல்லாது, அம்மொழிகளின் ஆரம்பகாலப் பேசுபொருளை இந்தியக் காப்பியங்கள் வழங்கின.

இதற்கு ஒரு நல்ல எடுத்துக்காட்டு ஜாவா நாட்டின் இலக்கியம். அந்நாட்டின் மொழியான காவியில் (மூலச்சொல் கவி) சமஸ்கிருதச் சொற்கள் நிறைய உண்டு. காவி இலக்கியத்தில் காகாவின் எனக் குறிப்பிடப்படும் காப்பியங்கள் பல உண்டு. ராமாயணமும் மகாபாரதமும் இம்மொழியில் உண்டு. இன்னும் காகாவின் *அர்ஜுனா விவாகா* (அர்ஜுனனின் திருமணம்), *அர்ஜுன விஜயா* (அர்ஜுனனின் வெற்றி) என்ற காப்பியங்களும் உண்டு. இந்த இலக்கியத்தில் அர்ஜுனன் ஒரு உன்னத நாயகன். கி.பி. 1157இல் எழுதப்பட்ட, 700 பாடல்கள் கொண்ட மகாபாரதக் கதையைச் சொல்லும் காகாவின் பாரதயுத்தா, எனும் காப்பியம் நால்வகைப் படையைப் பற்றிப் பேசுகிறது. போர்க்கள வியூகங்களைப் பற்றியும் இதில் குறிப்புகள் உள்ளன.

பிரித்தானியர் இந்தோனேசியாவிலிருந்த டச்சுப் பகுதிகளைக் கைப்பற்றிய ஆண்டுகளில் (1811 முதல் 1814 வரை), டி.எஸ். ரேஃபில்ஸ் (T.S. Raffles) ஜாவாவுக்கு கவர்னராகப் பணியாற்றினார். அவர்தான் இந்த நூலைப் பற்றி விரிவாக எழுதி அதை வெளியுலகுக்கு மொழிபெயர்ப்பு மூலம் அறிமுகம்செய்தார். இந்த நூலில் இந்தியாவில் நடந்த கதை, ஜாவாவில் நடந்ததுபோல் கூறப்படுகிறது. மக்கள் இந்தக் கதை ஜாவாவில் நடந்ததாகவே நம்புகிறார்கள் என வியப்புடன் ரேஃபில்ஸ் பதிவுசெய்தார். ராவணனின் தோல்விக்குப் பின் அனுமான் ஜாவாவுக்குச் சென்று கந்தலி சதா என்ற மலையில் ஒளிந்திருந்ததாக ஐதீகம். ஆகவே, அந்தப் பகுதியில் ராமாயண நாடகத்தை நடத்துவதில்லை. நடத்தினால் அனுமார் கல்லால் அடிப்பார் என்று மக்கள் நம்புகின்றனர்.

இந்தியக் காப்பியங்கள் காவி மொழியில் கவிதை வடிவில் ஜாவாவில் நிலை பெற்றுவிட்டன. நாடகமாகவும் நாட்டிய நாடகமாகவும் பொம்மலாட்டக் கூத்திலும் இந்தக் கதைகள் இன்றளவும் நிகழ்த்தப்படுகின்றன. அதிலும் பொம்மலாட்டக் கலை இந்தக் காப்பியக் கதைகளை ஜாவாவிலும் பாலியிலும் அருகிலுள்ள மற்ற தீவுகளிலும் பரவச்செய்தது. அண்மைக் காலம்வரை ஒவ்வொரு கிராமத்திலும் ஒரு பொம்மலாட்டக் கலைஞரும் ஒரு இசைக் குழுவும் இயங்கிவந்தனர். ஒருமுறை சுரகார்த்தாவிலிருந்து வந்த ஒரு குழுவின் நிகழ்வை அமெரிக்காவில் பார்த்தேன். அந்தப் பொம்மலாட்டத்தில் அரசனுடன், யானைகள், குதிரைகள், வீரர்கள் காட்டப்பட்டனர். அர்ஜுனன் ரதத்தில் வந்து போரில் ஈடுபடுவதுபோல் ஒரு காட்சி இருந்தது.

தென்கிழக்காசியாவின் இலக்கியத்தில் இந்தியாவின் இரு பெரும் காப்பியங்கள் இடம் பெற்றிருக்கின்றன என்று கூறினேன். கெமர், தாய், மலாய், லாவோ, பர்மிய மொழிகளிலும் இவை இடம் பெற்றிருக்கின்றன. ஆனால், சிறப்பிடம் பெறுவது ராமாயணமே.

இவ்வாறு பல மொழிகளில் இவ்விரு காப்பியங்களும் இருந்தாலும், சமஸ்கிருத மொழிதான் இம்மொழியின் இலக்கியங்களைப் பாதித்தது என்கின்றார் ஷெல்டன் போலக் (Sheldon Pollock). இரு இந்தியக் காப்பியங்கள் மூலம் முடியாட்சி என்ற கருத்தாக்கமும் தென்கிழக்காசியாவில் பரவியது.

படைகள்: பூவுலகிலும் தேவலோகத்திலும்

இந்தியப் பாதிப்புள்ள தென்கிழக்காசிய நாடுகளில் போர்யானை, அது சார்ந்த மற்ற அம்சங்களான சதுரங்கம், ராஜவாகனம், வியூகங்கள் ஆகியவற்றுடன் அறியப்படுகிறது. அது மக்கள் கற்பனையில் நிறைந்திருக்கிறது.

ஆனால், இலக்கியத்துக்கும் நடைமுறைக்கும் இடைவெளி அதிகம். ஜாவாவில் அண்மை நூற்றாண்டுகளில் யானை இருந்ததில்லை. சுமத்ராவிலிருந்து பழக்கப்பட்ட யானைகள் வரவழைக்கப்பட்டிருக்கலாம். ஹயம் வுருக் எனும் அரசனைப் புகழ்ந்து கி.பி. 1365இல் எழுதப்பட்ட காவி மொழிக் காவியமான *நகரக்ரிடகாமா* நூலில் மன்னரின் பயணங்கள் பற்றிய விரிவான வர்ணனைகளைக் காண்கிறோம். அரசன், ராணி, பிரபுக்கள் ஆகியோர் பல்லக்குகளிலும், அவர்களது உடைமைகள் மாட்டு வண்டிகளிலும் சென்றன என்று படிக்கிறோம். குதிரைகளும் யானைகளும் மோலோட்டமாகவே குறிப்பிடப்படுகின்றன. இது அலங்காரத்துக்காகச் சேர்க்கப்பட்டது என்று நினைக்கிறேன். அதேபோல் காவி இலக்கியத்திலும் நாடக நிகழ்வுகளிலும் போர்யானை தோன்றினாலும், நிஜப்போரில் அவை பெரிதாக ஒன்றும் பயன்படுத்தப்படவில்லை. ஆனால், காட்டானைகள் வாழ்ந்த கம்போடியாவில் நிலைமை வேறு விதமாக இருந்தது.

தென்கிழக்காசியாவின் போர்முறைகள் பற்றி இரண்டு நூல்கள் நமக்குக் கிடைக்கின்றன. எச்.பி. குவரிச் வேல்ஸ் (H.B. Quaritch Wales) எழுதிய *தொல் தென்கிழக்காசியாவில் போர்முறை (Ancient South-east Asian Warfare,* 1952) மிகவும் பயனுள்ளது. அடுத்து மைக்கேல் சார்னி (Michael Charney 2004) எழுதிய *தென்கிழக்காசியா போர்முறை* (*Southeast Asian Warfare,* 1300-1900) என்ற நூல் பிற்காலப் போர் வரலாறு பற்றியது.

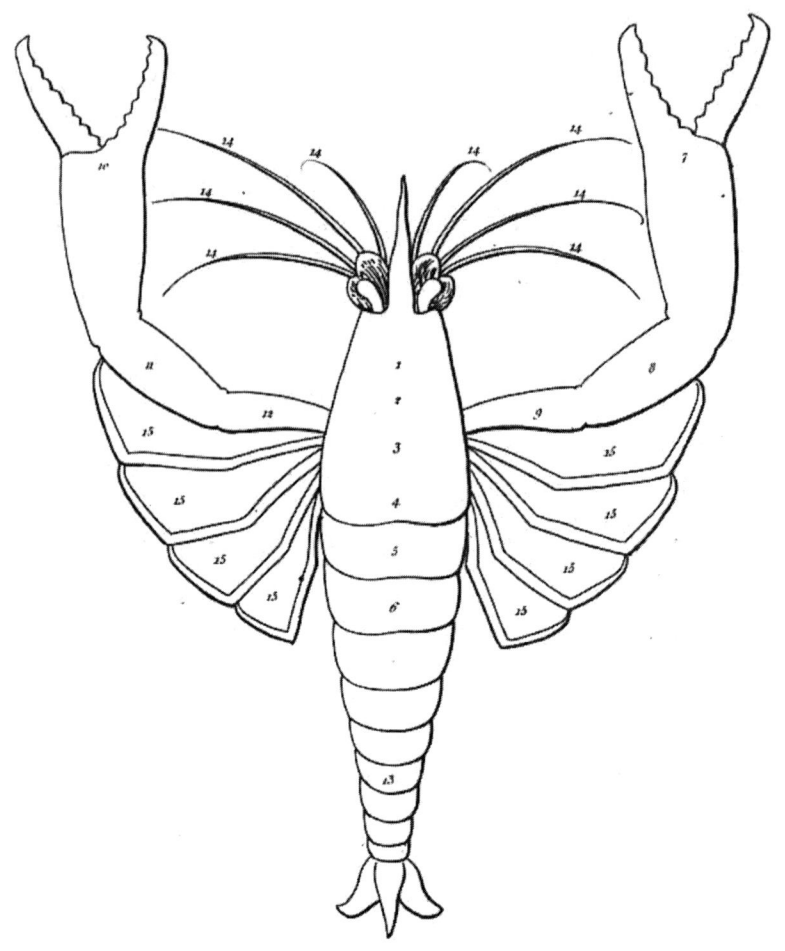

படம் 7.1. படைகளின் வியூகங்கள் சித்தரிப்பு

இன்னொரு சிறந்த நூலும் இந்தப் பொருள் பற்றி விரிவாகப் பேசுகிறது. மிஷல் ஜாக்–எர்க்யூல்ஷ் (Michel Jacq-Hergoualch) எழுதிய அங்கூர் படைகள்: கெமர்களுடைய படை அமைப்பும் ஆயுதங்களும் (*The Armies of Angkor: Military Structure and Weaponry of the Khemers* 1979). மூன்று பெரும் வரலாற்றுச் சின்னங்களிலுள்ள புடைப்புச் சிற்பங்களில் காணப்படும் படைகளின் சித்தரிப்பை ஆராய்ந்து எழுதிய நூல் இது. இரண்டாம் சூர்யவர்மன் (1113–50) விஷ்ணுவுக்காகக் கட்டிய அங்கோர்வாட், ஏழாம் ஜெயவர்மன் (1181–1218) எழுப்பிய பௌத்த ஆலயம் பாயோன், அவர் கட்டிய மற்றொரு புத்த ஆலயமான பாண்டே சமார் ஆகிய மூன்று

கட்டிடங்களும் ஆய்வுக்கு எடுத்துக்கொள்ளப்படுகின்றன. இங்குள்ள புடைப்புச் சித்திரங்களின் ஒளிப்படங்களை வைத்து இவற்றை நுணுக்கமாகக் கவனித்தேன்.

ஆய்வாளர்கள் இந்தச் சிற்பங்களிலுள்ள கம்போடியப் படைகளின் சித்தரிப்பைப் பற்றி விவரிக்கிறார்கள். தேவர், அசுரர் போரைப் பற்றியோ அல்லது அவர்கள் படைப் பற்றியோ ஒன்றும் கூறவில்லை என்றாலும் இவை இரண்டுக்கும் உள்ள வேறுபாடுகளை அறிந்துகொள்ள வேண்டும். இந்த விஷயத்தில் அங்கோர்வாட் சிற்பங்கள் முக்கியமானவை. படைப்பிலிருந்து தொடங்கி, பின் தேவர்களின் யுத்தம் பற்றிக் கூறிய பின் ராமாயண, மகாபாரதக் காட்சிகள் சித்தரிக்கப்படுகின்றன. பின்னர் அரசன் சூர்யவர்மனின் படைகளுடன், சொர்க்க, நரகக் காட்சிகளுடன் இந்தச் சித்தரிப்பு முடிகிறது.

உயிரினங்களின் படைப்பு மேற்குப் பகுதி சுவரின் வலது பக்கம் காட்டப்படுகிறது. பின்னர் பாற்கடல் கடையப்படும் அமிர்தமதனம் காட்சி. தேவர்கள் ஒருபுறமும் அசுரர்கள் மறுபுறமும் நின்று வாசுகி பாம்பைக் கயிறாகப் பயன்படுத்துகிறார்கள். பாம்பு சுற்றப்பட்டிருக்கும் தூணைப் பிடித்துக்கொண்டு விஷ்ணு நிற்கிறார். தூண் ஒரு ஆமையின் ஓட்டின் மேல் நிற்கிறது. கெமர்பாணி தலையணி தேவர்களை அடையாளம் காட்டுகிறது. அசுரர் வேறு விதமான தலைப்பாகை அணிந்துள்ளனர். இந்த இருவரின் படைகளிலும் வீரர்கள், குதிரை, யானை, அங்குசத்துடன் மாவுத்தர்கள், ஆயுதங்களுடன் பிரபுக்கள், இவற்றுடன் குதிரைகள் இழுக்கும் ரதங்கள் ஆகியவை இருக்கின்றன. இங்குள்ள ரதங்கள், கம்போடிய மாட்டுவண்டிப் பாணியில் அமைக்கப்பட்டிருக்கின்றன.

அடுத்து வரும் மூன்று சட்டகங்களில் தேவர் படைகள் காப்பியங்களில் வரும் நால்வகைப் படை போலவே காட்டப்பட்டிருக்கின்றன. முதலில் கிருஷ்ணன் நரகனை அழிக்கும் பிரகியோதிசா போர் காட்சிப்படுத்தப்பட்டுள்ளது. பின்னர் கிருஷ்ணன் அசுரன் பாணனை வெல்லும் சோனிதபுரப் போர் சித்தரிக்கப்பட்டுள்ளது. இந்தக் காட்சிகளில் நால்வகைப் படைகளும் போரில் ஈடுபட்டிருக்கின்றன. உயர்தர வீரர்கள் யானை மேலும் ரதத்திலும் ஏறிச் சண்டையிடுகின்றனர். அவர்கள் அந்தஸ்தைக் காட்டும்வண்ணம் அவர்களுக்குக் குடை இருக்கிறது. தேவர்களின் பலத்தையும் அசுரர்களின் கொடூரத்தையும் மிகைப்படுத்திக்காட்ட ரதங்களைச் சிங்கங்கள் இழுப்பதுபோலவும், அக்னி தேவர் காண்டாமிருகத்தில் சவாரிசெய்து வருவதுபோலவும், ஈட்டி ஏந்திய வீரர்கள்

மயில்களின் மேல் வருவதுபோலவும் சித்தரிப்புகள் இருக்கின்றன. இன்னொரு பக்கத்தில் விஷ்ணு நால்வகைப் படைகளுடன் அசுரன் கலநேமியை தரகாமா போரில் வெல்வது காட்டப்பட்டிருக்கிறது.

கிழக்குப்புறச் சித்திரங்கள் இரு காப்பியங்களிலிருந்து போர்க்காட்சிகளைச் சித்தரிக்கின்றன. முதல் புடைப்புச் சிற்பம் இலங்கைப் போரைக் காட்சிப்படுத்துகிறது. குரங்குகள் நிறைந்த ராமனின் படை, ராவணனின் நால்வகைப் படையை எதிர்கொள்கிறது. பத்துத் தலைகள், இருபது கைகளுடன் சிங்கங்களால் இழுக்கப்படும் ரதத்தில் வந்து ராமனின் அம்புகளை எதிர்கொள்கிறார் ராவணன். இரண்டாவது படத்தில் பாண்டவர் தலைவராக யுதிஷ்ட்ரர், கௌரவர் தளபதியான சல்லியனைக் கொல்கிறார். இருபுறத்தினரின் நால்வகைப் படைகள், ரதங்கள் முன் போக, சண்டையிடும் காட்சிதான் இது.

தென்புறம், காப்பியங்களிலிருந்த காட்சிகளிலிருந்து வரலாற்றுக் காலத்துக்கு வருகின்றோம். இடதுபுறம் கம்போடிய அரசனும் அவனது படைகளையும் காண்கிறோம். முதலில் இரண்டாம் சூரியவர்மன், பிரபுக்கள் சூழத் தனது சிம்மாசனத்தில் அமர்ந்திருக்கிறார். அங்கே ஒரு கெமர் கல்வெட்டு உள்ளது: "உன்னத மன்னன் பரமவிஷ்ணுலோகா, சிவபாத மலையில் உட்கார்ந்துகொண்டு தனது படைகளை இறங்கப் பணிக்கிறார்." வலதுபுறம் இன்னொரு காட்சி – படைகள் சமவெளியில் பயணித்துக்கொண்டிருக்கின்றன. ஈட்டி தாங்கிய காலாட்படைகளும் பாகன்களுடன் யானை மீது, சவாரி செய்யும் உயர் அதிகாரிகளுமே இதில் பெருவாரியாக இருக்கிறார்கள். இவர்களது அந்தஸ்தைக் காட்டும் வகையில் தரையிலிருந்தபடியே அவர்களுக்கு நீண்ட குடை பிடித்து ஏவலாளர்கள் நடக்கின்றனர். அவர்களது பெயர்களும் வகித்த பதவிகளும் சிறிய கெமர் கல்வெட்டுகளில் பொறிக்கப்பட்டுள்ளன. சில மாநில அதிகாரிகளின் சமஸ்கிருதப் பெயர்கள் – வீரசிங்கவர்மன், தனஞ்சயன் என – அவற்றில் உள்ளன. படைகளின் நடுவே ஒரு யானையின் மீது அரசர் இருக்கிறார். தலையில் இருக்கும் கிரீடம் அவர் அரசர் எனக் காட்டுகிறது. அவருக்கு முன்னர் அவரது ராஜகுரு போகிறார். இந்தப் படைகளுக்கு முன்னால் சயாமிஸ் எனும் பழங்குடியினர் செல்கின்றனர். அவர்கள் தலைவர் பாமன் முன்னால் நடக்கிறார். அவர்களது முடியலங்காரம் வேறு விதமாக இருக்கிறது. வரிசையற்று நடந்து செல்கிறார்கள். படையில் சில ரதங்களும் குதிரைகளுமே உள்ளன. அடுத்த சட்டகம் எமலோகத்தையும் இறந்தோருக்கான நியாயத் தீர்ப்பையும் காட்சிப்படுத்துகிறது.

தேவர்கள், அசுரர்கள் படையில் ரதங்கள் இருந்ததாகச் சித்தரிக்கப்பட்டிருந்தாலும் கெமெர் படையில் ரதங்கள் இல்லை என்று வரலாற்றாசிரியர்கள் கூறுகிறார்கள். அதேபோல் குதிரைகளும் அரிதாகவே இருந்தன. இந்தியாவில்கூட கி.பி. முதலாம் நூற்றாண்டிலேயே, அதாவது குஷானர் காலத்திலேயே ரதங்களின் பயன்பாடு மறைய ஆரம்பித்திருந்தது. இலக்கியத்திலும் சிற்பங்களிலும் இவை சித்தரிக்கப்பட்டாலும் போர்க்களத்தில் பயன்படுத்தப்படவில்லை. கம்போடிய மன்னர்களின் சமஸ்கிருதக் கல்வெட்டுகள் போர்க்களத்தில் அவர்களின் வீரதீரத்தைப் போற்றினாலும் ரதத்தைப் பற்றிக் குறிப்பிடவில்லை.

ரதத்தின் மறைவு நமக்கு வேறொரு செய்தியைச் சொல்கிறது. மகாபாரதத்தை உற்று நோக்கும்போது ரத வீரனுக்குச் சிறப்பான இடம் கொடுக்கப்பட்டது தெரிகிறது. யானை மீது வருவோருக்கு உயர்ந்த இடம் அளிக்கப்படவில்லை. அவர்கள் காட்டுவாசிகளாக, அந்தஸ்தில் குறைந்தவர்களாகவே அறியப்பட்டார்கள். இந்தியாவில் ரதம் மறைந்து மத்திய ஆசியா பாணி குதிரைப் படை தோன்றிய பிறகுதான் போர்யானைக்கு முக்கியத்துவம் கொடுக்கப்பட்டது.

இந்தியாவில் பயன்பாட்டிலிருந்த போர்யானை எவ்வாறு தென்கிழக்காசிய நாடுகளுக்குப் பரவியது?

அலெக்ஸாண்டர் காலத்து வரலாற்றாசிரியர்கள் கிரேக்க, லத்தீன் மொழிகளில் எழுதிவைத்த பதிவுகள் மூலம் கிரேக்க நாடுகளில் போர்யானை யுத்ததில் ஈடுபடுத்தப்பட்டது பற்றி நாம் அறிகிறோம். இந்திய மொழிப் பதிவுகளில் போர் பற்றியும் யானையைப் பேணல் பற்றியும் பதிவுகள் இருந்தாலும் போர்க்களத்தைப் பற்றிய விவரிப்பு ஏதும் இல்லை. போர்யானைகளைப் பயன்படுத்தும் முறைகள் அரசர்களுக்குள் நடந்த ஊடாட்டம், பரிசு கொடுத்தல், கப்பம் பெறுதல், யுத்தகளத்தில் யானைகளைப் பிடித்துச்செல்வது ஆகியவற்றின் மூலம் பரவின. வரலாற்றிலிருந்து ஒரு எடுத்துக்காட்டின் மூலம் இதை அறிய முடிகிறது. கிரேக்கத் தளபதி செலூகஸ் நிகேட்டருக்கு 500 யானைகள், பாகன்கள், அவர்களின் உதவியாளர்கள் பரிசாக அளிக்கப்பட்டன. சிற்பத்தில் பாகன்களின் அங்குசங்களில் உள்ள இரு கொக்கிகள் அவர்கள் இந்தியப் பாகன்கள் என்பதைக் காட்டுகின்றன.

தென்கிழக்காசிய நாடுகளுக்கும் இதே முறையிலா போர்யானை பரவியது? இல்லையென்றே சொல்ல வேண்டும். கிரேக்க நாடுகளின் காடுகளில் யானைகள் இல்லை. வெப்ப

நாடுகள் மாதிரிக் காடுகளே இல்லையே. ஆனால் தென்கிழக்காசிய நாடுகளில் காடுகளில் இயற்கையாகவே காட்டானைகள் இருந்தன. யானைகளைப் பற்றிப் பட்டறிவு கொண்டிருந்த பழங்குடியினரும் இருந்தனர். என்றாலும் அந்த நாடுகளில் காட்டானைகளைப் பிடித்துப் போருக்குப் பழக்கப்படுத்தவில்லை. எழுத்துமுறை, சமயங்கள், முடியாட்சி போன்றவற்றைப் போலவே போர்யானையும் இந்தியாவிலிருந்து பெறப்பட்டது. இதற்கு முக்கியத் தடயம் பாகன்கள் பயன்படுத்தும் அங்குசம். தென்னிந்தியா, இலங்கையில் இருந்த முடியரசுகள் போலவே தென்கிழக்காசிய நாடுகளும் போர்யானைப் பழக்கத்தை வடஇந்தியாவிலிருந்து பெற்றன எனலாம்.

இங்கிருந்து யானைகள் செல்லவில்லை என்றாலும் இந்திய யானைப் பாகன்கள், வேட்டையாடிகள், மருத்துவர்கள் இவர்களுடைய பட்டறிவு தென்கிழக்காசிய நாடுகளுக்கு, அரசர்கள் இடையேயான பரிவர்த்தனை மூலம் பரவியது.

வேறு ஏதாவது முறையில் போரில் யானைகளை ஈடுபடுத்தும் பழக்கம் பரவியிருக்குமா? முடியாட்சி உருவான நாடுகளில்தான் யானைகளைப் பிடித்துப் பழக்கும் முறை உருவானது. தென்கிழக்காசிய நாடுகளில் காட்டானைகள் இருந்தாலும், அவற்றைப் பற்றி நன்கறிந்த பழங்குடியினர் இருந்தாலும், பழங்காலத்தில் அங்கு யானைகள் பிடிக்கப்பட்டுப் பழக்கப்பட்டதாகத் தகவல்கள் எதுவுமில்லை. ஆனால், மன்னராட்சி தோன்றிய பிறகு தென்கிழக்காசிய நாடுகளிலும் போர்யானைகள் தோன்றின என்பதைப் பார்க்கிறோம்.

இந்தியப் போர்யானைக்குப் பின்

யானையைப் போல் வேறெந்த விலங்கும் முடியாட்சியுடன் அடையாளப்படுத்தப்படவில்லை. ஆங்கோர் அரசு வீழ்ந்த பின் வந்த பல முடியரசுகள் யானையைப் போரிலும் அரசர்களின் வாகனமாகவும் பயன்படுத்தினர். போக்குவரத்துக்குக் குதிரைகள் பயன்படுத்தப்பட்டாலும், வாகனங்களில் யானைக்குத்தான் முதலிடம். மியன்மார், மலேய மக்களில் பிரபுக்கள் யானையில் சவாரி செய்தனர். அதற்கு அடுத்தவர்கள் குதிரையை வாகனமாய்க் கொண்டனர். கீழ்மட்டத்து மக்களோ தங்கள் கால்களையே நம்பினர். புத்த சமய நாடுகளில் வெள்ளை யானைக்குப் பெரிய மதிப்பு இருந்தது. இந்திரனின் ஐராவதம்போலவே ஆங்கோரில் ஐராவதம் யானை மூன்று தலைகளுடன் சித்தரிக்கப்பட்டுள்ளது. அந்தப் பெயரே ஐராவதி நதியின் பெயரும் ஆயிற்று. பர்மா, சயாம், கெம, ஜாவா என எல்லா மன்னராட்சி நாடுகளிலும் இப்படிப் பல வகைகளில் யானையின் தொடர்பு இருந்தது.

இந்த விவரம் டச்சு, போர்த்துகீசிய, ஆங்கிலேய ஆவணங்களில் பதிவாகியிருக்கிறது. இதே நிலைமை இலங்கையிலும் இருந்தது. இலங்கையில் யானைகள் போரில் பயன்படுத்தப்பட்டதை *மகாவம்சம்* குறிப்பிடுகிறது. புகழ்பெற்ற சில போர்யானைகளின் பெயர்களும் பதிவாகியுள்ளன. காட்டில் யானைகளைப் பிடிக்கும் முயற்சியில் சில அரசர்களே முன்னின்று ஈடுபட்டனர்.

தென்கிழக்காசியாவில் போர்யானை இந்திய யுத்தகள உத்தியான வியூகங்களுடன் பயன்படுத்தப்பட்டன. கெமர் சமஸ்கிருதக் கல்வெட்டொன்றில் வியூகத்தைப் பற்றிய குறிப்பு இருக்கிறது. "வட்ட வியூகம் அமைத்திருந்த எதிரி படையைச் சீர்குலைத்த பின் அவன் வெற்றிக் கனியைப் பறிக்கக் கருடனானன்" இங்கு கருடன் என்ற சொல், வட்ட வியூகத்துக்கு எதிராகப் பயன்படுத்தப்பட்ட கருட வியூகத்தைக் குறிக்கிறது.

ஜாவாவில், மகாபாரதக் கதையைச் சொல்லும் *பாரத யுத்தம்* எனும் காவி மொழிக் காப்பியத்தில் வியூகங்கள், அவற்றைத் தகர்க்கும் எதிர் வியூகங்களைப் பற்றிய குறிப்புகள் உண்டு. வரலாற்றாசிரியர் ரேஃபிள்ஸ் மாதர நாட்டுப் படை கி.பி. 1500இல் மகர வியூகம் வகுத்தது பற்றிச் சுட்டிக்காட்டுகிறார். அவர் தந்திருக்கும் படத்தில் மகரம் இறால் மீன்போலச் சித்தரிக்கப்பட்டிருப்பது வியப்பைத் தருகிறது. வெவ்வேறு தளபதிகளின் இடங்களை அந்தப் படத்தில் குறிப்பிடுகிறார். ஆய்வாளர் குவாரிட்ஸ் வேல்ஸ் சயாம் படை பயன்படுத்திய கருடன், சிங்கம், எருமை, தாமரை போன்ற வியூகங்களையும் குறிப்பிடுகிறார். இவற்றில் பல மகாபாரதத்திலும் *அர்த்தசாஸ்திரத்திலும்* விவரிக்கப்படுகின்றன. மன்னன் நரசுயன் 1502இல் பர்மாவுக்கு எதிராகப் படையெடுத்தபோது தாமரை வியூகத்தை வகுத்ததாகத் தெரிகிறது. பர்மியப் படை சக்கரம், வண்டி, எருது, யானை முதலிய வியூகங்களை வகுத்ததாக புத்த சமய பாலி, சமஸ்கிருத ஆவணங்கள் கூறுகின்றன.

துப்பாக்கி இந்தியாவில் தோன்றிய பின்னர் போர்யானை பயன்பாடு நின்றுவிட்டது என்று சிலர் கருதுகின்றனர். அது சரியல்ல. முதன்முதலில் இங்கு துப்பாக்கி வந்த காலத்தில் – சுல்தான்கள் காலத்திலும், முகலாயர் காலத்திலும் – போர்யானைகள் துப்பாக்கி சத்தத்துக்கும் வெடிமருந்து நெடிக்கும் பழக்கப்படுத்தப்பட்டன. யானையின் மீதிருந்து துப்பாக்கி வீரர்கள் போரிட்டனர். அது மட்டுமல்ல, கஜ் நல் என்று குறிப்பிடப்பட்ட சிறு பீரங்கியை யானையின் முதுகில் வைத்துப் பயன்படுத்தினர். ஒரு யானையின் மீது இரண்டு சிறு பீரங்கிகளுடன் இரண்டு மனிதர்களும் இருந்தனர். 1720வரை இந்தப் பீரங்கி போர்க்களத்தில் பயன்படுத்தப்பட்டது.

பீரங்கிகளும் துப்பாக்கிகளும் அதிகமாகப் பயன்படுத்தப்பட, யானைகளுக்குப் போர்க்களத்தில் ஆபத்து அதிகரித்தது. யானையின் மீதிருந்த அம்பாரியைப் பாதுகாக்க இரும்புக் கவசங்கள் உருவாக்கப்பட்டன. துப்பாக்கிகள் போர்க்களத்தில் தோன்றிய பிறகு, தளபதிகள் யானை மீது அமர்ந்து தம் படைகளைக் கண்காணிப்பது ஆபத்தானது. எளிதாகச் சுட்டு விடலாமே. யுத்தகளத்தில் இந்தியத் தளபதிகள் யானையின் மீது அமர்ந்து போரிடுவதைக் கவனித்த நாதிர் ஷா இது ஆபத்தான பழக்கமாயிற்றே என வியந்ததாக ஒரு குறிப்பு இருக்கிறது.

பதினெட்டாம் நூற்றாண்டில் இந்தியாவிலிருந்து போர்யானைகள் மறைந்துவிட்டன. நான் படித்தவரை கடைசியாக யானைகள் போரில் 1833இல் கம்போடியாவில் பயன்படுத்தப்பட்டன. இதைப் பற்றி புத்தத் துறவி ஒருவர் எழுதியுள்ளார். அந்த ஆண்டு சயாமியப் படை வியட்நாமைத் தாக்க, கம்போடியா வழியாகப் பல யானைகளுடன் பயணித்து 1500 பேர் கொண்ட கெமர் படையை எதிர்கொண்டது. இதுதான் யானைகள் பங்கெடுத்த கடைசிப் போர் எனலாம். ஆனால், பின்னர் யானைகள் படைகளுக்கு உதவியாகப் பீரங்கிகளை இழுக்கவும், தளவாடங்களை நகர்த்தவும் பயன்பட்டன. வியட்நாம் யுத்தத்தில்கூட ஹோச்சி மின் பாதையில் யானைகளின் மூலம் யுத்தச் சரக்கு எடுத்துச் செல்லப்பட்டது. சீனாவில் உருவாக்கப்பட்ட துப்பாக்கி மருந்து பயனுக்கு வந்த பின்னர் போர்யானைகளின் காலம் முடிவுக்கு வந்தது.

8

இன்றைய நிலையும் எதிர்காலமும்

போர்யானையின் காலம் இன்று முடிந்து விட்டாலும், அதைத் தோற்றுவித்தபோது கையாளப்பட்ட சில பழக்கங்கள் இன்னும் பயன்பாட்டில் எஞ்சியிருக்கின்றன. யானைப் பயிற்சியில் இப்போது நடைமுறையில் இருக்கும் சில வழக்கங்களைக் கவனிப்பதன் மூலம் நமக்கு முந்தைய காலத்தைப் பற்றிய புரிதல் கிடைக்கும்.

இந்த வரலாற்றை ஆராய்ந்ததில் கிடைத்த விவரங்கள் மூலம் ஒவ்வொரு காலகட்டத்தையும் நாம் அலசலாம். சீனாவில் யானைகள் நிறைய வாழ்ந்திருந்தாலும் அங்குப் போர்யானை உருவாக வில்லை. இரண்டாவதாக, போர்யானையின் காலம் முடிந்து, யானைகளை வெட்டுமரத் தொழிலுக்குப் பயன்படுத்தும் காலம் வந்தது. இந்த இரண்டு யானைகளையும் ஒப்பிட்டுப் பார்ப்பதன் மூலம் போர்யானைகளைப் பற்றிய ஏதேனும் புதிய புரிதல் கிடைக்குமா என்று பார்க்க எனக்கு விருப்பம். இறுதியாக இன்றைய நாடுகளில் யானைகளின் நிலை எவ்வாறு இருக்கிறது என்றும் பார்க்கலாம்.

சீனா

புத்த மறைப் பணியாளர்கள் மூலமும் புத்த நூல்களைப் படியெடுக்க இந்தியாவுக்குப் பயணித்த சீனத் துறவிகள் மூலமும் இந்தியப் போர்யானைகளைப் பற்றிய விவரம் சீனாவில்

பரவியிருந்தது. இந்திய முடியரசுகளுடனும் தென்கிழக்கு நாடுகளுடனும் சீனாவுக்கு அரசியல் தொடர்பு இருந்ததால் பல யானைகள், மாவுத்தர்களுடன் சீனாவுக்குப் பரிசாக அனுப்பிவைக்கப்பட்டன. சீனர்களுக்கு அரசியல் உறவின் மூலமும் யுத்த களத்திலும் போர்யானைகளுடன் பரிச்சயம் உண்டு. போர்யானைகளின் பயன்பாடுகள் பற்றி அவர்கள் நன்கு அறிந்திருந்தும் அதைப் போரில் ஈடுபடுத்துவதைத் தவிர்த்தார்கள்.

சீனாவிலிருந்து யானை எப்படி மறைந்தது? காலநிலை மாற்றம் முக்கியக் காரணியாக இருந்தாலும், வேளாண்மை, காடழிப்பு, தந்த வேட்டை போன்ற மனித நடவடிக்கைகள் யானைகளின் அழிவுக்குக் காரணம் என்பது அறிஞர் வென் ஹுவான்ரனின் (Wen Huanran) வாதம். இதைச் சூழலியலாளர் மார்க் எல்வினும் (Mark Elvin) ஏற்றுக்கொள்கிறார். காட்டில் யானைகள் வாழ்வதைச் சுற்றுச்சூழலின் தரத்தைக் காட்டும் குறியீடாகக் காண்கிறார். அவற்றின் அழிவுக்குக் காலநிலை ஒரு காரணமாக இருந்தாலும் மனிதர்களின் குறுக்கீடுகளே அழிவுக்கு முக்கிய காரணம் என்பது எல்வின் கூற்று.

இந்த இரண்டு காரணங்களுமே சீனாவில் யானையின் மறைவுக்குக் காரணம் என்பது என் நிலைப்பாடு. போர்யானையின் வரலாற்றில் நமக்குச் சில தடயங்கள் கிடைக்கக்கூடும். காட்டில் இன்றும் யானைகள் வாழும் இந்தியா, தென்கிழக்கு ஆசிய நாடுகள் ஆகியவற்றுக்கும், இவ்விலங்குகள் மறைந்துபோன சீனாவுக்கும் உள்ள வேறுபாட்டை இத்தடயங்கள் விளக்கக்கூடும்.

தென்கிழக்கு ஆசிய முடியரசுகளுக்கும் சீனாவுக்கும் யானை சார்ந்த ஊடாட்டத்தை நாம் கவனிக்க வேண்டும். இதற்கு கவனிக்க வேண்டியது, மிங் வம்சத்து மன்னர்கள் (கி.பி. 1368–1644) பதிவு செய்திருந்த பிரம்மாண்டமான ஆவணம் மிங் ஷி லு (Ming Shi-lu). 40,000 பக்கங்கள் கொண்ட இதில் மன்னர்கள் தங்கள் அன்றாட நடப்புகளைப் பதிவு செய்திருக்கிறார்கள். வரலாற்றாசிரியர் ஜெஃப் வேட் (Geoff Wade) தென்கிழக்கு ஆசியா சம்பந்தமான சில பகுதிகளை மொழிபெயர்த்து இணையத்தில் பதிவேற்றியிருக்கிறார். அவற்றில் அறுபத்தியேழு பகுதிகள் மிங் வம்ச காலத்திலிருந்த யானைகளைப் பற்றியவை.

அன்னாம், சம்பா, கம்போடியா, சயாம், ஜாவா போன்ற நாடுகளின் தூதரகங்களிலிருந்து சீனப் பேரரசருக்கு அவ்வப்போது பரிசுகள் அனுப்பப்பட்டன. இவற்றில் அன்னாம்தான் குறைந்த இந்தியத் தாக்கம் உள்ள நாடு. சீனாவின் பாதிப்புதான் இங்கு அதிகம். இருந்தாலும் இந்த நாடு போர்யானைகளைக் களத்தில்

இறக்கியிருந்தது. அது மட்டுமல்ல; யானைகளைச் சீனப் பேரரசருக்குப் பரிசாகவும் அனுப்பியது.

தென்கிழக்கு அரசுகளும் சீனாவும் பரிமாறிக்கொண்ட ஆவணங்களில் யானைப் பாகன்களைப் பற்றிப் பல குறிப்புகள் காணப்படுகின்றன. சீன அரசு கப்பம் வாங்கிய பின் அளித்த பரிசுகளிலும் இந்தக் குறிப்புகள் காணப்படுகின்றன. எடுத்துக்காட்டாக, சம்பா அரசின் தூதரகத்தில் ஒரு பதிவு, மிங் பேரரசருக்கு 54 யானைகளையும் தந்தங்களையும் பரிசாகக் கொடுத்தது பற்றி உள்ளது. அதே போல் சீன மன்னர் கொடுத்த கொடைகளைப் பற்றியும் குறிப்புகள் இருக்கின்றன. அத்தகைய கொடைகள் வாங்குபவரின் தரத்துக்கேற்ப இருந்தன. இந்தப் படிநிலையில் கடைசியாகத் தூதரகத்திலிருந்த மாவுத்தர்களும் படைவீரர்களும் இருந்தனர். அவர்களுக்குத் துணிமணி போன்ற எளிய பரிசுகளே கொடுக்கப்பட்டன.

யானைகளுடன் மாவுத்தர்களும் பரிசாக அளிக்கப்பட்டதாகச் சில குறிப்புகள் கிடைத்திருக்கின்றன. ஒருமுறை யுன்னான் அரசைச் சேர்ந்த சிலர் மிங் வம்சப் படையில் மாவுத்தர்களாக இணைக்கப்பட்டனர். இது பெரிய கௌரவமாகக் கருதப்பட்டது. ஆனால், சீனர்கள் இந்த வேலையைத் தாழ்ந்த பணியாகவே கண்டனர்.

மிங் படையினர் யுன்னானில் வழிப்பறிக் கொள்ளையர் என்றறியப்பட்ட காடுவாழ் மக்களுடன் சண்டையிட்டபோது அவர்கள் பயன்படுத்திய போர்யானைகளை எதிர்கொள்ள வேண்டியிருந்தது. இவர்கள் வழிப்பறிக் கொள்ளையர் என்று குறிப்பிடப்பட்டிருப்பதை வைத்து அவர்களை நாம் அலட்சியப்படுத்திவிட முடியாது. இவர்களைச் சேர்ந்த சி லுன் ஃபா எனும் பெயர் கொண்ட கிளர்ச்சிக்காரர் ஒருவர் 3,00,000 வீரர்களையும் 100 யானைகளையும் களத்தில் இறக்கினார் என்று அறிகிறோம். அப்படி ஒரு பிரம்மாண்டமான படையை உருவாக்கிய ஒருவர் சாதாரண வழிப்பறிக் கொள்ளையனாக இருந்திருக்க முடியாது. யுன்னான் பிரதேசத்தில் கிளர்ச்சிக்காரர் என்று குறிப்பிடப்படும் இவர்கள் தென்கிழக்காசிய முடியரசர்போல் இருந்திருப்பார்கள். கிழக்காசியாவில் இந்தப் பகுதிவரைதான் போர்யானைகள் பயன்படுத்தப்பட்டன என்று உறுதியாகக் கூறலாம்.

இம்மாதிரியான ஒரு போரில், மிங் வம்சப் படை 30,000 குதிரை வீரர்களுடன் 10,000 வீரர்களும் பல யானைகளும் கொண்ட கிளர்ச்சிப் படையை எதிர்கொள்ள வேண்டியிருந்தது. படைத் தலைவர்கள் சவாரி செய்த 30 யானைகள் முன்

வரிசையிலிருந்தன. சீனப் படையினர் இந்தச் சண்டையில் பல யானைகளைக் கொன்றதுடன், 37 யானைகளைப் பிடித்துச் சென்றனர். சரணடைவதற்குக் கடுமையான நிபந்தனைகளைச் சீனர்கள் விதித்தனர்: சண்டையால் ஏற்பட்ட செலவை ஏற்க வேண்டும். அத்துடன் 500 யானைகளையும், 300 மாவுத்தர்களையும் 30,000 எருமைகளையும் கப்பமாகக் கொடுக்க வேண்டும்.

சீனாவில் யானைகளைப் பழக்கப்படுத்த ஒரு குழு சிறிது காலம் இருந்தது. மிங் வம்ச காலத்தில் மட்டுமே யானைகளைப் பழக்க முயற்சி எடுக்கப்பட்டது. அதற்குக்கூட யுன்னான், சம்பா போன்ற அண்டை நாட்டு மாவுத்தர்களை நம்ப வேண்டியிருந்தது.

சீனப் பேரரசர்கள் பெருமைக்காக யானைகளை மாவுத்தர்களுடன் பெற்றுக்கொண்டனர். சிறிது காலம், களர்ச்சிக் காரர்களுடன் மோதப் போர்யானைகளை வைத்திருப்பதில் ஆர்வம் காட்டினர். தந்தங்களைக் கப்பமாகப் பெறுவதை விரும்பினார்கள். யுன்னான் உள்ளடக்கிய தென்கிழக்கு ஆசிய நாடுகள்வரைதான் போர்யானைகளின் பயன்பாடு பரவியிருந்தது என்று மிங் வம்ச ஆவணங்கள் நமக்குத் தெரிவிக்கிறது.

இதற்கு என்ன காரணம்? இந்தியாவை மட்டுமின்றிப் பல நாடுகள் போர்க்களத்தில் யானையைப் பயன்படுத்தியபோதிலும் சீனா ஏன் விலகி நின்றது?

இந்தியா, சீனா: நிலம் பற்றிய கருத்தாக்கம்

யானையைக் கொன்றால் மரண தண்டனை என்று அர்த்தசாஸ்திரம் கூறுகிறது. இந்திய மன்னர்கள் யானைகளைப் பிடித்துப் பழக்கினர். வேட்டை என்ற பெயரில் காட்டானையைக் கொல்லவில்லை. இது அரசர்களின் நன்மைக்காக இருந்த விதி. இத்தகைய தடை இல்லாததால் சீனாவில் காட்டுயிர் பாதுகாப்பு பாதிக்கப்பட்டது என்று தெரிகிறது. மார்க் எல்வினின் கருத்துப்படி மனிதரின் நடவடிக்கைகளின் முக்கிய உந்துதல் அவற்றின் மூலம் அவர்களுக்கு என்ன அனுகூலம் கிடைக்கும் என்பதுதான். மனிதருக்கு அனுகூலம் என்பது சீரழிவுக்கு ஒரு காரணம் என்கின்றார் எல்வின். எடுத்துக்காட்டாக, வேளாண்மை பெருகப் பெருகச் சுற்றுச்சூழல் சீரழிகிறது என்கிறார். யானை சீனாவில் மறைந்தது இவ்வாறுதான்.

இந்த வாதத்தை என்னால் ஏற்க முடியவில்லை. முதலாவது, அனுகூலம் என்பது காலத்துக்கும் இடத்துக்கும் மாறுவது. இரண்டாவது, மனித முயற்சியில் பல அனுகூலங்கள் இருக்கும். இந்த அனுகூலங்களைப் பெருக்க நாம் பல சமரசங்கள் செய்துகொள்ள வேண்டியுமிருக்கும். மன்னராக

இருந்தாலும் விவசாயியாக இருந்தாலும் பல சமரசங்கள் செய்ய வேண்டியிருக்கும். அதற்கேற்ப நமது தேர்ந்தெடுப்புகளும் இருக்கும். இந்தத் தெரிவுகள் சந்தர்ப்பத்திற்கேற்ப இருக்கும். இத்தகைய தெரிந்தெடுப்புகளைச் செய்த பின், அவை நிலைகொண்டு வேரூன்ற ஆரம்பிக்கும்.

இந்தப் புள்ளியிலிருந்து நான் சொல்லவரும் கருத்தாக்கத்தைப் பற்றித் தொடங்கலாம். அமெரிக்கச் சூழலியலாளர் அல்டோ லியபோல்ட் (Aldo Leopold, *1881–1948*) நிலம்பற்றி மனிதருக்கு இருக்க வேண்டிய அறம் சார்ந்த அணுகல் பற்றி நில அறம் (Land Ethics) என்னும் முக்கியமான கட்டுரையை எழுதினார். மனிதர் நிலத்தை எவ்வாறு அணுக வேண்டும், அதன் பயன்பாட்டில் எவ்விதத் தெரிவுகளை அவர்கள் மேற்கொள்ள வேண்டும் என்பன போன்ற கேள்விகளை எழுப்பினார். சூழலியல் வரலாறு பற்றி ஆழமாகச் சிந்தித்த இவருடைய இந்தக் கட்டுரை மேம்பாடு என்ற பெயரில் நிலப்பரப்பின் மீது மனிதர் ஏற்படுத்தும் பாதிப்பை விவரித்தது. இந்தக் கட்டுரைதான் சூழலியல் யுகத்தை முன்னறிவித்தது என்கின்றனர் சுற்றுச்சூழல் ஆய்வாளர்கள்.

இந்தப் பின்புலத்தில் நாம் ஒரு கேள்வி எழுப்பலாம். இந்திய முடியரசர்கள் காலத்தில் எம்மாதிரியான நில அறம் பின்பற்றப்பட்டது? கால்நடைகள் போன்ற பழக்கப்பட்ட விலங்குகள் உழுதல், வண்டியிழுத்தல், படை சார்ந்த வேலைகள் போன்றவற்றைச் செய்துவந்தன. விலங்குகளைப் பழக்கப்படுத்துவதில் இந்தியா, மத்தியக் கிழக்கு நாடுகள்போல் இருந்தது. கோதுமை, பார்லி, ஆடு, மாடு எல்லாமே இந்தப் பிரதேசத்தைச் சார்ந்தவைதான். இவை இங்கேயே பழக்கப்படுத்தபட்டன. பின்னர் மத்திய ஆசியாவிலிருந்து குதிரை வந்தது. நஞ்சை நிலத்தைச் சார்ந்த நெல், எருமை, கோழி, யானை இவை பழக்கப்படுத்தப்பட்டன. கடைசியாக வந்தது யானை. மனிதர் யானையைப் பழக்கிப் பயன்படுத்தியது நிலப் பயன்பாட்டின் மீது பாதிப்பை ஏற்படுத்தியது. ஒருவகையான நில அறம் வெளிப்பட்டது.

நிலப்பரப்பில் குடியமர்த்துதல் எவ்வாறு நடந்தது என்பதை நாம் அர்த்தசாஸ்திரத்தில் காணலாம். விவசாய கிராமங்கள், மேய்ச்சல் நிலம், வணிகப் பாதைகள், யானைக் காடுகள், வெட்டுமரக் காடுகள், கனிமச் சுரங்கங்கள் என நிலம் பாகுபடுத்தப்பட்டது. இவை யாவுமே வரி மூலமும் பொருளாதாரத் தொடர்புகள் மூலமும் அரசர் இருந்த நகரத்துடன் இணைக்கப்பட்டிருந்தன. சூழலியல் நோக்கில் ஒரு நல்ல கிராமத்தில் வேளாண்மைக்கு முன்னுரிமை அளிக்கப்பட்டது.

கிராமங்களுக்கிடையில் மேய்ச்சல் நிலம் இருந்தது. கால்நடை மேய்ப்பவர்களும் விவசாயிகளும் இணைந்து செயல்பட்டனர். இன்றுவரை இது தொடர்கிறது. அறுவடை முடிந்த பின்னர், அந்த இடத்தில் மேய்வது மட்டுமில்லாமல் உரத்தையும் கால்நடைகள் தருகின்றன. மேய்ச்சலுக்குக் காடும் பயன்படுத்தப்படுகிறது. சில இடங்களில் இந்த மேய்ச்சல்காரர்கள் காட்டுவாசிகளாகவும் இருப்பதுண்டு.

தென்னிந்தியாவில் மேய்ப்பர்களாயிருப்பவர்கள் சாதியில் குரும்பர்கள் என்று குறிப்பிடப்படுகின்றனர். பல விதமான குரும்பர்கள் இருக்கலாம்; தேன் எடுக்கும் ஜேனுகுரும்பர்போல. யானையைப் பராமரிப்பவர்களும் குரும்பர், காடர் போன்ற பழங்குடியினரிடமிருந்து வருகின்றனர். கால்நடைகள், வளர்ப்பு விலங்குகளை விவசாயிகள் பராமரிக்கின்றனர். எண்ணிக்கை அதிகமானால் மேய்ப்பர்கள் அருகிலேயே ஒரு இடத்தில் அவற்றை வைத்துக் கவனிப்பார்கள். சில சமயம் அவை காட்டிலும் மேய்ந்து, அதைப் புதர்க்காடாக்கிவிடலாம். காடு அங்கே சீரழிந்துவிடுகிறது.

சீனாவில் நில அறம் வேறுபட்டிருந்தது. காட்டில் வாழும் மனிதருக்கு ஆபத்து ஏற்படுத்தும் விலங்குகளை ஒழிப்பது மன்னரின் கடமையாக இருந்தது. பின்னர் வேளாண்மைக்காகக் காடு திருத்தப்பட்டது. மேய்ச்சலை வாழ்வாதாரமாகக் கொண்ட நாடோடி மக்கள் அங்குப் பெருமளவில் இருந்தனர். இது விவசாயத்தோடு தொடர்புடைய பணியாக இல்லை. ஒரு ஆய்வாளர் சீனாவை இரு பகுதிகளாகக் காண்கிறார்: மேய்ச்சல்காரர்கள் கொண்ட வடமேற்குப் பகுதி, நதிப் பள்ளத்தாக்குகளில் பரந்திருக்கும் வேளாண்மைப் பகுதி. இந்தப் பகுதிகள் இரண்டும் சீனப் பெருஞ்சுவரால் பிரிக்கப்பட்டுள்ளன. மேய்ச்சல் விலங்கு வளர்ப்பும் வேளாண்மையும் இரண்டு விதமான வாழ்க்கைமுறைகள் என்று சொல்லலாம். குதிரை, ஆடு, மாடுகள் வளர்ப்பு பெருஞ்சுவருக்கு மறுபக்கம் இருந்தது. வேளாண்மைப் பகுதியில் கழுதைகள், எருமைகள் உள்ளிட்ட கால்நடைகள் போக்குவரத்துக்கும் உழுவதற்கும் இறைச்சிக்காகவும் வளர்க்கப்பட்டன. கோழி, வாத்து, பன்றி போன்ற உயிரினங்களும் இங்கு வளர்க்கப்பட்டன. இம்மாதிரியான வளர்ப்புப் பிராணிகள் இந்த வேளாண்மைப் பகுதியில், மற்ற நாடுகளைவிடக் குறைந்த விகிதாச்சாரத்தில் இருந்தன. இந்தியாவில் இருந்ததைவிடக் குறைவாகவே இருந்தன. இதற்கு ஒரு காரணம் இந்தியாவில் பால், பால் சார்ந்த உணவுப் பொருட்களை மக்கள் அதிகமாகப் பயன்படுத்தியதே. சீனாவில் நிலைமை வேறு விதமாக இருந்தது. பால் பயன்படுத்தப்படவில்லை. அண்மைக்

காலம்வரை இந்த நிலைமை நீடித்ததற்கு வேறு ஒரு காரணமும் இருந்தது. சீனாவில் பொதி சுமக்கவோ, போக்குவரத்துக்கோ விலங்குகளை அதிகமாகப் பயன்படுத்தவில்லை. தள்ளுவண்டி, கைவண்டி, முதுகில் சுமப்பது, காவடி போன்ற உத்திகளைக் கையாண்டனர். இந்தியாவில் சிந்து சமவெளி காலத்திலிருந்து மாட்டு வண்டிகளைப் பயன்படுத்தியிருந்தனர். பெரும்படைகள் இடம்பெயரும்போது மாட்டு வண்டிகள், படைக்குத் தேவையான பொருட்களை ஏற்றிக்கொண்டு அவர்களுடன் சென்றன. இந்த வழக்கம் அண்மைக் காலம்வரை நீடித்தது. சீனாவில் கால்வாய்ப் போக்குவரத்து மிகுந்திருந்தது. அது மட்டுமல்ல. பரந்த வனங்கள் பயிர் நிலங்களாகவும் மாற்றப்பட்டன.

படையில் விலங்குகளின் பங்களிப்பிலும் இந்தியாவும் சீனாவும் வேறுபட்டன. நால்வகைப் படை உருவாகச் சீனாவில் வாய்ப்பிருந்தாலும் அது அங்கு உருவாகவில்லை. படையில் போர்யானை இடம் பெறவில்லை. கி.மு. 450–220 காலத்தில் சிறுசிறு நாடுகள் பல ஒன்றுக்கொன்று சண்டையிட்டுக்கொண்டிருந்த காலம் என்று வரலாற்றாசிரியர்களால் குறிப்பிடப்படுகிறது. அப்போது குதிரை பூட்டிய ரதங்கள் அந்நாடுகளில் பயன்பாட்டில் இருந்தன. அந்தக் காலகட்டத்தில் வுலிங் என்ற அரசர், தன்னுடைய அமைச்சர்கள் எதிர்ப்புத் தெரிவித்தபோதும் தன் படையில் வில்லேந்திய குதிரை வீரர்களைச் சேர்த்தார். அதற்கேற்ப வீரர்களின் உடையிலும் மாற்றம் ஏற்பட்டது. குதிரையில் வேகமாகச் சவாரி செய்ய வேண்டுமே. பின்னர் கி.மு. 221இல் மாமன்னர் க்வின் ஷி ஹுயாங் (Qin Shi huang) சிறு நாடுகளை ஒன்று சேர்த்து சீனப் பேரரசை நிறுவினார். இவரது கல்லறையில் மண் உருவங்களாக ஒரு படையே வைக்கப்பட்டது. இந்தக் கல்லறை 1974 சீனாவில் அகழாய்வின்போது கண்டறியப்பட்டது. இதில் குதிரைப் படை வீரர்களுடன் குதிரை பூட்டிய ரதங்களும் இருக்கின்றன.

பெருஞ்சுவருக்கு அப்பாலிருந்து குதிரை வந்ததால், சீனாவில் இரு வகையான போர் முறைகள் உருவாயின. முதலாவது, குதிரைப் படையை எதிராக முன்கொண்டு போரிடுவது. இரண்டாவது முறை வேளாண்மை–நகர்ப்புறம் சார்ந்தது. அதாவது சீராக அமைக்கப்பட்ட காலாட்படையும் அதைச் சார்ந்த ஆயுதங்களுடன் கூடிய உத்திகளையும் உள்ளடக்கிய போர் முறை.

இந்த இரு போர்முறைகளும் சீனப் பேரரசின் வடக்கு, தெற்கு பகுதிகளுக்கேற்ப வேறுபட்டன. தென்சீனா காலநிலையிலும் காட்டுயிரினங்களிலும் மொழிகளிலும்

மக்களிலும் வேறுபட்டிருந்தாலும் இங்குதான் சீனக் கலாச்சாரம் பரந்து வளர்ந்தது. பெருஞ்சுவருக்கு அப்பால் இருந்த மேய்ச்சல் நிலப்பரப்பையும் மக்களையும் எதிரிகளிடமிருந்து பாதுகாக்கக் குதிரைப் படை தேவையாயிருந்தது.

நிலம் சார்ந்த அறத்தைப் பொறுத்தவரையில் சீனாவுக்கும் இந்தியாவுக்கும் இன்றளவும் வேறுபாடு இருக்கிறது. ஆனால், சீனாவில் யுனான் பகுதியை மையமாக வைத்து, யானை உள்ளிட்ட காட்டுயிர்களைப் பேண ஒரு சுற்றுச்சூழல் இயக்கம் இருக்கிறது. இந்தியாவிலும் காட்டுயிர் பேணல் சார்ந்த கருத்துக்கள், அரசு கொள்கைகள் அளவிலும் பொதுப்புத்தியிலும் செழித்துள்ளன. இந்த இரு நாடுகளின் நில அறமும் மாறிக்கொண்டிருக்கிறது என்பதை நாம் மனதில் கொள்ள வேண்டும்.

போர்யானையின் காலம்

ஏறத்தாழ மூவாயிரம் ஆண்டுகளாக யானைகளின் முக்கியமான பயன்பாடு போர்க்களத்தில்தான் இருந்திருக்கிறது. யுத்த களத்தில் இறங்க, தந்தமுடைய, முரட்டுத்தனம் கொண்ட, மதம் பிடிக்கக்கூடிய ஆண் யானைகள்தான் காட்டிலிருந்து பிடிக்கப்பட்டன. போர்யானை பயன்பாட்டிலிருந்து மறைந்த பின்னர், வேறு விதமான தருணங்களில் மரத்தொழிலுக்கும் சர்க்கஸுக்கும் உயிரியல் பூங்காவுக்கும் என யானைகள் தேவைப்பட்டன.

போர்யானைகள், யுத்தகளத்திலும் முற்றுகையிலும் பயன்படுத்தப்பட்டாலும் இவை அரிதாகவே நடந்தேறின. ஒரு படையில் யானைகளுக்கு மற்ற சில வேலைகளும் தரப்பட்டன. பட்டாளம் இடம்பெயரும்போதும் ஓரிடத்தில் தங்கும்போதும் யானைகளுக்கு வேலை இருந்தது. சண்டையில்லாத காலத்திலும் படையில் யானைகள் இருப்பது மன்னரின் வலிமைக்குக் குறியீடாக இருந்தது. சில சடங்குகளிலும் போர்யானை கலந்துகொள்ள வேண்டியிருந்தது.

போர்யானை பயன்பாட்டிலிருந்த காலத்தில், அலங்கரிங்கப்பட்ட யானை முன்னால் செல்ல நான்கு வகைப் படைகளும் ஊர்வலமாகப் பயணிப்பது ஒரு சிறப்பான நிகழ்வு. சமயச் சார்புள்ள ஊர்வலத்தில்கூடப் போர்யானை முன் செல்வது சடங்கு சார்ந்த பழக்கமாக நிலைபெற்றிருந்தது. பௌத்த, சமண, இந்துத் தொன்மங்களில் யானை இந்திரனின் வாகனமாகப் போற்றப்படுகிறது. வேழமுகத்தான், வினை தீர்க்கும் விநாயகர், சிவனின் மைந்தர் போன்ற தெய்வங்கள் தோன்றியது

படம் 8.1. வேல்ஸ் இளவரசர் 1876இல் இலங்கையில் யானை வேட்டை

அதற்குப் பின்தான். போர்யானை என்ற கருத்தாக்கத்திலிருந்து சமய தளத்துக்கு மற்ற குறியீடுகள் பரவின என்று தெரிகிறது.

போர்யானை என்ற கருத்தாக்கம்தான் இந்தியாவில், அதிலும் தென்னிந்தியாவில் மட்டுமல்ல, தென்கிழக்கு ஆசியாவிலும் யானை நிலைத்திருக்க வழி செய்தது என்பதே இந்தத் தளத்தில் எனது நிலைப்பாடு. இது ஒன்றும் இயற்கையின் மீதான ஈடுபாடு பற்றியதோ அல்லது சமயச் சார்புடையதோ இல்லை. வேழத்தின்பால் அரசர்கள் கொண்டிருந்த ஈடுபாடு பற்றியது.

இந்திய மன்னர்கள் சுற்றுச்சூழலில் கரிசனம் காட்டினார்கள் என்று நான் சொல்ல வரவில்லை, பயனுள்ள விலங்குகளை இறைச்சிக்காகக் கொல்லக் கூடாது என்ற தடை இந்தியாவில் இருந்ததென்று கி.பி. 12ஆம் நூற்றாண்டில் இங்கு வந்த பாரசீகச் சிந்தனையாளர் அல் பருனி (Al biruni) பதிவு செய்திருந்தார். யானையைக் கொல்பவர்களுக்கு மரண தண்டனை அளிக்க வேண்டுமென்று அர்த்தசாஸ்திரம் கூறுகிறது. சொந்தமாக யானை வைத்திருப்பது பற்றிய விதிகள் இருந்தன. மௌரியர் காலத்தில் குதிரை, யானைகளுடன் ஆயுதங்களும் அரசரின் ஏகபோக உரிமையாக இருந்தன என்பதை மனதில் கொள்ள வேண்டும்.

இந்தப் பொருளில் அரசர்கள் காட்டிய ஆர்வம் தெளிவாகத் தெரிகிறது. ஆனால், இந்த ஆர்வம் எந்த அளவுக்குக் காடுகளைப் பாதித்தது என்பதுதான் கேள்வி. இந்தியாவில் அரசர்கள் யானைகளைப் பேணியது மட்டுமன்றிக் காட்டில் வாழும் யானைகளைத் தந்தத்துக்காகவோ, இறைச்சிக்காகவோ கொல்வதைத் தடை செய்திருந்தனர். முடியாட்சி தோன்றுவதற்கு முன் காட்டானைகள் வேட்டையாடப்பட்டன என்பதை நாம் நினைவில் கொள்ள வேண்டும்.

முடியாட்சியால் சுற்றுச்சூழலின் மேல் தாக்கம் மிகுந்தது. அரசர்களுக்கு யானைகளின் மீது பெரும் மோகம் இருந்தது. அவற்றைப் பிடிக்கவும், அந்தஸ்துக்காக வளர்க்கவும் செய்தார்கள். அதே சமயம் விவசாயத்துக்காகக் காடு அழிக்கப்பட்டது. அரசர்கள் யானைகளைச் சொந்தமாக வைத்திருக்க விரும்பியதால் காட்டிலிருந்த யானைகள் மேல் அவர்கள் கவனம் சென்றது. எடுத்துக்காட்டாக சிரியாவில் யானை அற்றுப்போனதற்கு அரசர்கள் வேட்டையாடியதும் ஒரு காரணமாக இருக்கலாம். ஆனால், இந்தியாவில் போர்யானையின் தோற்றம் காட்டானையின் பாதுகாப்புக்கு உதவியது.

இந்திய மன்னர்கள் போர்ப் பயிற்சிக்காக யானைகளைப் பிடித்தனர். அது மட்டுமல்ல, அண்டை நாடுகளுக்கும், முக்கியமாக மேற்குப் பக்கம் இருந்த நாடுகளுக்கும் யானைகள் அனுப்பப்பட்டன. அலெக்ஸாண்டரின் தளபதி செலூகஸ்ஸுக்கு சந்திரகுப்த மௌரியர் 500 யானைகளை அனுப்பிவைத்தார் என்ற விவரம் பதிவு செய்யப்பட்டிருக்கிறது.

காட்டில் வாழும் யானைகளைப் பிடிப்பதால் அவற்றின் எண்ணிக்கை குறைவதைத் தடுக்க, இந்திய அரசர்கள் சில நடவடிக்கைகளை எடுத்தனர். பழங்குடியினர் இறைச்சிக்காக யானைகளை வேட்டையாடுவது தடைசெய்யப்பட்டது. தெற்கு, தென்கிழக்கு ஆசிய நாடுகளில் இதனால் காட்டானைக்குப் பாதுகாப்பு கிடைத்தது. இன்றும் இந்தப் பகுதிகளில்தான் யானைகளின் எண்ணிக்கை அதிகமாக உள்ளது என்பதை நாம் மனதில் கொள்ள வேண்டும். இந்திய மன்னர்கள் அளித்த பாதுகாப்பால் இங்கே யானைகளின் எண்ணிக்கை குறையாமல் இருந்தது. ஆனால், சீனாவில் யானைகள் நாளடைவில் குறைந்து, மறைந்தேபோயின. ஆனாலும், தென்சீனாவில் உள்ள மழைக்காடுகளில் சில யானைகள் எஞ்சியிருந்தன. தென்சீனாவில் உள்ள பல இடங்களின் பெயர்கள் யானைகளுடன் இருந்த தொடர்பைக் கூறுகின்றன. ஆனால், சீன மன்னர்கள் இந்த இடங்களிலிருந்த யானைகளை அழித்தனர். இங்குச் சுட்டிக்காட்ட விரும்புவது, போர்யானைப் பயன்பாட்டைச் சீன மன்னர்கள் நிராகரித்தது அந்நாட்டு யானைகளுக்குக் கேடாய் அமைந்தது என்பதைத்தான்.

அர்த்தசாஸ்திரத்திலும் அய்னி அக்பரிலும் உள்ள விவரங்களைப் பார்த்தால் ஏறக்குறைய இரண்டாயிரம் ஆண்டுகளாக, அதாவது போர்யானையின் காலத்தில், யானை வாழிடம் குறையாமல் இருந்திருப்பது தெரிகிறது. இந்திய அரசு அண்மையில் நிறுவிய Elephant Task Force (யானைகள் பணிக்கான குழு) அறிக்கையின்படி இந்த வாழிடம் 1,800 ஆண்டுகளுக்குப் பின்னர்தான் சுருங்கியது. அது மட்டுமன்றி யானைகளின் எண்ணிக்கையும் வெகுவாகக் குறைந்தது. இது பிரித்தானியர் வந்த பிறகு நடந்தது. சாகச வேட்டை பெருகியதாலும், மக்கள் தொகை உயர்ந்தாலும் எல்லாவற்றுக்கும் மேலாக நில அறம் மாறியதாலும் இந்த வீழ்ச்சி ஏற்பட்டது.

வெட்டுமரத் தொழிலில் யானை

பத்தொன்பதாம் நூற்றாண்டில் போர்யானையின் காலம் முடிவுக்கு வந்துவிட்டாலும் பின் வந்த இரண்டு நூற்றாண்டுகளில்

என்ன நடந்தது என்பதை நாம் பார்க்க வேண்டும். வெட்டுமரத் தொழிலில் ஈடுபடுத்தப்பட்ட யானைகளும் சர்க்கஸ்களிலும் புதிதாகத் தோன்றியிருந்த உயிரியல் பூங்காக்களிலும் இருந்த யானைகளும், போர்யானை பயன்பாட்டிலிருந்து எவ்வாறு வேறுபட்டன எனப் பார்க்கலாம்.

போர்யானையின் காலம் முடிந்த பின் யானைகள் மரத்தொழிலில் பயன்படுத்தப்பட்டன. இவ்விலங்கு இந்தத் தொழிலில் முன்னமே பயன்படுத்தப்பட்டிருந்தாலும், 19ஆம் நூற்றாண்டில் கட்டுமான மரத்துக்குப் பெரும் கிராக்கி ஏற்பட்டது. இந்தியாவில் ரயில் பாதை பாவுவதற்குத் தண்டவாள அடிக்கட்டைகள் தேவைப்பட்டன. ஐரோப்பாவில் நீராவிக் கப்பல் கட்டக் கட்டுமான மரம் பெருமளவில் பயன்படுத்தப்பட்டது. இதன் விளைவாகத் தெற்கு, தென்கிழக்கு ஆசியக் காடுகளில் ஏராளமான யானைகள் வெட்டுமரத் தொழிலில் ஈடுபடுத்தப்பட்டன. ஆனால், மரத்தொழில் யானையின் காலம் இரண்டு நூற்றாண்டுகள் மட்டுமே நீடித்தது. தென்னிந்தியாவில் 1970களிலும் யானை மரத்தொழிலில் பயன்படுத்தப்பட்து. மியான்மரில் அரசு நிறுவனமான Myanmar Timber Enterprise இன்றும் யானைகளை வைத்து வேலை செய்கிறது என்றாலும் மற்ற நாடுகள் இந்தப் பழக்கத்தைக் கைவிட்டுவிட்டன.

பிரித்தானியர் ஆண்ட காலத்திலும், பின் சுயாட்சி உருவான பிறகும் மியான்மரில் ஏராளமான யானைகள் நீண்ட காலமாக வெட்டுமரத் தொழிலில் ஈடுபடுத்தப்பட்டன. அரசின் வனத்துறையும் Bombay Burmah Trading Corporation போன்ற தனியார் நிறுவனங்களும் இந்தத் தொழிலில் இறங்கியிருந்தன.

இந்தக் காலகட்டத்தில் யானையின் நிலை எவ்வாறு இருந்தது என்பது பற்றி அறிய மூன்று நூல்கள் நமக்கு உதவுகின்றன. ஜி. எச். எவான்ஸ் (G.H. Evans) எழுதிய *Elephants and their Diseases: A Treatise on Elephants 1910*, மியான்மரில் வெளியிடப்பட்டது. இதில் யானைகள் பிடிப்பது, பழக்குவது, விற்பது, யானைகளுக்குத் தேவையான மருத்துவம் ஆகியவை பற்றிய குறிப்புகள் உள்ளன. டோக் கேல் (U.Toke Gale) என்பவர் இருபத்தியெட்டு ஆண்டுகள் மரத்தொழில் யானைகளுடன் வேலைசெய்து ஓய்வுபெற்ற பிறகு எழுதிய நினைவுக் குறிப்புகள் *Burmese Timber Elephant* (1974) என்ற பெயரில் வெளியானது. முந்தைய ஆவணங்களை ஆராய்ந்து மியான்மரில் பழங்காலத்தில் யானைப் பராமரிப்பு எவ்வாறு இருந்தது என்பதைப் பற்றியும் இந்த நூலில் எழுதியுள்ளார். கின் யு மார் (Khyne U Mar) என்ற மியான்மர் நாட்டு ஆய்வாளர் மரத்தொழிலில் ஈடுபடுத்தப்பட்ட யானைகளைப் பற்றித் தனது

முனைவர் பட்டத்துக்கு ஆய்வு செய்துள்ளார். *The Demograhy and life history strategies of timber elephants in Myanmar (2007)* என்ற ஆய்வு நூலில் 1910முதல் 2000வரை பிடிக்கப்பட்ட 8006 யானைகளைப் பற்றிய பதிவுகளிலிருந்து இந்த விவரங்களைத் திரட்டியுள்ளார்.

காப்பிடத்தில் பிறந்த 3,313 யானைகளை கின் யு மார் ஆய்வு செய்தார். பெட்டை யானைகள், ஆண் யானைகள் ஏறக்குறைய ஒரே விகிதாச்சாரத்தில் இருந்தன. ஆனால், காட்டில் பிடிக்கப்பட்ட யானைகளில் பெட்டை யானைகள் ஆண் யானைகளைவிட எண்ணிக்கையில் இரு மடங்கு இருந்தன. வெட்டுமரத் தொழிலில் 60 விழுக்காடு பெட்டைகளும் மீதி ஆண் யானைகளுமாக இருந்தன. உயிரியில் பூங்காக்களில் இருந்த யானைகளில் 82 விழுக்காடு பெட்டையும் மீதி ஆண் யானைகளும் இருந்தன. சர்க்கஸ்களில் பெட்டை யானைகளே பெரும்பாலும் பயன்படுத்தப்பட்டன.

யானைகளின் நிலைமை இப்போது மாறிவிட்டது. இருபதாம் நூற்றாண்டிலேயே தனியார் துறைகளால் யானைகளை வளர்க்க முடிந்தது. மியான்மரில் அரசர் ஆட்சி முடிந்து பிரித்தானியர் ஆளத் துவங்கினர். பர்மிய மக்களான ஷான்கள், கரன்களுடன் சில வேற்று நாட்டு ஆட்களும் யானைகளைப் பிடித்துப் பழக்கி விற்றனர். யானைகளைத் திருடும் பழக்கமும் இருந்தது. திருடிய யானைகளை எல்லைக்கப்பால் ஓட்டிச் சென்று சயாம், தாய்லாந்து நாடுகளில் விற்றனர். அப்படி விற்கப்பட்ட சில யானைகள் மீண்டும் திருடப்பட்டு, மியான்மருக்கே திருப்பி ஓட்டிக்கொண்டுவந்து விற்கப்பட்டன.

யானையைக் கடத்தும் இந்தத் திருட்டு வேலைக்கு வழி செய்து கொடுத்தது அவற்றின் பாரமரிப்பின் ஒரு பழக்கம்தான். வேலை செய்யும் யானைகளை, இரவில் நீளமான ஒரு சங்கிலியைக் காலில் கட்டிக் காட்டுக்குள் இரை தேட விட்டுவிடுவார்கள். விடியற்காலையில் இந்தச் சங்கிலி காட்டுத் தரையில் உருவாக்கிய தடத்தின் உதவியுடனும் யானையின் காலடித் தடத்தின் மூலமும் யானை இருக்குமிடத்தைக் கண்டறிந்து திருப்பி ஓட்டிக்கொண்டு வந்துவிடுவார்கள். இதனால் தீவனச் செலவு மிச்சம். அது மட்டுமல்ல; இரை தேட விடப்படும் யானை சில சமயம் காட்டானையுடன் இணை சேர்ந்து சினையாகிவிடுவதும் உண்டு.

ஆனால், இது அரிதாகவே நடப்பதால் வேலை செய்யும் யானைகள் எண்ணிக்கை இப்படிப் பிறக்கும் குட்டிகள் மூலம் அதிகரிக்காது. இரவில் யானைகளைக் காட்டில் விடும் இந்தப் பழக்கம் பல இடங்களில் தொடர்கிறது. தமிழ்நாட்டில் முதுமலை யானை முகாமில் இந்தப் பழக்கம் இன்றும் உண்டு.

வெட்டுமரத் தொழிலில் ஈடுபடுத்தப்பட்டிருக்கும் யானைக்கு வேலைப்பளு அதிகம். எட்டு மணிநேர வேலை. ஆண்டுக்கு 160முதல் 180 நாட்கள்வரை வேலை இருக்கும். நவம்பர், டிசம்பர் இரண்டு மாதம் ஓய்வு அளிக்கப்படுகிறது. ஊட்டச்சத்தை அதிகரிக்க ராகி, உப்பு, புளி போன்றவை யானை முகாம்களில் கொடுக்கப்படுகின்றன.

மியான்மாரில் யானைகளைப் பிடிப்பதற்குப் பின்பற்றப்படும் ஐந்து முறைகளை டோக் கேல் தனது நூலில் விவரிக்கிறார். கெட்டா எனும் உத்தியில் யானை மந்தையை விரட்டி ஒரு அடைப்புக்குள் வைத்துவிடுவார்கள். பிறகு அந்த யானைகளைப் பழக்கப்படுத்தி வேலைக்குப் பயிற்சி அளிப்பார்கள் (1950களில் கடைசியாக கெட்டா முறையில் கர்நாடகக் காடுகளில் யானைகள் பிடிக்கப்பட்டன). இரண்டாவது, பெரிய கயிற்றை வீசிப் பிடிப்பது. மூன்றாவது, ஒரு பெட்டை யானையைக் கொண்டு ஆண் யானையை ஈர்ப்பது. நான்காவது, பெரிய குழி தோண்டி, யானைகளை விரட்டி அதில் விழ வைப்பது. இரண்டாம் உலகப் போரின்போது ஜப்பானிய ஆக்கிரமிப்புக் காலத்தில் இம்முறை பயன்படுத்தப்பட்டது. அதன் பின்னர் அது தொடரவில்லை. 1968முதல் மயக்கத் தோட்டா மூலம் யானை பிடிக்கப்படுகின்றது. யானை உயிரிழப்பு இம்முறையில் மிகக் குறைவாதலால் இன்றளவும் இம்முறைதான் பின்பற்றப்படுகின்றது.

இந்த ஐந்து முறைகளில், மற்ற முறைகள் கைவிடப்பட்டு மயக்கத் தோட்டாவின் மூலம் பிடிக்கும் முறையை அரசும் அனுமதிக்கிறது. மற்ற யானைபிடி முறைகளில் அவை அதிகம் இறப்பதால் 1985இல் மியான்மர் அரசு அவற்றைத் தடைசெய்தது.

கேல் தனது நூலில் பதினெட்டு ஆண்டுகளில் கெட்டா முறையில் பிடிக்கப்பட்ட 2,556 யானைகளின் உடல் அளவுகளைப் பதிவு செய்திருக்கிறார். இந்த முறையில் யானைகள் மந்தை மந்தையாகப் பிடிக்கப்படுகின்றன என்று பார்த்தோம். ஒரு மந்தையில் பெட்டை யானை, முழு வளர்ச்சியடையாதவை, குட்டிகள் ஆகியவை இருக்கும். ஆண் யானை தனியாக வாழ்வதால் இதில் சிக்குவதில்லை. வயதான, ஊனமுற்ற, சினையாக இருக்கும் யானைகள் விடுவிக்கப்பட்டன. எஞ்சியுள்ளவை பெட்டை யானைகளும் முதிர் வளர்ச்சியடையாத குட்டிகளுமே. வெட்டுமர வேலைக்குப் பயிற்றுவிக்க இவை தோதாக இருந்தன.

இதில் நாம் கவனிக்க வேண்டியது, போர்யானை காலத்தில் தந்தமுடைய ஆண் யானைகளையே அரசர்கள் நாடினர். ஆனால், வெட்டுமரத் தொழில் வந்த பின்னர், பெட்டை யானைகளே முகாம்களில் மிகுந்திருப்பதைப் பார்க்கிறோம்.

பன்னாட்டளவில் எழுந்த பிராணி நல இயக்கம், காட்டுயிர் பேணல் பற்றிய கரிசனம், காடுகளைப் பாதுகாக்க வேண்டிய அக்கறை இவையெல்லாம் சேர்ந்து வெட்டுமரத் தொழிலில் யானைகளின் பயன்பாட்டை இந்தியா, லாவோஸ், தாய்லாந்து நாடுகளில் முடிவுக்குக் கொண்டுவந்தது. ஆனால், மியான்மரில் இந்த வேலையில் யானை இன்றும் இருக்கிறது. யானைகளைப் பிடிக்கும் பழைய உத்திகள் மாறியதுபோல இதிலும் மாற்றம் நிச்சயம் ஏற்படும். இப்போது பெரும் மரக்கட்டைகளை எடுக்க இயந்திரங்கள் வந்துவிட்டன.

யானையும் நாடும்

அமெரிக்க உள்நாட்டுப் போர் நடந்துகொண்டிருந்த காலத்தில், 1862 பிப்ரவரி மூன்றாம் தேதி, சயாம் மன்னர் நான்காம் ராமாவிற்கு ஆபிரகாம் லிங்கன் ஒரு கடிதம் எழுதினார். முந்திய ஆண்டு அம்மன்னர் அனுப்பிய பெரிய தந்தங்கள் உள்ளடக்கிய பரிசுகளுக்கு நன்றி கூறினார். சில யானைகளை அமெரிக்கக் காடுகளில் விடுவதற்காக அனுப்பவுதாக மன்னர் ராமா எழுதியபோது அதை லிங்கன் ஏற்கவில்லை. எங்களுக்கு நீராவி சக்தியும் நீர்வழிகளும் இருக்கும்போது போக்குவரத்துக்கு யானை தேவையில்லை என்றார். புதிதாக உருவாகியிருந்த நாட்டுக்கு யானைகளை அனுப்பி உதவலாம் என்று அவர் நினைத்தார். மன்னர் ராமாவின் கடிதத்தில், இந்திரனின் வாகனமான மூன்று தலை ஐராவதம் யானையின் சித்திரம் இருந்தது.

தென்மேற்கு அமெரிக்காவில் போக்குவரத்துக்கு ஒட்டகங்களைத் தருவிக்க அமெரிக்க அரசு திட்டமிட்டுக் கொண்டிருந்த காலம் இது. ஆனால், நீராவியையும் மற்ற இயந்திரப் போக்குவரத்தையும் பயன்படுத்த அந்நாடு முடிவு செய்தது.

புதிய நாடுகளின் தோற்றமும் இயந்திரங்களின் வருகையும் யானைப் பயன்பாட்டை மாற்றின. நில அறமும் மாறுதல் அடைந்தது. உலகெங்கும் பிராணிகள் நல இயக்கமும் காட்டுயிர்ப் பாதுகாப்பும் இந்த மாற்றத்தில் பங்களித்தன. அது மட்டுமல்ல, யானைகளின் எதிர்காலத்தைப் பற்றிக் கவலை கொள்ளக் காரணங்கள் தோன்றின.

நீராவி எந்திரம் தோன்றிய பிறகு நிலைமை மாற ஆரம்பித்துவிட்டதென்று பார்த்தோம். நிலத்தடி எரிபொருள் கிடைத்தது போக்குவரத்தை எளிதாக்கியது. இயந்திரங்களைப் பயன்படுத்துவதற்குக் குறைந்த செலவே ஆனது. ஆகவே, யானை,

எருது, கழுதை, ஒட்டகம் போன்ற விலங்குகளை வேலைக்குப் பயன்படுத்துவது குறைந்தது. அத்துடன் இந்த விலங்குகளுக்கென ஒதுக்கி வைக்கபட்டிருந்த மேய்ச்சல் நிலத்தின் பரப்பும் குறைந்தது.

மன்னராட்சி மறைந்து நாடுகள் உருவாக ஆரம்பித்த பின் யானை வாழும் தெற்கு, தென்கிழக்காசிய நாடுகளில், ஐரோப்பிய ஆதிக்கம் பரவத் தொடங்கியது. இலங்கை *(1815)*, மியான்மர் *(1885)*, வியட்நாம் *(1945)*, லாவோஸ் *(1975)*, நேபாளம் *(2008)* முதலிய நாடுகளில் மன்னராட்சி மறைந்தது. இதனால் எத்தகைய அரசியல் மாற்றங்கள் ஏற்பட்டன?

பிரிட்டீஷ் இந்தியாவில் நிலைமை வேறுபட்டிருந்தது. பல மன்னர்களுக்கு ஓய்வூதியம் கொடுத்து அவர்கள் ஆட்சியை முடிவுக்குக் கொண்டுவந்தார்கள். அதிகாரங்கள் குறைக்கப்பட்டாலும் சில மன்னர்களின் ஆட்சி தொடர்ந்தது. இந்தியாவின் ஐந்தில் இரண்டு பகுதியை இவ்வாறு மன்னர்கள் ஆண்டார்கள். மீதி மூன்றில் இரண்டு பகுதிகளில் பிரித்தானியர் நேரிடையாக ஆட்சிசெய்தனர். 1947இல் இந்தியாவுக்கும் பாகிஸ்தானுக்கும் தன்னாட்சி வந்த பின், எஞ்சியிருந்த மற்ற அரசர்களின் ஆட்சியை முடித்து அவர்களுக்கு ஒரு குறிப்பிட்ட தொகையை (Privy purse) வழங்க அரசு ஏற்பாடு செய்தது. இந்த வசதியையும் 1974இல் இந்தியக் குடியரசு ஒரு அரசியல் சட்ட மாற்றத்தின் மூலம் நிறுத்தியது. சட்ட ரீதியாக இந்திய மன்னர்களின் கதை முடிந்தது.

இந்த மாற்றங்களின் தாக்கம் பழக்கப்பட்ட யானைகள் மீது வெகுவாக ஏற்பட்டது. பிரிட்டிஷார் வந்த பின், குறைந்த வருமானத்தோடு இந்திய மன்னர்களால் யானைகளைப் பராமரிக்க முடியவில்லை. பலர் கொட்டடிகளை மூடிவிட்டு யானைகளை மாவுத்தர்களிடமே கொடுத்தனர். இவர்கள் ஊர் ஊராகப் போய் யானைகளை வேலைக்கு வாடகைக்கு விட்டு பொருள் ஈட்டினர். சில யானைகள் திருமணம், பிறந்த நாள், ஆலயத் திருவிழா போன்ற சடங்குகளில் பங்கெடுத்தன. சிலர் யானைகளைப் பிச்சையெடுக்கவைத்தனர். கேரளத்தில் பணக்காரர் சிலர் யானைகளை வளர்த்துக் கோயில் திருவிழாவுக்கு வாடகைக்கு விடுவதைப் பெருமையாகக் கருதினார்கள்.

இன்றும் பூட்டான், தாய்லாந்து, கம்போடியா, மலேசியா, ஜாவா போன்ற நாடுகளில் மன்னாராட்சி எஞ்சியுள்ளது. ஆனால், புதிதாக எந்த ஒரு முடியரசும் தோன்றவில்லை. இந்திய மன்னர்களால் மூவாயிரம் ஆண்டுகளுக்கு முன்னர் உருவாக்கப்பட்ட யானை சார்ந்த பண்பாடு இப்போது

மறைந்துவருகிறது. வரலாற்றிலும் இலக்கியத்திலும் கலைகளிலும் மட்டுமே எஞ்சியிருக்கிறது.

பிரிட்டீஷ் இந்தியா என்ற கருத்தாக்கம் மறைந்து, இந்தியா, பாகிஸ்தான் தனித்தனி நாடுகளாகப் பரிணமித்த பின்னர், வேறு பல நாடுகளும் ஒன்றன் பின் ஒன்றாக ஐரோப்பிய ஆதிக்கத்திலிருந்து மீண்டு, ஆசியா, ஆப்பிரிக்கா, மேற்கிந்தியத் தீவுகள் போன்ற இடங்களில் சுதந்திர நாடுகளாயின. காட்டில் வாழும் யானைகள் இந்த நாடுகளின் அரசுகளின் பாரமரிப்பின் கீழ் வந்தன. அந்தந்த நாடுகளின் கொள்கைகளுக்கேற்ப இவை சரணாலயங்களிலும் தேசியப் பூங்காக்களிலும் பாதுகாக்கப்படுகின்றன. தனியார் வசமிருக்கும் யானைகளை அரசாங்கங்கள் கண்காணிக்கின்றன.

வருங்காலம்

யானை நிலைத்திருக்குமா என்பதே இப்போது ஒரு கேள்விக்குறியாக உள்ளது. ஆப்பிரிக்க யானையின் நிலை கவலைக்கிடமாக இருக்கிறது. கிழக்கு ஆப்பிரிக்காவில் தந்தத்துக்குப் பெரும் கிராக்கி ஏற்பட்டிருக்கிறது. உள்நாட்டுச் சண்டைகள், கலகங்கள், இந்தப் பின்புலத்தில் தோன்றும் தனியார் படைகள் இவற்றுக்குத் தேவையான பணத்துக்காகத் தந்த வேட்டை நடக்கிறது. ஆசிய யானைகள் எண்ணிக்கையில் குறைவுதான் என்றாலும் நிலைமை ஒப்பீட்டளவில் நன்றாக இருக்கிறது.

இந்தியாவில் கடந்த இரண்டாயிரம் ஆண்டுகளாக யானைகள் நிலைத்திருந்தன. சீனாவில் அதே காலத்தில் அவற்றின் எண்ணிக்கை சரிந்தது. ஆனால், இந்தியாவில் 1800க்குப் பின்னர், பிரிட்டீஷ் ஆதிக்கம் உருவான பின்னர் யானைகளின் எண்ணிக்கையில் பெருத்த பின்னடைவைக் காண்கின்றோம்.

இதற்கான காரணங்கள் யாவை? முக்கியமானது சாகச வேட்டை (Sport hunting) என்று சொல்வேன். அதற்கு முன்னர் காட்டில் வாழும் யானைகளைப் பிடித்துப் பழக்கினார்கள். அவற்றை வேட்டை என்ற பெயரில் சுட்டுக் கொல்லவில்லை. பிரிட்டீஷார் சாகச வேட்டை என்ற பழக்கத்துடன், செத்த விலங்குகளைப் பாடம் செய்யும் முறை (Taxidermy), சாகச விருது சேகரிப்பது (Trophy hunting), தங்கள் வீரதீரத்தைப் பதிவு செய்ய வேட்டை இலக்கியம் முதலியவற்றையும் அறிமுகப்படுத்தினர். பத்தொன்பதாம் நூற்றாண்டில் தனியார் வேட்டையாடிகள் நூற்றுக்கணக்கான யானைகளைச் சாகச வேட்டை என்ற பெயரில் கொன்று குவித்தனர். ஒருவர் மட்டும் ஆயிரம் யானைகளைச் சுட்டுக் கொன்றார் என்று ஒரு பதிவு இருக்கிறது.

பிரிட்டீஷ் ஆட்சியில், 1876ஆம் ஆண்டு, இந்தியாவுக்கு வந்த வேல்ஸ் இளவரசர் இலங்கைக்குச் சென்று யானை வேட்டையாடினார். ஏறக்குறைய 1500 ஆட்களும் பதினோரு யானைகளுடன் இதில் ஈடுபடுத்தப்பட்டார்கள். ஆனால், அவர்களால் யானை மந்தையைச் சுடுவதற்குத் தோதாக அவர் முன் விரட்ட முடியவில்லை. அவர் பல முறை சுட்ட பிறகே ஒரு பெட்டை யானையைக் கொல்ல முடிந்தது. அதன் மேல் ஏறி ஒளிப்படம் எடுத்துக்கொண்ட பின், அந்தக் கால யானை வேட்டைப் பழக்கத்தின்படி வால் நுனியை அறுத்து வைத்துக்கொண்டார். இந்தக் காட்சி ஒரு புகைப்படத்தில் சித்தரிக்கப்பட்டுப் புகழ்பெற்றது.

சாகச வேட்டையுடன் ஆசிய யானைகளின் எண்ணிக்கைச் சரிவுக்கு இன்னொரு முக்கியக் காரணம் மக்கள் தொகைப் பெருக்கம். காலனிய ஆதிக்கக் காலத்தில் தொடங்கி, சுதந்திரம் வந்த பிறகு மக்கள் தொகை வெகுவாகக் கூடியது. அதற்கேற்ப வேளாண் பரப்பு அதிகரித்தது. கால்நடைகளும் அவற்றுக்கு வேண்டிய மேய்ச்சல் நிலமும் அதிகமாயின. நிலத்தேவை அதிகரித்தது. யானைகளின் வாழிடம் சுருங்கியது. பல இடங்களில் யானை வழித்தடம் அழிந்து காடுகள் தனித்தனித் தீவுகளாகச் சுருங்கின.

காலனியாட்சிக் காலத்தில் இந்தியாவில் சரணாலயங்களும் தேசியப் பூங்காக்களும் உருவாக்கப்பட்டன. ஜெர்மனி, பிரான்ஸ் நாடுகளில் செய்ததுபோல், பல இடங்களில் காட்டில் வாழ்ந்த மக்கள் வேறு இடங்களில் குடியமர்த்தப்பட்டார்கள். காட்டில் வேட்டையாடுதல், மலைபடு திரவியங்களைச் சேகரித்தல் போன்ற பழங்குடியினரின் பாரம்பரிய உரிமைகள் பறிக்கப்பட்டன. அண்மையில் பன்னாட்டளவில் காட்டுயிர்ப் பாதுகாப்பு இயக்கத்தின் முயற்சிகளாலும் யானைகளைப் பிடிப்பதும் அவற்றை வெட்டுமரத் தொழிலில் ஈடுபடுத்துவதும் அறவே தடைசெய்யப்பட்டுவிட்டன. அதேபோல் தனியார் துறைகள் யானைளை வளர்ப்பதற்கும் பல விதிகள் கொண்டுவரப்பட்டன. இப்போது அரசுகளின் குறிக்கோள் காட்டிலுள்ள யானைகளைப் பாதுகாப்பதுதான். காட்டுயிருக்கு இடரில்லாமல் இயற்கை சார்ந்த சுற்றுலாக்கள் ஆதரிக்கப்படுகின்றன.

இந்தப் பின்புலத்திலும் யானைகளின் நிலைக்கு இரண்டு ஆபத்துகள் உள்ளன. முதலாவது, தந்த வணிகம். இரண்டாவது, யானை–மனிதர் எதிர்கொள்ளல். அமெரிக்காவிலும் ஐரோப்பியாவிலும் தந்தத்துக்குப் பெரும் கிராக்கி இன்னும்

இருக்கிறது. பியானோ விசைகள், பில்லியர்ட்ஸ் பந்துகள் முதலியவை செய்யத் தந்தம் தேவைப்பட்டது. பின்னர் இதற்குப் பதிலிகள் அறிமுகப்படுத்தப்பட்ட பின் தந்தத்தின் தேவை குறைந்தது. ஆப்பிரிக்கத் தந்தத்தை இறக்குமதி செய்வதும் இந்தியாவில் 1991இல் தடை செய்யப்பட்ட பின் பல நூற்றாண்டுகளாகச் செய்துவந்த தந்தச் சிற்ப வேலையும் இங்கு நிறுத்தப்பட்டது. என்றாலும் கிழக்கு ஆசியாவில் தந்தத்துக்கு ஏற்பட்டிருக்கும் கிராக்கி திருட்டு வேட்டையை இங்கு மட்டுமல்ல, ஆப்பிரிக்காவிலும் அதிகமாக்கியிருக்கிறது. 2013ஆம் ஆண்டு பாரிசில் ஒரு அருங்காட்சியகத்தில் பாடம் செய்து வைக்கப்பட்டிருந்த யானைத் தலை ஒன்றிலிருந்த தந்தம் திருடப்பட்டது.

இந்தியாவிலும் தந்தத்துக்காக யானை வேட்டையாடுவது 1990களில் அதிகரித்து, இன்றும் தொடர்கிறது. நஞ்சு தடவிய அம்புமுதல், நாட்டுத் துப்பாக்கி, நவீன ரைபிள்கள்வரை பலவித ஆயுதங்களை இதில் பயன்படுத்துகிறார்கள். இதை முற்றிலும் ஒழிப்பது கடினம்; ஆனால், கட்டுப்படுத்த முடியும்.

என்றாலும், யானை–மனிதர் உரசல் தொடரும். யானைகளின் எண்ணிக்கை அதிகரிப்பதும் இதற்கு ஒரு காரணம். யானைகளுக்கு அளிக்கப்படும் பாதுகாப்பால் அவற்றின் எண்ணிக்கை உயர்வது இந்தப் பிரச்சினையை இன்னும் சிக்கலாக்குகிறது. யானைகளின் எண்ணிக்கை அதிகரித்தாலும் அதன் வாழிடம் விரிவடையவில்லை.

யானை–மனிதர் உரசல் நீண்ட காலமாக இருந்துவரும் பிரச்சினை. யானைகளின் பாதுகாப்புக்கென இந்திய அரசு யானைத் திட்டத்தை (Project Elephant) 1992இல் கொண்டுவந்தது. 2007இல் வெளியான யானைப் பணிக் குழு அறிக்கை (Report of the Elephant Task Force) சில முக்கியமான விவரங்களைத் தருகிறது. இந்த அறிக்கையின்படி ஆண்டுக்கு 100 யானைகளும் 400 மனிதரும் உயிரிழக்கின்றனர். யானைகள் விபத்துகள் மூலம் – ரயில்களில் அல்லது லாரியில் அடிபட்டோ, மின்கம்பிகளின் மூலம் மின்சாரம் தாக்கியோ – சாகின்றன. சில யானைப் பாகர்கள் யானைகளால் கொல்லப்படுகின்றார்கள். அதே சமயம், பயிர்களை அழிப்பதால் சில விவசாயிகள் யானைகளைச் சுட்டுக் கொல்கின்றனர். ஆண்டு முழுவதும், ஒவ்வொரு நாளும் யானையோ மனிதரோ உயிரிழப்பதைப் பற்றி நாளிதழ்களில் நாம் படிக்கிறோம். இந்தப் பிரச்சினையை ஒழிப்பது கடினம். ஆனால், கடுமையான கண்காணிப்பால் சமாளிக்க முடியும்.

தாய்லாந்தில் வெட்டுமரத் தொழிலில் ஈடுபட்டிருந்த யானைகள் இப்போது அந்தத் தளத்தில் இல்லை. அங்கே மரம் வெட்டுவதே தடை செய்யப்பட்டுவிட்டது. பல யானைகள் இன்று நகரங்களில் பிச்சை எடுக்கப் பயன்படுத்தப்படுகின்றன. மரத்தொழில் செய்துகொண்டிருந்தபோது ஒழுங்காகக் கிடைத்துக்கொண்டிருந்த தீவனம் இப்போது கிடைப்பதில்லை. பன்னாட்டளவில் பிராணி நலன் அமைப்புகளின் பிரச்சாரத்தால் சர்க்கஸ்களிலும் உயிரியல் பூங்காக்களிலும் யானைகளின் எண்ணிக்கை வெகுவாகக் குறைந்துவிட்டது. ஆனால், எந்த இடத்திலும் யானைகளின் எண்ணிக்கையைக் குறைக்க அவற்றைக் கொல்வது ஏற்றுக்கொள்ளப்படுவதில்லை. இந்தச் சிக்கலிலிருந்து விடுபட வேறு ஏதாவது வழியைக் கண்டறிய வேண்டும். சில நாடுகளில் யானைகளுக்கென்று காப்பிடங்கள் இருக்கின்றன. அர்த்தசாஸ்திரம் இத்தகைய காப்பிடங்களைப் பற்றிப் பதிவு செய்துள்ளது.

***

ஒருகாலத்தில் உலகெங்கும் பரவியிருந்த முடியாட்சி இன்று ஏறக்குறைய மறைந்துவிட்டது. அதேபோலப் போர்யானையும் இன்று இல்லை. ஆனால், அது சம்பந்தப்பட்ட மரபு இன்றும் இந்தியாவிலும் தென்கிழக்கு ஆசியாவிலும் எஞ்சியிருக்கிறது. இந்த வரலாற்றுப் பாரம்பரியத்தால்தான் காட்டானையும் உயிர் பிழைத்திருக்கிறது. ஆயிரமாயிரம் ஆண்டுகளாகக் கால்நடைகளுக்கு மேய்ச்சல் நிலம் ஒதுக்கப்பட்டுக் காடுகள் பாதுகாக்கப்பட்டதும் இதற்கு ஒரு காரணம்.

கடந்த சில ஆண்டுகளில் காட்டில் வாழும் யானைகளின் எண்ணிக்கை அதிகரித்திருப்பது யானைகளின் வருங்காலம் பற்றிய நம்பிக்கையைத் தருகிறது. அரசு இதற்கான கொள்கைகளைச் சரிவர நடைமுறைப்படுத்த வேண்டும். இதில் முரண் என்னவென்றால் யானைக்கு நல்ல பாதுகாப்பு அளித்து, காட்டில் அதன் எண்ணிக்கை உயர்வதால் யானை–மனிதர் உரசலும் அதிகமாகிறது. ஆனால், நாம் இந்தத் தளத்தில் எதிர்கொள்ள வேண்டிய பெரிய பிரச்சினை மனிதரின் எண்ணிக்கை அத்துமீறிப்போவதுதான். அதை நாம் கட்டுப்படுத்தினால்தான் இவ்வுலகை நம்முடன் பகிர்ந்துகொள்ளும் மற்ற காட்டு உயிரினங்களுடன் யானையையும் சேர்த்துப் பேண முடியும்.

துணை நூல்கள்

இலக்குவனார் திருவள்ளுவன், புறநானூற்றில் யானை அறிவியல் (வெளியிடப்படாத கட்டுரை). 2020.

Armandi, Pier Damiano 1843. *Histoire militaire des éléphants.* Paris.

Bhakari, S. K. 1981. *Indian warfare: an appraisal of strategy and tactics of war in early medieval period.* New Delhi: Munshiram Manoharlal.

Carrington, Richard 1959. *Elephants; a short account of their natural history evolution and influence on mankind.* New York: Basic Books.

Coomaraswamy, A.K. 1942. "Horse-riding in the Rigveda and Atharvaveda". *Journal of the American Oriental Society* 62: 139-40.

Digby, Simon 1971. *War-horse and elephant in the Delhi Sultanate: a study of military supplies.* Oxford: Orient Monographs.

Dikshitar, V.R. Ramachandra 1987. *War in ancient India.* Delhi: Motilal Banarsidass.

Elvin, Mark 2004. *The retreat of the elephants: an environmental history of China.* New Haven: Yale University Press.

Erdosy, George 1988. *Urbanisation in early historic India.* BAR International Series, 430, Oxford.

Guha, Ramachandra, and Madhav Gadgil 1989, "State forestry and social conflict in British India", *Past and Present* (123): 141-77.

Kailasapathy, K. 1968. *Tamil heroic poetry.* Oxford: Clarendon Press.

Kenoyer, Jonathan M. 1998. *Ancient cities of the Indus Valley Civilization.* 1st ed. Karachi: Islamabad: Oxford University Press.

Lahiri-Choudhury, Dhriti K. 1999. *The great Indian elephant book: an anthology of writings on elephants in the Raj.* New Delhi, Oxford University Press.

Mahadevan, Iravatham 1977. *The Indus script: texts, concordance,* and tables. Memoirs-Archaeological Survey of India, no. 77. New Delhi.

Rance, Philip 2003, Elephants in warfare in late antiquity, *Acta Ant. Hung.* 43: 355-84.

Rangarajan, Mahesh 2001. *Indias wildlife history: an introduction.* Delhi: Permanent Black.

Schaller, George B. 1967. *The deer and the tiger; a study of wildlife in India.* Chicago: University of Chicago Press.

Scullard, H.H. 1974. *The elephant in the Greek and Roman world. Aspects of Greek and Roman Life.* Ithaca, NY; London: Thames and Hudson.

Sukumar, R. 2011. *The story of Asias elephants.* Mumbai: Marg.

Tennent, James Emerson 1867. *The wild elephant and the method of capturing and taming it in Ceylon.* London, Longman.

Trautmann, Thomas R. 1971. *Kauṭilya and the Arthaśāstra; a statistical investigation of the authorship and evolution of the text.* Leiden: Brill.

Varadarajaiyer, E.S. 1945. *The elephant in the Tamil land.* Annamalai University Tamil Series, 8. Annamalai University.

ஒளிப்படங்கள் தந்தவர்

தாமஸ் அலெக்ஸாண்டர்	1
நார்வின் கோல்	2
ஜான் ஐசக்	3, 4
தியடோர் பாஸ்கரன்	5, 6

சொல்லடைவு

அக்பர், 130, 131, 133, 134

அக்பர் நாமா, 129, 242

அங்குசம், 63–64, 171, 198, 242

அங்கோர்வாட், 194

அசிரியர், 65, 161, 163

அசோகா, மன்னர், 141, 154–156, 169

அபுல் ஃபாஸல், எழுத்தாளர், 118, 129–131, 134–135

அபுல் பாசல், 52

அய்னி அக்பரி, 211

அயினி அக்பரி, 112, 118, 129–131, 135

அர்த்தசாஸ்திர, 37, 39–41, 86, 99, 102–103, 105–106, 113

அர்த்தசாஸ்திரம், 112–114, 118, 121, 122, 125, 127–130

அர்ஜுனன், 191–192

அரேபியா, 91, 121, 135

அலெக்சாண்டர், மாவீரன், 26, 63, 67, 70, 87, 93, 95, 102

அற்றுப்போகும், 48, 67, 70

அற்றுப்போயின, 35, 47–48, 76, 88, 210

ஆப்பிரிக்க யானை 31, 42–43, 46, 66–67, 160, 171, 173, 176–177, 217

ஆப்பெழுத்து, 163

ஆயுர்வேதம், 61, 114, 123

இண்டிகா 146, 147, 163

இந்தியா, 19, 20, 24, 31–32, 35, 37–39, 42, 49–51, 54–55

இந்திரன், 80–81, 86

இந்தோனேசியா, 32–33, 189, 192

இர்ஃபான் ஹபீப், வரலாற்றாசிரியர் 40, 83

இலங்கை, 19, 32, 85, 100, 113, 137, 155, 157–159, 196, 198–199, 209, 216, 218

இறைச்சி, 48, 123–124, 152–153, 172, 210–211

ஈரான், 42, 65, 83, 121, 143, 178

உயிரியல் பூங்கா, 62, 208, 212, 220

எகிப்து, 25, 65–67, 77, 94, 112, 167, 172

எவான்ஸ் ஜி.எச், விலங்கு மருத்துவர், 212

ஐந்திணை, 150

ஐராவதம், யானை, 75, 94, 116, 198, 215

க்வின் சீன மன்னர், 207

காட்டானை, 21, 24–25, 31–33, 44, 59, 62, 84, 114–115, 120, 143, 147, 149–150, 152–153, 160–161, 164, 172, 174, 185, 189, 193, 198, 210, 204, 213, 220

காட்டுவாசி, 172, 197, 206

கார்த்தஜினியர், 160, 167, 173–175, 183
கார்த்தேஜ், 137, 173–175
காலாட்படை, 84–87, 89, 92, 95, 127, 144–145, 153, 163, 165–168, 174, 196, 207
குப்தர், வம்சம், 147, 169
குஷானர், 88, 96–97, 157, 180–181, 197
கௌடில்யர், 37, 126
கெட்டா முறை, 214
கோசாம்பி டி.டி., வரலாற்றாசிரியர், 52
சங்க இலக்கியம், 150–151
சதுரங்கம், 84–85, 87, 90–92, 193
சந்திரகுப்த, 87, 134, 146, 148, 169, 211
சந்திரகுப்தர், 147, 169
சமணம், 19, 87, 137, 140, 143, 208
சர்க்கஸ், 62, 178, 212–213, 220
சிந்து சமவெளி, 65, 71, 75–79, 80
சிற்றோவியம், 129
சுகுமார், ராமன், 26, 50, 78
சுல்தானகம், 182–183
செப்பு முரசுகள், 189
செலூகஸ், 146, 166–167, 169, 183–184, 197, 211
டாலமி, 166–167, 170–173
தந்த வேட்டை, 202, 217
தந்தம், 34, 44, 48, 67, 75, 181, 219
தாய்லாந்து, 32–33, 213, 215, 216
துருக்கி, 65, 103, 135, 160, 181
தொல்காப்பியம், 150
நந்தர்கள், 142–144
நால்வகைப் படை, 85–89, 92, 95, 100, 137–138, 142, 148, 150, 152–157, 159

நில அறம், 35, 205, 206, 211
நெல் சாகுபடி, 188, 190
நேபாளம், 32, 216
பராக்ரமபாகு, மன்னன், 157–158
பலகாப்பிய முனிவர் 114–115
பாகிஸ்தான், 35, 217
பார்த்தீனியர், 179
பார்ஹத் (பார்ஹூட்), 90
பிடிக்கும் முறை, 153, 214
பியாஸ் நதி, 143, 145, 148–149, 166
புத்த மதம், 100
புத்தர், 87, 96–97, 100, 140
புத்தர் பல், 100
புராணங்கள், 72, 115, 143
புறநானூறு, 20–21
பூடான் 32
போரஸ், மன்னன், 165–166, 168
போஸ்வர்த், 182
மகத நாடு, 87, 137–1139, 141
மகத மன்னன், 100, 159
மகத ராஜ்யம், 159
மகதம், 139–141
மகலமா எனும் முரசு, 190
மகாதேவன், ஐராவதம், வரலாற்றாசிரியர், 75
மகாபாரதம், 59, 63, 103–104, 187, 191
மகாவீரர், 137
மகாஜனபத நாடு, 140–141
மகாஜனபதங்கள், 138–139
மதம் பிடித்த, 46, 59, 62–63
மது, 123, 190
மதுரை, 150, 156
மழைக்காடு, 50, 82, 150, 211

மன்னராட்சி, 31, 48, 58, 60, 64–66, 89–100, 103, 113, 140–141, 144, 155–156, 185–188, 190, 198, 216

மனு, 106

மனுசாஸ்திரம், 54

மார்ஷல், அகழ்வாய்வாளர், 76

மாவுத்தர்கள், பாகன்கள், 64, 82, 112–113, 117, 132, 160, 165–166, 171–172, 174, 181, 195, 202–204, 216

மிங், வம்சம், 113, 202–204

மியான்மர் (முந்தைய பர்மா), 32–33, 212, 214, 216

முரசுகள், 189

மெகஸ்தனிஸ், 24, 87, 101–102, 146–149

மேய்ச்சல், 42, 50, 54, 83, 118–119, 125, 135, 205–206, 208, 216, 218, 220

மேற்குத் தொடர்ச்சி மலை, 32, 38, 50

யானை இறைச்சி, உண்பவர், 172

யானை பிடிப்பது, 191, 214

யானைகள் போர், 19, 106, 199–200

தேர் (ரதம், ரதப்படை), 87, 92–93, 95, 101, 105, 197

ராமாயணம், 86, 187, 191

ரிக் வேதம், 78–81, 94

ரோமானியர், 101, 174–179, 184

லாவோஸ் 32–33, 215, 216

வங்காளதேசம், பாங்ளாதேஷ், 32

விநாயகர், 208

வியட்நாம், 32–33, 188, 190, 200, 216

வியூகம், 84–85, 102–105, 165, 168, 199

விஜயநகர பேரரசு, 90

வெட்டுமரத் தொழில், 62, 201, 211–215, 218–219

வேட்டையாடுதல், 31, 33–34

ஜாவா, 54, 103, 192–193, 198, 202, 216

ஜீலம் நதி, 144, 165

ஜூலியஸ் சீசர், 177, 184

ஸ்ட்ராபோ, வரலாற்றாசிரியர், 101, 145–149

ஹன், வம்சம், 138

ஹன்னிபால், அரசர், 174–175, 183

❖

தாமஸ் ஆர். டிரவுட்மனின் பிற நூல்

சென்னை வளர்ச்சி ஆராய்ச்சி நிறுவனம்
காலச்சுவடு பதிப்பகம்
(இணை வெளியீடு)

திராவிடச் சான்று
எல்லிஸும் திராவிட மொழிகளும்
தமிழில்: இராம. சுந்தரம்

(ஆய்வு நூல்)

ரூ. 300

1856இல் கால்டுவெல் திராவிட மொழிகளின் ஒப்பிலக்கணத்தை எழுதி வெளியிடுவதற்கு நாற்பதாண்டுகளுக்கும் முன்பே 'திராவிட மொழிக் குடும்பம்' என்ற கருத்தாக்கத்தை முன்மொழிந்தவர் எல்லிஸ் என்பதை விரிவாக எடுத்துரைக்கும் நூல் இது. திருக்குறளை ஆங்கிலத்தில் மொழிபெயர்த்த முன்னோடி, திருவள்ளுவர் படம் பொறித்த நாணயங்களை வெளியிட்ட அரசு அதிகாரி என்ற அளவிலேயே பரவலாக அறியப்படும் எல்லிஸின் பரந்த மொழியியல் ஆய்வுச் சாதனைகளை இந்நூல் ஆழமாக ஆராய்கிறது. பிரிட்டிஷ் காலனிய ஆவணங்களில் புதைந்து கிடக்கும் செய்திகளைத் திரட்டியுள்ளதோடு, ஏறத்தாழ இரு நூற்றாண்டுகளாக எவருமே பார்த்திராத எல்லிஸின் கையெழுத்துப்படிகளையும் கண்டெடுத்து இந்நூலை எழுதியிருக்கிறார் பேராசிரியர் தாமஸ் டிரவுட்மன். கலிபோர்னியா பல்கலைக்கழகம் வெளியிட்டுள்ள நூலின் தமிழ் வடிவம் இது. 2007இல் வெளிவந்து நல்வரவேற்பைப் பெற்ற நூலினைத் திருத்தி, விரிவாக்கிய இரண்டாம் பதிப்பு இது.